तळं

स्नेहल जोशी

मेहता पब्लिशिंग हाऊस

Email : production@mehtapublishinghouse.com

Website : www.mehtapublishinghouse.com

TALA by SNEHAL JOSHI

तळं : स्नेहल जोशी / कथासंग्रह

© स्नेहल जोशी

Email : author@mehtapublishinghouse.com

प्रकाशक : सुनील अनिल मेहता, मेहता पब्लिशिंग हाऊस,
१९४१, सदाशिव पेठ, माडीवाले कॉलनी, पुणे - ४११०३०.

मुखपृष्ठ : चंद्रमोहन कुलकर्णी

प्रकाशनकाल : फेब्रुवारी, २०१२ / पुनर्मुद्रण : डिसेंबर, २०१७

P Book ISBN 9788184983456
E Book ISBN 9789387789418
E Books available on : play.google.com/store/books
www.amazon.in

ज्यांच्या प्रोत्साहनामुळे
मी या लेखनाच्या प्रांतात उतरले,
ते माझे पती प्रभाकर ऊर्फ वासुदेव जोशी
यांना सादर समर्पित

मनोगत

ह्या कथासंग्रहातील 'तळं' ही कथा त्या वेळी स्त्री मासिकातून आली होती आणि बरीच गाजली. त्या वेळी लोक पत्र पाठवून, आवर्जून अभिप्राय कळवायचे. ह्या कथेवर आलेली अनेक पत्रं माझ्याकडे आहेतच. तसेच इतर कथांवरून आलेली पत्रं मी जपून ठेवलेली आहेत.

ह्या संग्रहातील सर्व कथा कौटुंबिक आशयावरच्या आहेत. कथाप्रकार हाताळताना कौटुंबिक, विनोदी आणि गूढ कथा असे सर्वच प्रकार मी हाताळले. वीस वर्षांपूर्वी मराठीत मासिके खूपच होती. 'स्त्री', 'मोहिनी', 'मेनका', 'पैंजण', 'हंस', वाङ्मयशोभा 'माहेर' वगैरे. या बहुतेक कथा ह्या अशा मासिकांतून प्रसिद्ध झालेल्या आहेत. त्यातील 'सोबत', 'सावट', 'संध्याछाया', 'प्रवाह', 'देस-परदेस' ह्या कथा वयस्क लोकांच्या समस्यामध्ये मोडतात.

माणसाचे मन, त्यात उठणारे विचारांचे तरंग आणि ते उलगडत जाणारी कथा... तशी ह्यातील प्रत्येक कळाच वेगळी आहे.

मेहता पब्लिशिंग हाऊसतर्फे प्रसिद्ध होणारा हा कथासंग्रह वाचकांपुढे ठेवताना माझा आनंद द्विगुणित होत आहे.

– स्नेहल जोशी

अनुक्रमणिका

सोबत

एस.टी.तून गंगाकाकू उतरल्या. तेव्हा त्यांचे कंबरडे पार मोडून गेले होते. पाठीचा कणा खिळखिळा झाला होता. अंग मोडकळीला आले होते. त्या कशाबशा घराकडे निघाल्या. सामान घेऊन गडी केव्हाच पुढे निघून गेला होता. घरी गेल्यावर अव्हेरघरात चूल पेटवायची होती. दोन कळशा पाणी आणल्यावर चहाचा थेंब नजरेस पडणार होता. एकट्याने चहा प्यायचा ही कल्पनाच कशीशी वाटत होती.

पुलावरून वळल्यावर त्यांनी मोठ्या आशेने त्यांच्या घराशेजारी असलेल्या दुर्गीच्या घराकडे पाहिले. दुर्गीच्या घराचा दरवाजा बंद होता. बाजूबाजूला असलेल्या त्या दोन्ही घरांत सामसूम होती.

सामान घेऊन गडी कवाडीत वाट पाहत होता. त्यांना हातापायात शक्ती वाटत नव्हती. तरीसुद्धा गंगाकाकूंनी जरा झपाझप पाऊल उचलले. स्वत:च्या घरात शिरण्यापूर्वी दुर्गीच्या दरवाजाला असलेल्या भल्यामोठ्या कुलपाकडे तरी त्यांची नजर गेलीच. मुंबईला लेकाच्या संसारात रमलेली दुर्गी त्यांच्या डोळ्यांसमोर उभी राहिली. दुर्गी नाहीतरी पूर्वीपासून अशीच. फटाफटा बोलायचे, खायचे, प्यायचे, मजेत राहायचे. सून कशीही वागली तरी ती घेईल पटवून... स्वत:च्या सुनांची आठवण झाली आणि गंगाकाकूंच्या कपाळावरील शीर तट्ट फुगली. सुना बऱ्या असत्या तर आज हा एकटीने राहायचा प्रसंग आला असता कशाला?

कुडाची कवाडी ढकलून त्या आवारात शिरल्या. आवारात हा ऽऽ पालापाचोळा पडला होता. कोपऱ्यावरील पारिजातकाखाली रान माजले होते. अंगण उखणले होते. दरवाजाचे कुलूप काढताना पडवीला लागून असलेल्या खोलीत भाड्याने

ठेवलेल्या विद्यार्थ्यांना त्या म्हणाल्यासुद्धा, "काय रे मेल्यांनो! ढुंगणाखालचा केर तरी काढता की नाही? काय ही घाण!"

घरात शिरल्यावर मात्र आपले आंबलेले अंग, ठणकणारी कंबर, खिळखिळा झालेला पाठीचा कणा... सारे त्या विसरल्या. त्यांनी बाहेरचा चुला पेटवला. अंघोळीसाठी पाणी तापत ठेवले. घराची जुजबी साफसफाई करून घेतली. अंघोळ उरकून चहा तयार केला. चुलीवर भातासाठी आधण लावले आणि चहाचा कप घेऊन त्या बाहेर पडवीत येऊन बसल्या.

जिवाला हुरहूर होती, पण तरीही बरे वाटत होते. मुंबईच्या टिचभर जागेतून कोकणात आल्यावर तुरुंगातून सुटलेल्या कैद्यासारखी अवस्था झाली होती. आवारात माजलेले रान, चिंचेखाली रुजलेली खाजकुयली, चिंचेवर लटकणाऱ्या आकडेबाज चिंचा... डोळ्यांना अनेक गोष्टी दिसत होत्या. झाडांची सळसळ ऐकत गंगाकाकू कितीतरी वेळ तशाच बसून राहिल्या.

त्या दोन्ही घरात एकेकाळी नांदते संसार होते. मुलेबाळे, आलेगेले, गडीमाणूस... ती दोन्ही घरे अशी गजबजलेली असायची तेव्हा आणि आज?... चुलीवरचे आधण सळसळू लागले, विस्तव चरचरू लागला तेव्हा त्या कशाबशा उठल्या.

गंगाकाकूंचे आणि दुर्गाकाकूंचे तसे काही नाते नव्हते; पण आज कित्येक वर्षांचा शेजार होता, घरोबा होता.

गंगाचे लग्न होऊन ती सासरी आली तेव्हा घराला घर लागून असलेल्या यशवंतभाऊजींचे लग्न व्हायचे होते. आपल्या पाठच्या बहिणीसाठी त्यांच्याकडे शब्द टाकावा, म्हणून गंगाने शंकररावांमागे टुमणेही लावले होते, पण शंकररावांनी तिकडे दुर्लक्षच केले होते. आणि एक दिवस यशवंतभाऊजींचे लग्न ठरल्याचे गंगाच्या कानावर आले होते. तेव्हापासून दुर्गीवर गंगाचा जरा रागच होता.

पण दुर्गीवर राग धरणे अगदी पूर्वीपासूनच तिला जमले नव्हते. दुर्गीचा स्वभावच तसा होता, सदैव हसतमुख! मनातले भाडभाड बोलून टाकणारी दुर्गी गंगाने अबोला धरला तरी बोलायला यायची.

दुर्गीच्या पहिल्या मंगळागौरीला गंगा वशेळी होती. गंगेच्या पाचव्या मंगळागौरीला दुर्गीने मोठ्या कौतुकाने आरास केली होती. वडवते, महालक्ष्मी, संक्रांतीचे हळदकुंकू आणि चैत्रगौरीची आरास याला दोघी एकमेकींना मदत करायच्या, पण दोघींचे वागणे, बोलणे, रूप, स्वभाव यात जमीनअस्मानाचा फरक होता.

दुर्गी गोरी, मध्यम बांध्याची, नाकीडोळी सुरेख, भुरे पण कुरळे केस, हसतमुख चेहरा आणि आरशासारखे स्वच्छ मन. तरुणपणी दुर्गी सुरेख दिसायची. लोक तिच्याबद्दल नेहमी चांगलेच बोलायचे. 'दुर्गी सुरेख आहे, स्वभावाने चांगली आहे',

असे म्हटले तरी गंगाला राग यायचा.

दुर्गीच्या बरोबर उलट गंगाचे रूप होते. उंच किडकिडीत बांधा आणि उंचीशी स्पर्धा करणारे मऊ, लांबसडक केस, काळेसावळे रूप, चिडखोर स्वभावामुळे कपाळावरची शीर अधूनमधून तट्ट फुगलेली असायची. आतल्या गाठीचा स्वभाव. बोलणे, हसणे कमीच. खुद्द शंकररावांना त्यांच्या मनाचा थांगपत्ता लागत नसे तर इतरांचे काय? तरुणपणी तर गंगा भलतीच तापट होती.

घुमी गंगा दुर्गीशी बारीकसारीक कारणांवरून दोनदोन, चारचार दिवस अबोला धरायची. मग दुर्गी काहीतरी निमित्त काढायची. कधी अंगणात मोगरा फुललेला असायचा, त्याची भलीमोठी माळ दुर्गी करायची आणि गंगाला द्यायची. कधी गंगाच्या भल्यामोठ्या अंबाड्यावर अबोलीच्या फुलांची माळ माळताना ती म्हणायची, 'तुझ्या अंबाड्यावर सुरेख दिसतात ही फुलं! माझ्या डोक्याला आणि केसांना हा भार सहन नाही व्हायचा. आमचा आपला रिकामा नारळ बरा!' असे किंवा असेच काहीतरी विनोदी, चुरचुरीत बोलणे असायचे तिचे.

दुर्गीच्या रूपागुणांचे कौतुक संपतेय न् संपतेय तोच दुर्गीला दिवस राहिले. गंगा दुर्गीहून मोठी, लग्नही आधी झालेले. त्यामुळे गंगाला मेल्याहून मेल्यासारखे झाले. ती रडली आणि तिने दुर्गीशी बोलणेचालणे सोडले. चुरशीत हरल्यासारखे वाटत होते तिला. पण दुर्गीचे डोहाळे संपतायत न् संपतायत तो गंगाला दिवस राहिले होते. पुन्हा कोण वरचढ होतोय, मुलगा होऊन कोण जिंकतोय इकडे डोळे लागल होते.

दुर्गीचे रूप सुरेख. गरोदरपणाचे तेज आले होते तिला. सर्वांच्या मते दुर्गीला मुलगी होणार, असे भाकीत ठरले होते. दुर्गी मात्र मजेत होती. 'होऊ दे मुलगी. मला नाही त्याचं काही वाटत!' ती गंगाला असे वारंवार म्हणायची.

गंगाचा किडकिडीत बांधा आता भरला होता. गंगाला पहिला मुलगा होणार हे ठरलेले होते. ती खुशीत होती.

दुर्गी बाळंत झाली. तिला मुलगा झाला आणि गंगेचे धाबे दणाणले. आता भविष्य खोटे ठरून आपल्याला मुलगी झाली तर? पण गंगालाही पहिला मुलगा झाला. कुस्ती बरोबरीत सुटली आणि तेवढ्यापुरती चुरस संपली.

पण असे प्रसंग आयुष्यात येतच राहिले. दुर्गीला दुसरी मुलगी झाली आणि गंगाला त्यावेळी पुन्हा दुसरा मुलगाच झाला. आपण दुर्गीच्या पुढे गेलो, असे गंगाला वाटत होते, त्याचबरोबर दुर्गीसारखी आपल्याला मुलगी नाही म्हणून ती दैवावर रागावलीच होती! गंगाचे दैव तिला वाट पाहायला लावून शेवटी तिचे ऐकत असे. गंगाला मुलगी झाली आणि तिसऱ्या खेपेला आणखी एखादा मुलगा हवा म्हणून प्रयत्न करणाऱ्या दुर्गीला पहिल्या मुलानंतर लागोपाठ तीन मुलीच

झाल्या तेव्हा गंगा सुखावली होती.

घराला असे घर लागून, लहानपणी पोरांची भांडणे व्हायचीच. कधी अबोला तर कधी धुसफूस चालायची. कधी वळचणीवरून ताजे मेतकूट, पापड पोहोचवले जायचे. दुर्गीचा अबोला टिकत नसे आणि गंगालाही राहवत नसे.

अशी कित्येक वर्षं गेली. आता दोघींच्या मुलींची लग्ने झाली होती. जावई आले होते. सुना आल्या होत्या. नातवंडे झाली होती. कुणाचा जावई चांगला, कुणाची सून सालस, कुणाचा मुलगा जास्त मोठ्या हुद्द्यावर यावरून गंगाकाकूंची बोलणी, टोमणे झाले होते. गंगाकाकू अशा लागेलशा बोलल्या की, पूर्वीसारख्याच हल्ली दुर्गाकाकू हसत. मग गंगाकाकूचा पारा आणखीनच चढे.

दुर्गाकाकू अजूनही अशा 'दुर्गी'च राहिल्या होत्या. सदैव हसतमुख. संकट असो, मनासारखे घडो वा न घडो, दुर्गाकाकूंच्या वृत्ती आता म्हातारपणीही विचलित झालेली गंगाकाकूंना आढळली नव्हती. तरुणपणी यशवंतराव रागावले, सासू चिडली, तरीही ती बातमी दुर्गाकाकूंनी हसतहसत गंगाकाकूंना दिली होती. कधी जळफळाट नाही की, आतल्या आत धुमसणे नाही.

दोघींच्या संसाराची सुरुवात बरोबर झाली होती आणि दोघींचे संसार, जबाबदाऱ्या बरोबरच संपल्या होत्या. ती दोन म्हातारी जोडपी कधी या अंगणात, तर कधी त्या अंगणात गप्पा मारताना आढळत. विषय असत मुलांचे, नातवंडांचे. पत्रं आली की परस्परांना वाचून दाखवणे चाले. मुलं आपल्याला किती आग्रहाने बोलावतात त्याचे कौतुक चाले.

घरी मात्र गंगाकाकू शंकररावांना म्हणत, "या दुर्गीचे पटणार मुलांजवळ? खाण्याजेवणाची तऱ्हातऱ्हा करून खायला पाहिजे दुर्गीला. मुलगा किती श्रीमंत असला तरी तिथं हे चोचले नाही होणार म्हणून नाही जात तिथं."

मध्यम बांध्याच्या दुर्गाकाकू आता चांगल्याच फुगल्या होत्या. पूर्वीचे भुरे, कुरळे केस पांढरे स्वच्छ झाले होते, पण कातडी तुकतुकीत होती. गंगाकाकूंहून दोन वर्षांनी लहान असलेल्या दुर्गाकाकू चांगल्याच तरुण वाटायच्या. गंगाकाकूंना त्याचाच राग यायचा.

गंगाकाकूंची पाठ फिरताच दुर्गाकाकू यशवंतरावांना म्हणायच्या, "उगाच बढाया मारते हो ही गंगी! चिडका स्वभाव हिचा. कुणाशी पटणार हिचं? मी शेजारीण हिची, पण माझ्यावर सारखी चिडायची, दु:स्वास करायची. मी सांभाळून घेतलं, पण हल्लीच्या पोरी नाही ऐकणार!"

दोघींचीही मुलं बोलवत होती, पण एकमेकांच्या आधाराने ही म्हातारी जोडपी कोकणातील घरं धरून राहत होती. मोकळं, स्वतंत्र वातावरण सोडून मुलांच्या संसारात अडगळ व्हायची, त्यांची इच्छा नव्हती.

पण एकाएकी यशवंतराव वारले. सकाळी ठेच लागली आणि दुपारी मनुष्य खलास! मुलगा आला, मुली आल्या. माणसे जमली.

दुर्गाकाकू खचल्या होत्या, पण फार नव्हे. उलट त्या गंगाकाकूंना म्हणाल्या, "दोघांपैकी कुणीतरी एक पुढे जायचं, एकाने मागे राहायचं. बरं झालं ते पुढे गेले ते. त्यांना मुलाकडे मुंबईत जाऊन राहण्याची इच्छा नव्हती आणि ते इथं एकटे राहते तर त्यांना जेवण कोण वाढणार होतं?"

घराचा सर्व पसारा आटपून दुर्गाकाकूंच्या मुलाने त्यांना आपल्या घरी नेले. कोकणातील गंगाकाकूंच्या शेजारचे ते घर कायमचे बंद झाले.

आणि गंगाकाकूंना सुनेसुने वाटू लागले. दुर्गाकाकूंच्या घरात ठेवले होते तसेच दोन विद्यार्थी त्यांनी आपल्याही घरात ठेवले, पण दुर्गाकाकूंची आठवण जाता जात नसे. मनातून त्यांना भीतीही वाटे. दुर्गाकाकूंच्या आयुष्यात जसे घडते तसेच कालांतराने आपल्या आयुष्यात घडते, हे अजूनपर्यंतच्या अनुभवांवरून गंगाकाकूंना माहीत झाले होते. त्या शंकररावांना जपत. त्यांच्यावर न चिडता त्यांचे सर्व करत.

पण एक दिवस शंकररावही गेले. तेही फारसा आजार न येता! गंगाकाकूंची मुलं जमली होती आणि शेजारच्या घरासारखीच व्यवस्था करून त्यांना मुंबईत घेऊन गेली होती.

मुलांकडून कोकणात परत आल्यावर दुसऱ्या दिवसापासून गंगाकाकू कामात बुडाल्या. घराची साफसफाई झाली. आवारातील पालापाचोळ्याचे रान निघाले. झाडमाड पूर्ववत दिसू लागले. सारवणाचा हात फिरला. घर, अंगण पूर्ववत झाले. तुळशीवृंदावनातील तुळशीने बाळसे धरले. बघताबघता एकेक करत सारी काम संपली.

रिकाम्या वेळी काय करायचे हा प्रश्न गंगाकाकूंना पडू लागला. एकटीचे जेवण ते काय करायचे? जेवण झाले, काम आटपले की, सुपारीचे खांड चघळत त्या बाहेर झोपाळ्यावर येऊन बसत. दुर्गीचे घर तेथून अगदी सहज दिसे. दुपारच्या जीवघेण्या शांततेत, दुर्गाकाकूंच्या घरावर बसलेला कावळा करकरत राही. वळचणीचा आंबा, चिंच एकमेकीला ढवशीत राहत. पाने कुचकुचत असत. झोपाळ्याच्या कड्या मग उगाचच कुरकुरत, 'लहानपणापासून ही दुर्गी अशीच!'

आणि एक दिवस त्यांचा त्यांच्या डोळ्यांवर विश्वासच बसेना. कारण एस.टी. स्टँडच्या बाजूने पुलावरून दुर्गाकाकूच परत येत होत्या. गड्याच्या डोक्यावर सामान होते. गंगाकाकू दिसताच दुर्गाकाकू मनापासून हसल्या. गंगाकाकू म्हणाल्या, "कशाला जातेस तिकडे? आधी घराची साफसफाई करून घे आणि मग जा तिकडे."

घर स्वच्छ झाले आणि दुर्गाकाकू घरी गेल्या.

मधला काळ गेलाच नाही अशा थाटात दोघी जगत होत्या. दोघींची घरं पूर्ववत तुकतुकीत झाली होती. गावात चालणारी कथाकीर्तने, देवळात जाणे मग रोजचेच सुरू झाले होते. आपण मुलांवर रागावून मुंबई सोडली, याचे गंगाकाकूंना काहीच वाटत नव्हते. दुर्गाकाकू आल्यापासून ही रुखरुख संपली होती.

अधूनमधून त्या दुर्गाकाकूंना चापायच्या, "दुर्गे! अगो, खाऊ नको इतके. बाधेल. म्हातारी झालीस तू आता. पोरं पण जवळ नाहीत.''

भाडभाड बोलणाऱ्या हसऱ्या दुर्गाकाकू कधी नव्हे त्या चिडून म्हणत, "काय करायची पोरं? असेल नसेल ते घेण्यासाठी त्यांचा उपयोग. प्रकृती कमीजास्त झाली की, झाली त्यांची कुरबुर सुरू.''

प्रत्यक्षात कुणी कुणाजवळ स्पष्ट वाच्यता केली नव्हती, पण बोलाचालीतून दोघींनाही समजलेच होते. मुलांच्या संसारात दोघींनाही अडगळीचे स्थान मिळाले होते. स्वातंत्र्य नव्हते, मोकळीक नव्हती.

कधी कीर्तनाला जाताना गंगाकाकू म्हणत, "गोऱ्या रामाच्या देवळाशेजारी घर होते, पण काय सांगू दुर्गे, इतकी कीर्तने होत, पण एक दिवस जायला जमत नसे. धाकटीची नोकरी. मग पोरं सांभाळायची मी. मग आपलं चंबुगबाळे उचलले आणि आले इकडे.''

"खरंच ग बाई! हल्ली म्हणे म्हाताऱ्यांसाठी आश्रम काढलेयत. तेच बरं हो! पोरांच्या खस्ता खायच्या, त्यांना मोठी करायची, पण म्हातारपणी आपलं आणि त्यांचं काही जमत नाही. चूक कोणाची पण असो. सांभाळून नको घ्यायला?''

दुर्गाकाकूंनी असे म्हटले की, गंगाकाकूंना बरे वाटायचे. स्वतंत्रपणा, मोकळीक आणि स्वत:चे सत्तेचे घर हवे, ही कबुली कोणीच कुणाजवळ देत नसत.

दिवस असेच चालले होते. दोघी रागावून आपला हेका चालवून घरी परत आल्या होत्या. पण मुलांना काळजी वाटत होती. मुलांची पत्रं येत, पैसेही नियमित येत.

पत्रे आली की, ती परस्परांना वाचून दाखवणे चाले. "बघितलंस, किती काळजी करतो माझा थोरला ते? सारखी पत्रावर पत्रं येताहेत. खुशाली कळली ना की, आपल्यालाही बरं वाटतं. काही झालं तरी पोटचे गोळे ना! त्या काय दुसऱ्याच्या मुली! त्यांना कसली आलेय कड आणि माया!''

पत्रं आली की, दोघी खूश असायच्या. आपण म्हाताऱ्या झालो, तरी आपल्याबद्दल कुणाला तरी काळजी वाटते, ओढ आहे; याचे त्यांना अप्रूप वाटायचे.

मुलांकडून कधी पत्रांना उशीर झाला की, त्यांचा जीव तगमगायचा. गंगाकाकू दुर्गाकाकूंना म्हणायच्या, "पत्र नाही बरेच दिवसांत थोरल्याचे.'' दुर्गाकाकूंना मग म्हणावेसे वाटायचे, 'एवढी काळजी होती, तर थांबली का नाहीस मुंबईत?' पण

दुर्गाकाकू तोंडदेखली समजूत घालायच्या. कारण अधूनमधून दुर्गाकाकूंवरही अशीच वेळ यायची. पण गंगाकाकूंचा फटकळपणा, टोमणे म्हातारपणीही संपले नव्हते. त्या म्हणत, "एकटा मुलगा, मग भांडण का झालं तुझं? खाण्याचे चोचले पुरले पाहिजेत ना तुझे! आता बस काळजी करत!" मग दुर्गाकाकू हसत आणि एवढेच म्हणत, "एक काय आणि दोन काय? घरोघरी मातीच्याच चुली!"

ही रुसवारुसवी फार काळ टिकत नसे. पुन्हा दिलजमाई होई. राग नाहीसा होई. सुरुवातीला होणारी धुसफुस आता मात्र वारंवार होऊ लागली होती.

दुर्गाकाकूंचा खादाडपणा, त्यामुळे येणारे आजार, तडकून न बोलता हसतहसत दिलेली उत्तरे, याचा गंगाकाकूंना राग येई. त्यात दुर्गाकाकूंना गंगाकाकूंपेक्षा मुलं जास्त. त्यामुळे पत्रं, पार्सलही त्यांना बरीच यायची. मग गंगाकाकू आणखीच चिडायच्या, रुसायच्या. 'दुर्गी अशी पहिल्यापासून भाग्यवान,' म्हणून नशिबाला बोल लावायच्या.

दुर्गाकाकूंनाही हल्ली गंगाकाकूंची ही चिडचिड पसंत नव्हती. त्यांचे टोमणे मारणे, सारखी धुसफुस, पुटपुटणे आपण का सहन करतो, हे त्यांना समजत नसे.

अशीच एकदा रागवारागवी झाली. दोन दिवस मग अबोलाच होता. वळचणीवरून गप्पा झाल्या नव्हत्या. दुर्गाकाकूंना सुनेसुने वाटत होते. ही गंगा पहिल्यापासून अशीच हट्टी! आपण गेल्याशिवाय समझोता व्हायचा नाही हे त्यांना माहीत होते, पण त्यांच्यावरचा रागही कमी झाला नव्हता. घरात काही सुचत नव्हते. महिन्यापूर्वी आलेले लेकाचे पत्र दुर्गाकाकूंनी पुन:पुन्हा वाचून काढले होते. आईचे एकटे राहणे, त्याबद्दल त्याला वाटणारी काळजी, तिने निघून यावे, म्हणून त्याने पुन:पुन्हा केलेला आग्रह... दुर्गाकाकूंना पत्र वाचून दिलासा मिळाला होता. अगदी गंगाकाकूंशी गप्पा मारल्यासारखा!

एकदा त्यांना वाटले, उठावे, गंगाकाकूंकडे जावे. त्यांना पत्र वाचून दाखवावे. त्यांचा नक्षा उतरवावा. पण गंगाकाकूंनी पत्र बघायला मागितले तर? पत्रावरची तारीख बघून त्या कुत्सितपणे बोलतील, "दुर्गे! भ्रमिष्टच झालीस बायो. जुनंच पत्र काय दाखवतेस?"

घरात दुर्गाकाकू येरझारा घालीत होत्या. शेजारून जात्याची घरघर ऐकू येत होती. 'आपल्या रागावर गंगाने मेतकूट दळायला काढलं असावं!' म्हणून दुर्गाकाकूंना जरा बरेच वाटले. दारात कामाला आलेल्या मोलकरणीला त्या सहज म्हणाल्या, 'कसलं दळप काढलाय गं शेजारी?'

"तुमास म्हाईत नाय व्हय? गंगाकाकूंचा धाकला पोरगा आलाय हुबयहून, त्यांना घेऊन जाया. परवाच्या रोज जायचेय वाटतं. आज पारबती गेलेय दळपासाठी. भाजणी, मेतकूट, पोह्याचे पीठ... हा राबता हायऽऽ."

काम करताकरता दुर्गाकाकू थबकल्याच. 'गंगाकाकू लेकाबरोबर निघून जाणार?

शेजारचे घर मग बंदच. ही गंगी आपल्याला अशी शिक्षा करणार तर...? दुर्गाकाकूंना आपल्या मुलाचा रागच आला. नुसती पत्रं लिहिण्यापेक्षा असा गंगाच्या मुलासारखा न्यायला आला असता तर काय बिघडले असते?'

दुर्गाकाकूंना कामंही सुचेना, स्वस्थही बसवेना. मोलकरीण जाताच त्या शेजारी गेल्या. गंगाकाकूंचा मुलगा बाहेरच्या पडवीत बसला होता. त्याला खुशाली विचारून त्या स्वयंपाकघरात शिरल्या. तर गंगाकाकू आवराआवर करण्यात दंग होत्या. पापड, मेतकूट, भाजण्या, पोहे अशा पदार्थांच्या पुरचुंड्या केलेल्या होत्या. दुर्गाकाकूंना पाहून गंगाकाकू म्हणाल्या, ''बरं झालं आलीस ते. सांगायलाच येणार होते. परवा बाळाबरोबर जायचे म्हणतेय मी. धाकटीला दिवस आहेत म्हणून तो न्यायला आलाय.''

दुर्गाकाकू विषादाने हसल्या. त्यांना 'हम दो हमारे दो' करणाऱ्या आपल्या सुनेचा रागच आला. त्या गंगीच्या सुनेसारखी आणखी एखाद्या नातवंडाची तयारी केली असती तर काय बिघडलं असतं? बाळाचे लाल, इवलेइवले हातपाय, त्याचे रडणे, तेलाचे मालीश, डिंक, अळीवाचे लाडू हे सारे गंगाकाकूंच्या वाटणीला येणार होते म्हणून त्यांना राग आला.

मागे राहून कण्हत-कुथत राहणारी ही गंगा अखेर एक पाऊल आपल्या पुढे असते याचा दुर्गाकाकूंना नेहमीच अनुभव होता. पण गंगाकाकू चारसहा महिन्यांच्यावर मुंबईला टिकणार नाहीत याचीही त्यांना खात्री होती.

त्यांनी मनाशी विचार केला. 'आपल्या लेकाचं पत्र महिन्यापूर्वी आलं असलं म्हणून काय बिघडलं? लेकाचंच घर आहे. आपणही चार-सहा महिने जायला काहीच हरकत नाही' आणि मग त्या साळसूदपणे गंगाकाकूंना म्हणाल्या, ''पत्रं आलाय काल लेकाचं. काळजी वाटतेय त्याला. सोबत बघून मला यायला सांगितलंय. तुझी घरचीच सोबत आहे; मग मी पण येते परवा.''

''अगो, महिन्यापूर्वी आलं होतं ना पत्र?''

''नाही गो. काल पुन्हा एक आलाय.''

आणि संशयाने आपल्याकडे पाहणाऱ्या गंगाकाकूंकडे लक्ष न देताच दुर्गाकाकू घराकडे निघाल्या. बरोबर काय काय घ्यायचे याचा वाटेत चालताना विचार करू लागल्या. मेतकूट, पापड, भाजणी तयार होती. आमसुले घ्यायला हवी होती. सुनेला आवडणारे कुळथाचे पीठ आणि आंबोशीचे लोणचं करायला हवं होतं. इतके दिवस राखून ठेवलेल्या जाड्या वालांना कीड तर लागली नाही ना, हे पाहायला हवे होते. नव्या उत्साहाने दुर्गाकाकू घराकडे परतल्या.

वाटचाल

उमलत्या क्षितिजाचे वस्त्र ती ल्यायली होती. त्याला उगवत्या सूर्यकिरणांची किनार होती. ती सुस्नात होती. दवाचे थेंब तिच्या मोकळ्या केसांवर चमचमत होते. ती प्रसन्न होती. तिची मुद्रा तेजस्वी होती.

फुलांच्या गंधाचा ऊद, धूप जळत होता. वाऱ्याच्या झुळकेबरोबर त्याचा सुगंध वातावरणात दरवळत होता. झाडांच्या फांद्या चवऱ्या ढाळीत होत्या. पक्षी आपल्या कोमल आवाजात झांज, मृदंग, सनईचे स्वर आळवत होते आणि या प्रसन्न वातावरणात मधूनच तिला आपल्या नावाचा जल्लोष ऐकू येत होता. मुक्ताई? मुक्तेश्वरी की मुक्ताबाई?

छे! त्या स्त्रीच्या तेजस्वी रूपाला या नावापैकी कोणतेच नाव शोभण्यासारखे नव्हते. त्या स्त्रीचे नाव होते मुक्ती. एकेरी, सुटसुटीत नाव. कोणतेही बंधन नाकारणारे नाव! तेच तिला योग्य होते. मुक्ती! मुक्ती! आपले नाव स्वतःशी पुटपुटत ती प्रसन्नपणे हसली. वेशीवर झालेल्या त्या स्वागताने ती पार हरखून गेली होती.

गावाच्या वेशीवर ती क्षणभर थबकली. झालेल्या स्वागताने ती जरा भांबावली होती. आज जवळजवळ बारा-पंधरा वर्षांनी ती या गावाकडे येत होती. हे गाव एवढे मोठे आहे हे ती विसरलीच होती. बारा-पंधरा वर्षांत गाव बदलले होते. अगदी तशाच आपल्या मैत्रिणी बदलल्या असल्या तर? बऱ्याच वर्षांनी आली म्हणून तिला उगाचच अपराधी वाटू लागले.

आज बऱ्याच मैत्रिणींना ती भेटणार होती. मग गप्पाटप्पा रंगणार होत्या.

सुखदुःखांना उजाळा मिळणार होता. मुक्तीने ठरवूनच टाकले होते की, आपली स्तुती करायला कोणाला वावच द्यायचा नाही. मैत्रिणींच्या सुखात रंगायचे. भेटवस्तू द्यायच्या आणि परत फिरायचे.

वाऱ्याने सात गंधांच्या सात कुप्या दिल्या होत्या. इंद्रधनूने सात रंगांची सात वस्त्रं दिली होती. त्या भेटवस्तूंचे ओझे सांभाळीत मुक्ती चालली होती.

गाव बदलले होते. ओळखू न येण्याइतके मोठे झाले होते. चालताचालता घरे संपत नव्हती. उलटसुलट गल्ल्या-बोळ लागत होते.

वेशीवर तिचे भव्य स्वागत झाले होते खरे, पण गावकऱ्यांचे तिच्या येण्याकडे लक्षच नव्हते. सर्वच धांदलीत, गडबडीत होते. मग तिनेच एका गावकऱ्याला हटकले. "अहो! इथं एक मुक्तीचा रस्ता होता तो कोठे आहे?" एक-दोघांनी खांदे उडवले. एकाने ती वेडी असावी, या शंकेने निरखून पाहिले. मग तिने एका स्त्रीला हा प्रश्न विचारला, त्यावर त्या स्त्रीने चक्क आकाशाकडे बोट दाखवले. पण तरीही जराही निरुत्साही न होता मोठ्या ओढीने एक अंतहीन, अनोळखी रस्ता ती शोधीत राहिली.

एक

चालताचालता मुक्ती सॅनिटोरियमच्या बाजूला असलेल्या चाळीजवळ आली आणि तिला लालीची आठवण झाली. 'लाली असेल का अजून तेथे?'

"लाली! लाली! लाली येथेच राहते ना गं?" मुक्तीने तेथे राहणाऱ्या एका स्त्रीला विचारले.

"लाली व्हय?" ती स्त्री फिसकन हसली. तेवढ्यात कुणीतरी लालीच्या आईला हाक मारली. मुक्तीने लालीच्या आईला ओळखले.

"लाली कुठे आहे गं?"

"लाली आमास्नी म्येली. कशापायी हवी व्ह लाली?" तेवढ्यात एक बाई फटकळपणे म्हणाली, "लाली ऱ्हाते समिंदराच्या बाजूला, थकडं सापडेल ती. रातच्या पारीला मातर नगा जाऊ हं. लालीची मैतरणीच असाल, तर मग गोष्ट न्यारी." आणि मग हास्याचे फवारे उडले होते.

मुक्ती निमूटपणे समुद्रकिनाऱ्याकडे वळली. मुक्ती शोधतशोधत चालली होती. मुक्तीने मग लालीची चौकशी झोपडपट्टीजवळ उभ्या असलेल्या एका माणसाकडे केली.

तो माणूस एका बोळात गेला. एका गोणपाटाच्या आडोशाला जाऊन त्याने हाका मारल्या. "लाली! अरे वो लाली! भायर कोनतरी आलंय बघ."

लालीचा आळसावलेला स्वर मुक्तीच्या कानावर आला. ''कशाला बोंबलताव वं? रातच्या पारीला या, आता धंदा नाय व्हत.''

तेवढ्यात लालीचे पोर किंचाळू लागले. मोठी पोरं भुकेने विव्हळू लागली. त्या दोन पोरांना लालीने कसे गप्प केले कोणास ठाऊक? थोड्याच वेळात ती आतून ओरडली, ''गेल्या नाय ना वं? या पर पैका आधी हवा.''

मुक्तीकडे बघून तो माणूस हसला आणि निघून गेला. मुक्तीने आडोशाकडे जात विचारले, ''लाले! ओळखलं नाहीस का मला? अगं मी मुक्ती! येऊ का मी आत?''

लाली हसली. ''तू व्हय?'' असे म्हणून ती पचकन थुंकली आणि तिने मुक्तीलाच सवाल केला, ''आता बाय येऊनश्यान तू काय करनार? आणि कुठं येनार?''

मुक्ती लालीकडे पाहतच राहिली. दहा-बारा वर्षांपूर्वी मुक्तीने तिला पाहिले होते. तेव्हा लाली होती अवघी सोळा-सतरा वर्षांची. लाली घरकाम करून पैसा कमावीत होती. तशी मजेत होती. लाली एका तरुणावर प्रेम करत होती. लाली बौद्ध होती. तो होता चांभार. प्रेमानं लालीला जातपात विसरायला लावली होती तरी घरचे थोडेच विसरणार? पण सर्वांचा विरोध पत्करून लाली त्याच्याशी लग्न करणार होती.

पण आता या चिखलात लोळणारी लाली! तिचा प्रियकर? काय झालं होतं? काय घडलं होतं? एकेकाळच्या रसरशीत लालीचे भूत झाले होते. आपल्या आवडत्या लालीचे रूप, तिचा साज पाहून मुक्तीला शिसारी आली.

मुक्तीने मान बाजूला केलेली पाहून लाली म्हणाली, ''आता नगं मान फिरवू. तुझे ऐकूनश्यान लई घमेंडीत व्हते मी. पर काय सांगू? त्याने फसवलं ग! प्वाट वर आल्यावर बाने घरातून काढलं. एका बंगल्यात काम भेटलं, जागाथारा मिळाल्यावर तो बी आला. तो माज्याशी लगीन करील या आशेवर मी व्हते, पर पदरात ही दोन प्वारं टाकून एक दिस तो नायसा झाला. जागा बी ग्येली, काम बी ग्येलं. मग काय करायचं सांग? म्हून या धंद्याला लागले. आन् ही दशा झाली बघ.''

मुक्तीला काही बोलवेचना. लाली बडबडत होती. ''अंगावरची कापडं बघ लक्तरं झाली हायत. धंद्यासाठी कायतरी नव-जुनं हवं व्हतं.''

पण आणलेली तांबडी साडीचोळी मुक्तीला लालीपुढे करवेना. मुक्तीने लालीला समजावण्याचा प्रयत्न केला. ''लाले! चल, अजूनही मार्ग आहे. तुला एखाद्या स्त्रियांच्या संस्थेत ठेवते. जीवन सुधार तुझे, लाली! ऐक माझे.''

''व्हय, लई ऐकलं बाई तुझं मी. पर या नखाएवढ्या पोराचं काय करू? बारा वर्षांची ही पोर बघ माजी. नक्षत्र हाय. लई मागण्या येतायत. पर माज्यावानी तिची

बरबादी नाय व्हवून द्यायची माना. जरा नदर फिरली तर रांड हाय म्येली, जावा तुमी मी नाय येत तुमासंग.''

दोन

जड मनाने मुक्ती तेथून निघाली. अर्ध्या वाटेत आल्यावर मुक्तीला अबोलीची आठवण झाली. लाली जरी या मार्गाने गेली असली, तरी अबोली असे करणार नाही याची तिला खात्री होती.

बोलूनचालून वेश्येची पोर होती ती! प्रतिष्ठेसाठी लग्न करून ती संसारात पडली होती. ती मुक्त असेल. सुखी असेल. दहा-बारा वर्षांपूर्वी मुक्ती तिला भेटली होती. त्यावेळी अबोलीचे नुकतेच लग्न झाले होते.

स्वत:ला सावरण्यासाठी तरी मुक्तीला तिला भेटायला हवे होते. मुक्ती अबोलीच्या घराकडे निघाली. अबोलीच्या घराजवळ आल्यावर मात्र ती थबकली. मोडकळीला आलेले अबोलीचे घर, आवारातील झाडामाडांची झालेली अनावस्था. तेथे कोणी राहते की नाही, या शंकेने मुक्ती अस्वस्थ झाली. मुक्तीने बाहेरून हाका मारल्या. ''अबोली! ए अबोली!''

अबोली बाहेर आली. तिने ओठांवर बोट ठेवून मुक्तीला गप्प राहण्याची खूण केली. पण खुणेची आवश्यकताच नव्हती. अबोलीला पाहून मुक्तीची वाचाच बंद झाली होती. एका रूपवान मुलीचा झालेला पालापाचोळा पाहून मुक्ती गडबडली होती.

मुक्ती काही बोलण्याआधीच अबोलीने तिला विचारले, ''कशाला आलीस तू इथं?'' मुक्तीचे स्वागत हे असे झाले होते.

स्वत:शी बडबडावे तसे अबोली तिला म्हणाली.

''दररोज नवा पुरुष नको, म्हणून मी लग्न केले आणि बघ माझी काय दुर्दशा झाली आहे.''

''अबोली! जरा माझे ऐक.'' पण मुक्तीला अबोलीने पुढे बोलूच दिले नाही.

''थांब मुक्ती! आज माझे बोलणे ऐक तू. तेव्हा मी तुझे ऐकले होते. सर्वांचा विरोध पत्करून तुझा मंत्र म्हणत मी लग्न केले होते. सुरुवातीला सर्व ठीक होते. स्वर्गसुखाचा अनुभव घेत होते मी. पण हे सुख थोडे दिवसच टिकले. आधीच माझा नवरा हलक्या कानाचा. लोकांचे ऐकून मग त्याला माझा संशय येऊ लागला. आता तर सर्वांचाच अतिरेक झालाय. सारे विसरण्यासाठी माझा नवरा चिक्कार पितो. संशयाबरोबर व्यसन असं वाढतच गेलंय. मारहाण रोजचीच आहे. तीन मुली पदरात आहेत. अम्मा म्हणते तेच मोठं धन आहे. ती सारखी परत बोलावते आहे.

पण आता त्या मार्गाने जाण्याची इच्छा होत नाही.''

''पण रोजची मारहाण, उपाशी राहणं हे कशाला सोसतेस? नवऱ्याला सोड. आपण करू काहीतरी व्यवस्था.''

मुक्तीच्या या बोलण्यावर अबोली खिन्नपणे हसली. ''मुक्ती! मी आता तुझे नाही ऐकणार. कारण प्रतिष्ठेचा कैफ मलाही चढलाय. माझा नवरा दारूच्या कैफात जगतो आणि मी प्रतिष्ठेच्या! वेश्येच्या पोटी जन्माला आले खरी, पण आता पतिव्रतेचं व्रत घेतलंय. ते मी काटेकोरपणे पाळावे, हीच समाजाची अपेक्षा आहे आणि कोणतीही किंमत देऊन ती अपेक्षा मला पुरी करायलाच हवी.''

मुक्तीची अवस्था भारावल्यासारखी झाली होती. बरोबर आणलेली नारिंगी साडीचोळी तिने अबोलीपुढे केली, ''घे, ही माझी भेट.''

''छे! छे! नको मला ही. तू हे सारे घेऊन जा. माझ्या नवऱ्याला संशय येईल असे काहीही माझ्या हातून घडता कामा नये.''

तीन

मुक्ती जड पावलांनी तिथून निघाली. आपण कोठे चाललो आहोत, याचेही तिला भान नव्हते. चालताचालता तिची पावले एका ऑफिसजवळ थबकली. लंच अवर होता. थव्या-थव्याने स्त्रिया उपाहारगृहाकडे निघाल्या होत्या. मुक्तीचे लक्ष एका तरुणीकडे गेले. मुक्ती स्वतःशीच पुटपुटली, ''अरेच्या! ही शेवंती तर नव्हे?''

मुक्तीने शेवंतीला बारा वर्षांपूर्वी पाहिले होते. शाळेतील एक हुशार विद्यार्थिनी म्हणून तेव्हा शेवंतीचे नाव गाजत होते. स्कर्ट-ब्लाऊजमध्ये वावरणारी तेव्हाची चिमुरडी शेवंती आता स्वतःच्या पायावर उभी राहून अर्थार्जन करत असलेली पाहून मुक्तीला आनंद झाला.

मुक्ती स्त्रियांच्या घोळक्यामागोमाग उपाहारगृहात शिरली. एका टेबलाजवळ बसलेल्या शेवंतीकडे तिचे लक्ष गेले आणि मुक्ती थबकली. पूर्वीची आनंदी, हसरी, पिवळ्या शेवंतीसारखी रसरशीत शेवंती कुठेच दिसत नव्हती. शेवंतीची खिन्न, गंभीर मुद्रा पाहून मुक्ती विचार करू लागली, ''काय बरं असेल हिचं दुःख?''

मुक्ती उभी होती, त्या टेबलाजवळ बसलेल्या दोन स्त्रिया शेवंतीकडे पाहून कुजबुजत असलेल्या बघून मुक्तीने कान टवकारले. एक स्त्री दुसरीला विचारत होती, ''ए! ती शेवंती तुझ्याच सेक्शनमध्ये आहे ना? रूपाने चांगली आहे, नाही? माझ्या भावाला बायको छान शोभेल. विचारशील तिला?''

त्यावर दुसरी हळूच तिला म्हणाली, ''ए! ती कुमारी नाही, घटस्फोटिता आहे.

लग्न झाल्यावर वर्षभरातच बिनसलं म्हणे! कोणाचा दोष कुणास ठाऊक? पण माझ्या मते हिच्यापेक्षा एखादी रूपाने डावी असलेली कुमारिकासुद्धा बरी! रूप काय करायचंय?''

मुक्तीला आश्चर्य वाटलं आणि ती सरळ शेवंतीच्या टेबलाकडे वळली. पण शेवंती तिच्याकडे लक्ष देईना की, तिचे आगतस्वागत करेना. शेवटी न राहवून मुक्तीने तिला हाक मारली.

पण मुक्ती दिसताच शेवंती उसळलीच. ''का आलीस तू आता? तुझी संगत नको मला. लहानपणापासून तुझेच वारे अंगात भरलेले होते. तुझ्याच तंत्राने वागले आणि आता पस्तावले बघ. तू इथं थांबू नको, जा.''

''अगं! पण झालं तरी काय?''

''ऐकायचंय? ऐक मग. लग्न झालं ते घरच्या लोकांनी ठरवूनच आणि मुलगा मी पसंत केल्यावरच. तशी स्थळात काही खोड नव्हती. मुलाला चांगली नोकरी होती. दोन खोल्यांची जागा होती. पुढे प्रशस्त बाल्कनी होती. घरात मी, माझा नवरा, दीर आणि जाऊ आणि त्याशिवाय सासूबाई अशी पाच माणसं होतो.''

''भांडणं झाली की काय?'' मुक्तीने विचारले.

''ऐक ना! लग्न झाल्यावर चार दिवस ठीक गेले. पाचव्या दिवसापासून सासूबाई आमचा दोघांचा कसलाही संबंध येणार नाही, याबद्दल जागरूक राहू लागल्या. जाऊबाईंची हीच कहाणी होती. दोघी गळ्यात गळा घालून रडलो पण काय उपयोग? नवरे ताठपणे उभे राहिले, तर काही चालणार होते. थोडे दिवस मी वाट पाहिली. जाऊबाईंसारखं मुळुमुळु रडत आयुष्य कंठणे मला शक्य नव्हते. मी बंड केले आणि माहेरी निघून आले.''

''विसाव्या शतकात ही अवस्था? नवऱ्याने वेगळे बिऱ्हाड का नाही केले?'' मुक्तीने आश्चर्यचकित होऊन विचारले.

''छे! उलट वेगळ्या बिऱ्हाडाचे आमिष दाखवून तो भलत्यासलत्या अटी घालू लागला. तो नोकरी सोडण्याचा मला आग्रह करू लागला. मी नोकरी करणारी म्हणून अतिशहाणी असे सासूबाईंचे मत पडले होते. मला कह्यात आणण्यासाठी हा उपाय त्यांनी योजला.''

''मग?''

''मग काय? घटस्फोटासाठी नवऱ्याला नोटीस दिली. तो ताळ्यावर आला नाही. घटस्फोट मात्र मिळाला आणि माझं तेच चुकलं बघ. आता वाटतं जरा कळ काढली असती तर बरं झालं असतं. कारण झालेल्या प्रकाराने घाबरून जाऊन आता सासूबाईंनी दीर, जावेला स्वतंत्र खोली दिली आहे. मी मात्र पार बुडाले.''

''तू योग्य तेच केलेस,'' मुक्ती म्हणाली.

"तुला असं वाटतं, पण जग माझ्याकडे मीच दोषी असल्यागत बोट दाखवते. आता बहुधा मला सर्व जन्म असाच काढावा लागणार. पांढरपेशा संस्कृतीत वाढलेली मी. लग्नबाह्य संबंध मला रुचत नाहीत आणि शरीराची भूक रोज सतावते गं! म्हणून म्हणते तू थांबू नकोस. आणखी काही विपरीत होण्याआधी मुक्ती तू जा इथून."

मुक्तीने शेवंतीसाठी आणलेली साडीचोळी बाहेर काढलीच नाही. मुक्ती खिन्न झाली. तिला आता आपल्या अस्तित्वाचीच शंका येऊ लागली. तिने स्वत:ला चिमटा काढून पाहिला. कशाही स्थितीत संसार, मुलं, नवरा याच स्त्री जीवनाच्या मर्यादा का? आणि तिला पल्लवीची आठवण झाली.

चार

मुक्ती मग तडक वरळीला आली. ती वस्ती तशी पॉश होती. मोटारी येत-जात होत्या. अशोकाचे वृक्ष रस्त्यालगत डोलत होते. रेडिओवरून मंद, मधुर संगीत कानावर येत होते.

"वा! पल्लवीने चांगलाच श्रीमंत नवरा मिळवलेला दिसतोय," मुक्ती स्वत:शीच पुटपुटली. मुक्तीला दहाबारा वर्षांपूर्वीची पल्लवी आठवली. भातुकलीच्या खेळात ती सदैव रंगलेली असायची. अभ्यासात तशी बेताचीच होती. पण ती संसार नेटका करील, असे सर्वांसारखे मुक्तीचेही मत होते. संसारात सुखी असलेल्या पल्लवीला बघून मुक्ती खूश होणार होती. त्या आनंदातच मुक्ती पल्लवीच्या घरात शिरली. पल्लवीसाठी आणलेली हिरवी साडी-चोळी तिने अगदी वरच्या बाजूला ठेवली होती.

ती घरात गेली तेव्हा पल्लवी हॉलमध्ये दिवाणावर झोपलेली होती.

"पल्लवी, बरी आहेस ना?"

"हं!"

"अगं! इकडे बघ, मी मुक्ती आलेय." ते ऐकल्याबरोबर मात्र पल्लवी ताडकन उठून बसली. "का आलीस तू इथं? इथं मुक्तीला स्थान नाही. इथं मी बंधनात आहे. जा तू इथून."

"अगं! पण तुला झालं काय? सांग बघू मला. तुला काय कमी आहे? उगाचच आपले रडायचे? चांगले सुशिक्षित सासूसासरे आहेत. नवरा चांगला आहे. मग आणखी काय हवं?"

"अस्सं! मग जा माझ्या घरात. वरळीच्या श्रीमंत वस्तीत असलेले हे माझे घर पाहा."

मुक्ती आतल्या खोलीत गेली. ते छोटे स्वयंपाकघर होते. पल्लवीची सासू

स्वयंपाक करत होती. शेक-शेगडीची, अंगाला लावण्याची तयारी तिथं दिसत होती. म्हणजे पल्लवीला बाळ होतं.

मुक्ती बाहेर आल्यावर पल्लवीने तिला विचारलेच, "बघितलंस माझे घर? जेमतेम माणूस उभे राहील एवढे स्वयंपाकघर आणि हा हॉल, बस एवढीच जागा. लग्न झाल्यावर दोन महिने शेजाऱ्यांनी मेहरबानी म्हणून आपली खोली वापरायला दिली होती. त्यानंतर गेले वर्षभर माझे तीन दीर, नणंद, सासूसासरे आणि आम्ही दोघं या हॉलमध्ये झोपतोय. श्रीमंत भावाच्या नादी लागून सासूबाईंनी या पॉश वस्तीत ब्लॉक घेतला. पण श्रीमंतीचे नाटक करता येत नाही हे त्यांना कोण समजावणार?"

"तू इथून बाहेर का पडत नाहीस?" मुक्तीने विचारले.

"बाहेर कशी पडू? नवरा यायला तयार नाही. सासूबाई त्याला सोडायला तयार नाहीत. श्रीमंतीचे हे नाटक नाहीतर उघडकीला येईल ना! तुला पुरात बुडणाऱ्या माकडिणीची गोष्ट माहीत आहे ना? स्वतः बुडायला लागल्यावर तिने खांद्यावरचे पोर पायाखाली दाबले आणि स्वतःचे प्राण वाचवले. तसाच प्रकार आहे गं!"

"अशी कशी पल्लवी तू? हॉलमध्ये पार्टिशन करून घे, नाहीतर बाहेरची बाल्कनी बंद करून घे." मुक्तीने सुचवले.

"हॉलमध्ये पार्टिशन केले, तर घराची शोभा जाते आणि बाल्कनी बंद केली तर हवा, उजेड येत नाही असे सासूबाईंचे मत आहे. खरं सांगू का, मुक्ती? आधुनिक सासवांचा सुनांना छळण्याचा हा अभिनव प्रकार आहे. पूर्वीच्या सासवा डागत, भाजत, मारझोड करत. आता हा असा मानसिक छळ केला जातो."

"जाऊ दे, झालेल्या बाळाकडे पाहून दिवस काढ." मुक्तीने समजावले.

"झालेले बाळ! सात महिन्यांचं सारं अर्धवट झालं. मानसिक तणावाचे प्रायश्चित मिळाले, पण कुणाला त्याचे काही नाही गं!"

मुक्तीने हिरवी साडी-चोळी तशीच खाकोटीला मारली. पल्लवीचे बकोट धरले आणि मुक्ती तिला म्हणाली, "ए! अशी बसू नकोस. आपल्या पायावर उभी राहा. कसला तरी कोर्स कर, नोकरी धर."

"नको मुक्ती, मला मोहात पाडू. माझ्या बुद्धीची तेवढी कुवत नाही. अभ्यासाची मला तशी फारशी आवड नव्हती. मला संसार करायचा होता. मला मुलांची आवड होती, पण सारे अधुरेच राहणार असे वाटते."

पल्लवी केविलवाणी बसून होती. मुक्ती वाट पाहत थांबली होती. मुक्तीकडे लक्ष गेल्यावर पल्लवी म्हणाली, "जा तू मुक्ती. तुझे बोट धरून चालण्याचे सामर्थ्य माझ्यात नाही. त्यात माझी फरफटच होईल."

पाच

मुक्तीचे पाय पल्लवीच्या घरातून निघत नव्हते, पण तिथं थांबण्यातही अर्थ नव्हता. मुक्ती निघाली आणि तडक फोर्टमध्ये आली. तिला नीलाची आठवण झाली. त्या बाजूला मुक्ती आलीच होती, तर नीलाची चौकशी करावी याच हेतूने ती तिच्या ऑफिसमध्ये शिरली.

मुक्तीची ही मैत्रीण पंजाबी होती. पंजाब्यांची स्वतंत्र वृत्ती घेऊन ती जन्माला आली होती. ती नोकरी करत होती. तिला चांगला नवरा मिळाला होता. बारा वर्षांपूर्वी नीलाची तीन मुलं छोटी-छोटी होती. नीलाचा संसार आता ऐन बहराला आलेला असेल, अशी कल्पना करतच मुक्ती नीलाकडे आली. नीला फोनवर संभाषणात गुंतलेली पाहून ती गुपचूप बसून राहिली.

''बहेनजी, तुम्ही आपल्या साहेबांना मला मदत करायला सांगा ना! कपूरसाहेब वाटेल तसे वागतात हो! केबिनमध्ये स्टेनोला बोलावून त्यांचे इश्क चालते. ऑफिसमधील लोक मला सारखे फोन करून बातम्या पुरवतात. वैताग आलाय. दातेसाहेबांनी जर मनावर घेतले, तर नोकरीवरून कमी करण्याची धमकी ते कपूरसाहेबांना देऊ शकतील. कदाचित त्यामुळे ते ताळ्यावर येतीलही.''

फोनवर चाललेले नीलाचे काकुळतीचे बोलणे ऐकून मुक्ती चक्रावली. अठरा वर्षांपूर्वीची नीला किती वेगळी होती. कपूरच्या प्रेमात पडून त्याच्याबरोबर पळून जाऊन लग्न करणारी ती हीच नीला होती का? मुक्ती साशंक मुद्रेने तिच्याकडे पाहत राहिली. विमनस्क बसलेल्या नीलाचे लक्ष मुक्तीकडे गेले आणि ती चपापली. क्षणभरच तिच्या चेहऱ्यावरचे भाव बदलले आणि मग ती मुक्तीला म्हणाली, ''मला तुझा काही उपयोग नाही, मुक्ती. तू इथं घुटमळू नकोस.''

''अगं पण का, नीला? तू शिकलेली आहेस, स्वतंत्र आहेस; मग तुझी स्थिती अशी केविलवाणी का?''

नीलाने आपल्या खांद्यावरचा पदर अंगाभोवती लपेटून घेतला तरी हातावरील काळानिळा डाग मुक्तीला दिसला. काहीशा तिरस्काराने मुक्ती म्हणाली, ''शाबास! कपूर तुला मारतोही आणि तरी तू राहतेस?''

''मग काय करू? कपूरसारखा बदफैलीपणा करू? तीन मुलं आहेत मला. मुली लग्नाच्या आहेत. मी घर सोडलं, वेडीवाकडी वागले तर मुलांचे भविष्य डागाळेल. नको मला मोहात टाकू, मुक्ती. जा तू येथून. माझे कर्तव्य मला करू दे. आता मी नुसती पत्नी नाही, माताही आहे.''

नीलासारख्या सुशिक्षित स्त्रीचे हे बोलणे ऐकून मुक्तीला वैताग आला. स्त्री अजूनही गुलामीतच आहे. कपूरसारख्या नवऱ्याचे मानेला काचणारे लोढणे अडकवून,

मुलांच्या रेशमी पाशात गुंतून स्त्री अजूनही एका वर्तुळात ठरावीक खांबाभोवती गोल गोल फिरते आहे, या विचाराने मुक्तीला वैताग आला. नीलासाठी आणलेली साडीचोळी देण्याचे भानही तिला उरले नाही.

सहा

मुक्ती आपल्याच विचारात दंग होऊन चालली होती. मुक्तीचे लक्ष सहज समोरच्या सॉलिसिटरच्या फर्मकडे गेले. तिथं पाठमोऱ्या उभ्या असलेल्या चमेलीवहिनीला पाहून मुक्ती आनंदली.

खात्री करून घेण्यासाठी मुक्ती पायऱ्या चढून वर गेली. चमेलीवहिनीसमोर उभी राहिली.

चमेलीवहिनी आता थकली होती. पन्नाशीलाच वार्धक्य तिच्या चेहऱ्यावर ठाण मांडून बसले होते. चमेलीवहिनी समोरच्या कारकुनाला बजावून सांगत होती. ''बाबा! वकीलसाहेबांची भेट मला लवकर हवी आहे. पोरांनी डोकं खाल्लंय.''

मुक्ती समोर उभी होती, तरी चमेलीवहिनीला ओळख पटत नव्हती. चमेलीवहिनी तशीच पुढे निघाली. शेवटी मुक्तीनेच तिला हाक मारली, ''चमेलीवहिनी! ओळखलं नाहीस मला? मी मुक्ती.''

''अगं! कोण मुक्ती? मला की नाही धड दिसत नाही हो! डोळ्यात मोतीबिंदू वाढलाय.''

''अगं! मी मुक्ती गं! सोळा वर्षांपूर्वी मी तुला भेटले होते. तेव्हा तू म्हणाली होतीस की, माझी ओळख तू कधी विसरणार नाहीस. ती मी मुक्ती गं! त्यावेळी तुझा बाबू सोळा वर्षांचा होता आणि सुमा बारा वर्षांची होती. ओळखलं?''

''तरीही नाही गं ओळख पटत,'' चमेलीवहिनी म्हणाली.

''सोळा वर्षांपूर्वी अनंतराव एका बाईच्या प्रेमात पडले होते. त्यावेळी मुलांना घेऊन माहेरी जाण्याचा कानमंत्र मीच तुला दिला होता. ती मी मुक्ती!''

चमेलीवहिनीने दीर्घ सुस्कारा सोडला. ''ती मुक्ती होय तू? शेपटीवर पाय पडला की, कुणीही उलट फिरून डसते तसाच प्रकार होता तेव्हा; पण जेव्हा शेपूटच कापले जाते, तेव्हा काय करायचे? बाई गं! आता मी झालेय म्हातारी. मला तुझा काही उपयोग नाही.''

''असे का म्हणतेस चमेलीवहिनी?''

''मग काय म्हणू? आता हेच बघ. हे वारले. मला दोन मुले. माझ्या अनुभवामुळे शुभाला आणि बाबूला समान वागणूक दिली. का? तर मुलगी बावळट राहू नये म्हणून. मुलगा, मुलगी हा फरकच ठेवला नाही कधी. हे वारल्यावर समान

दोन वाटण्या केल्या. चीजवस्तू दोघांना सारखी दिली. पैशाची वाटणी केली, पण ते ठेवले आहेत मात्र माझ्या नावावर. चार भांडीकुंडीही जुन्या जागेत ठेवली. सहासहा महिने प्रत्येकाकडे राहायचे, या हेतूने अशी व्यवस्था केली. कंटाळा आला तर हक्काची मठी होतीच. पण ती ठेवली म्हणून बरे झाले. कारण मी आता तिथं एकटी राहते.''

''का पण?''

''कारण शोभाला वाटणी दिली, हे बाबूला बघवत नाही. शोभाकडे राहायला जावे तर जावई हुप्प होतात.'' चमेलीवहिनीचा चेहरा केविलवाणा झालेला पाहून मुक्तीला आश्चर्य वाटले.

''हं! त्यात काय वाईट वाटून घेतेस? तुझ्याकडे पैसा आहे. मुलाबाळांचे पाश नाहीत, तशी तू म्हातारीही नाहीस. तू तर आता मुक्त आहेस. कुणी नावे ठेवील असे तुझे वयही नाही. मागे पाश नाहीत. आता तरी मनासारखी वाग.''

''मनासारखी वागू म्हणजे काय करू? समाजसेवा करू? सोन्याचा पिंजरा आणि संसार सारखाच असतो बघ. दरवाजा उघडा मिळाला, तरी आत बंदिस्त असलेल्या मैनेच्या पंखात उडण्याची ताकद उरत नाही. नातवंडांत मन रमवावेसे वाटते. म्हणून तर मुलीला दुखवून मुलाच्या नावाने सारे करण्याचे मी ठरविले आहे. मला म्हातारपणी आधार हवाय. एकटी राहायला मी कंटाळले आहे.''

मुक्तीचे डोके गरगरले. खुंट्याला बांधलेली दोरी इथे सुटलेली होती, पण तरीही चमेलीवहिनी सवयीमुळे त्या ठरावीक चाकोरीत ठरावीक वेगाने फिरतच होती. असे का व्हावे हे मुक्तीला कळेना. चमेलीवहिनीसाठी आणलेली पांढरीशुभ्र साडी तशीच राहिली तिच्याकडे. मग मुक्ती तिथून तडक निघाली. आता एकच मैत्रीण उरली होती. जावे की न जावे हा प्रश्नच पडला होता मुक्तीला!

सात

पण या मैत्रिणीची काय अवस्था आहे, हे जाणून घेण्याची एकीकडे मनात ओढही होती. मुक्तीचे पाय नकळत जानकीच्या घराकडे वळले.

जानकीचा बंगला होता तसाच होता. पंधरा-सोळा वर्षांत घराभोवतालच्या छोट्या झाडांचे वृक्ष झाले होते. आवार हिरवेगार होते. जानकीच्या संसाराचा बगीचा असाच बहरला असेल की...

मुक्तीला आठवण झाली. जानकीला जेव्हा ती पहिल्यांदा भेटली होती, तेव्हा जानकीच्या लग्नाला आठ-नऊ वर्षं झाली होती. तेव्हा तिला मुलं नव्हतीच.

मुलं असलेल्या, पैसा असलेल्या, नसलेल्या तिच्या सहा मैत्रिणींची अवस्था

एकाच वर्तुळात एकाच खुंट्याभोवती फिरणाऱ्या बैलासारखी होती. कुठे वर्तुळाचा परिघ लहान होता, कुठे मोठा होता. फरक हा एवढाच होता.

मुलं नसलेली जानकी तरी मुक्त असेल का? की तीही अशाच कोणत्यातरी पाशात गुंतून पडलेली असेल?

मुक्तीने जानकीच्या घराचा दरवाजा खडखडवला. ''जानकी! जानकी!'' मुक्तीने साद घातली.

''कोण आहे गं? जानकी का इथं सापडणार आहे? ती नवऱ्याजवळ गुलुगुलु गोष्टी करत बसली असेल हॉस्पिटलमध्ये.'' जानकीच्या सासूचे तणतणणे कानावर आले. ती म्हातारी अजून जिवंत होती तर? मोठी खाष्ट बाई होती ती! तिच्या त्रासाला कंटाळून गेलेली असताना मुक्तीने जानकीला गाठले होते.

मुक्तीने तेव्हा तिला बरेच समजावले होते. बदललेल्या काळाची जाणीव करून दिली होती. मुलं होण्यात स्त्री जीवनाची सांगता आहे असे सांगणाऱ्या स्त्रियांचे जीवन मुलांनी किती दु:खी केलंय हे दाखवून दिले होते. जानकीला स्वत:चे मूल असेल का? तिने एखादे मूल दत्तक घेतले असेल? जानकी सुखी असेल का?

जानकीला भेटण्यासाठी मुक्ती हॉस्पिटलमध्ये गेली. ''जानकी, मी आलेय,'' मुक्तीने गेल्यागेल्याच वर्दी दिली.

मुक्तीचा आवाज जानकीने बरोबर ओळखला, पण मान वर न करता ती म्हणाली, ''आता तुझ्या येण्याचा काही उपयोग नाही, मुक्ती. वेळ निघून गेली आहे.''

''असे का म्हणतेस, जानकी? पंधरा-सोळा वर्षांपूर्वी भेटले होते की मी तुला.''

''तेव्हाही तुला यायला उशीरच झाला होता, मुक्ती. लग्नाला त्यावेळी आठ वर्षं झाली होती. एकाच चाकोरीतून मी फिरत होते. त्या चाकोरीची मला सवय झाली होती. सारे तुला सांगून त्यातून बाहेर पडण्याचा मार्ग तेव्हा मी विचारायला हवा होता, पण समाजाची भीती वाटत होती. ऑपरेशन छोटेसेच होते. वाटत होते नवरा त्याला तयार होईल. स्वत:चे मूल होईल, संसार सुरू होईल.''

''कसले ऑपरेशन? काय म्हणतेस? नाही का केले मग नवऱ्याने ऑपरेशन?''

कडवट हसत जानकी म्हणाली, ''केलं ना ऑपरेशन. पण जे ऑपरेशन वीस वर्षांपूर्वी व्हायला हवं होतं ते करायला नवरा परवा तयार झाला. मला चीड यायची ती यांच्या घाबरट वृत्तीची! आपण बायकोला मन मारायला लावतोय याची त्यांना जाणीवच नव्हती गं! आता या ऑपरेशनचा काय उपयोग आहे सांग? मला आता कसलीच इच्छा उरली नाही. आता वाटते सोळा वर्षांपूर्वी तू भेटली होतीस तेव्हाच तुझा हात धरून मी बाहेर पडायला हवं होतं.''

"म्हणजे गेली वीस वर्षं....?"

"हो. नवरा असूनही अविवाहितेचे जीवन जगत होते. निव्वळ नवऱ्याच्या हट्टापायी, अनाठायी भीतीमुळे! नवरा जवळ असताना मला किती मन मारावे लागले असेल ते तू जाणतेसच. शेवटी भजनपूजनात मन रमविले. सुरुवातीला समाजाची सारी बंधने झुगारावीशी वाटली होती. मग बंधनांची सवय झाली."

मुक्तीने हळूच जांभळी साडी बाहेर काढून ठेवली.

"छे! छे! मला नको साडी. ऐहिक गोष्टींचा मला तोटा नाही, पण आता कशाचीच इच्छा नाही. जा मुक्ती, आता तुझा मला काही उपयोग नाही."

खिन्न मनाने मुक्ती तिथून निघाली. सूर्य ढळला होता, पण मुक्तीचे तिकडे लक्षच नव्हते. आपल्या सात मैत्रिणींच्या सात तऱ्हा पाहून मुक्तीच्या हृदयात कालवाकालव झाली होती. मदतीचा हात मुक्तीने पुढे केला होता, पण जराशी धडपड करूनच सर्वजणी घाबरल्या होत्या. असे का व्हावे? मुक्तीला काही कळेनासे झाले होते.

मुक्ती चालतच राहिली. थकल्याभागल्यावर मुक्ती क्षणकाल बसली. हातात असलेले ओझे तिने तसेच बाजूला टाकले. वारा आला आणि त्याने खट्याळपणे ते ओझे उलगडले. इंद्रधनूने दिलेल्या सात साड्यांचे रंग आकाशात विखुरले. बघताबघता संध्याकाळ झाली. त्या सात रंगांऐवजी आकाशात आता काळा करडा रंग पसरला... काहीसा गूढ... भीतिदायक!

मुक्तीने थकून डोळे मिटून घेतले. जीवनाने तिला हळूच साद घातली. वाऱ्याने चवऱ्या ढाळल्या. वृक्षवेली कुजबुजल्या. पानांमधून ध्वनी उमटला. "मुक्ती! मुक्ती!"

मुक्तीने मागे वळून जीवनाकडे पाहिले. त्या अपुऱ्या उजेडातही चालून आलेल्या रस्त्यांवरील मैलांचे दगड ठळकपणे दिसत होते. मग थकणं, भागणं, सारे श्रमच हरपले. मुक्ती आनंदली. आकाशाला आलेला काळा-करडा रंग आल्हाददायक नव्हता. तरीही तिथे असलेले तेज...

मुक्तीचा पुढचा पल्ला बराच मोठा होता. तिला अजून बरेच चालायचे होते. अंधार होता, वाट खडतर होती. संकटे येणार होती, पण मार्ग चोखाळायलाच हवा होता.

तिचे पाय थकले होते. शरीर सुकले होते. मन दुर्बल झाले होते. तरीही ती चालतच राहिली.

अंधाराने भरलेल्या गल्लीबोळातून तिची यात्रा चालू होती. ती कधी पुरी होणार होती, ते तिचे तिलाच माहीत नव्हते. तरीही ती चालतच होती. आकाशात उगवलेल्या ध्रुव ताऱ्याकडे पाहत मोठ्या निष्ठेने तिची यात्रा चालू होती.

૭

सावट

"भीती कसली वाटतेय वेड्या! घाबरायचे कशाला? काळजी कसली करतोस? परमेश्वरावर भरवसा ठेव, तो सर्व नीट करील."

सकाळपासून अण्णा कितीदा तेच तेच बोलत होते. पहिल्यांदा या शब्दांनी त्याला धीर आला होता. आता मात्र त्या बोलण्याचाही दीपकला कंटाळा आला होता. तो उठला. अण्णा बसले होते त्या बाकापासून जरा दूर, खिडकीशी जाऊन उभा राहिला.

दिवस पावसाळ्याचे होते. आकाशात काळ्या-काळ्या ढगांची दाटी होती. पाऊस थांबण्याचे जराही चिन्ह नव्हते. समुद्राला उधाण आले होते. उंचउंच लाटा उसळत होत्या. मधेच एखादी लाट चौपाटीच्या कठ्ठ्याला मुसंडी मारून बाहेर येऊ पाहत होती. पाण्याचा भलामोठा झोत रस्त्यावर येत होता आणि त्या ठिकाणी पाऊस ओतत असल्याचा भास होत होता.

वारा चमत्कारिक हेल काढून रडल्यासारखा घोंघावत होता. समुद्राची भयानक गाज आणि चौपाटीच्या कठ्ठ्यावर मधूनच फुटणाऱ्या लाटांचे आवाज... सारेच भयानक वाटत होते. बाजूच्या डांबरी रस्त्यावरून मधूनच एखादी मोटार किंवा बस जात होती तेवढीच. तिचा होणारा फर्रकन् आवाज आणि त्या उजेडात उजळून निघणारा पाऊस कसेतरीच वाटत होते. रस्त्यावरचे निऑन लाईट्स ढणाढणा जळत होते, या वाऱ्या-पावसाच्या तुफानात ते निश्चल होते, अगदी अण्णांसारखे!

... आज सकाळपासूनची खिडकीजवळची आपली ही कितवी खेप? दीपकला ते काही आठवत नव्हते. तो पुन्हा खिडकीशी येऊन उभा राहिला. त्याची नजर

नकळत रस्त्यावरची दृश्यं टिपत होती. अगदी संध्याकाळपर्यंत मोटारी, बसेस्चा रस्त्यावर असलेला ताफा, ट्रॅफिकचा घुमणारा आवाज, त्या अशा पावसाळी हवेतही भेळपुरी खाणाऱ्यांचा स्टॉलभोवती बसलेला गराडा. हळूहळू हे सारे मंदावत गेले होते. एकेक करीत रस्त्यावरचे दिवे लागले होते आणि बघताबघता रस्ता निर्मनुष्य झाला होता. हातातील सिगारेटच्या थोटकाचा चटका बसला आणि दीपकने ते थोटूक चिरडून खाली फेकले. एकदोन झुरकेही आपण घेतले नव्हते, मग ती सिगरेट संपलीच कशी? ...आता त्याला सिगारेटची जोरात तल्लफ आली होती. सिगारेट घेण्यासाठी तो मागे वळला.

आता अण्णा बाकावर आडवे झाले होते. तोंड उघडे टाकून घोरत होते. तो त्या बाकाकडे न वळता दुसऱ्या बाकाकडे वळला. हॉस्पिटलच्या वेटिंगरूममध्ये त्याच्यासारखेच आणखी काही लोक होते. एक म्हातारे मराठी जोडपे होते. बहुधा त्यांची मुलगी बाळंतपणाला आलेली होती. एक सरदार आणि एक सरदारीण होती. त्यांची बहुधा सून बाळंतपणासाठी आलेली होती. सरदाराने घरी जाणाऱ्या आपल्या तरुण पोराला पुन:पुन्हा बजावले होते. "चिंता मत कर, बेटा, हम ठहरते है इधर!" एक मद्रासी जोडपेही होते... असेच लेकीसुनेसाठी आलेली सारी म्हातारी माणसे, आपल्याला नातवंडं होणार, म्हणून तशी उत्साहातच होती... अण्णाही त्यांच्याच माळेतील! पण लेबररूममध्ये प्रीतीची काय अवस्था झाली असेल कोणास ठाऊक? ...तो बसल्या जागेवरच चुळबुळत होता.

वाट पाहणाऱ्या त्या मंडळींत बायकाही होत्या. मधूनमधून त्या आत जाऊन येत होत्या आणि आपल्या माणसांना सर्व ठीक असल्याचे सांगत होत्या. प्रीतीला आत नेल्यापासून तिची बातमी मात्र येणाऱ्या-जाणाऱ्या नर्सेसकडून काय कळत होती तेवढीच!

बसल्या जागेवरही दीपकला चैन पडेना. त्याने पुन्हा एकदा खिडकीकडे फेरी मारली. बाहेरच्या पावसाचा तो हेल काढल्यासारखा स्वरही त्याच्याने ऐकवेना. तो पुन्हा मागे वळला. त्याच्या डोळ्यांत भीती होती, बेचैनी होती. प्रीतीच्या काळजीने आणि जन्माला येणाऱ्या जिवाच्या काळजीने त्याचा जीव टांगणीला लागलेला होता... काय होईल? सारे नीटपणे होईल ना? का काही अडचण येईल? प्रीती तशी बेताचीच, लहानशीच...

आतल्या खोलीचा दरवाजा उघडला. पांढऱ्या पोशाखातील नाईट नर्स टक्टक् बूट वाजवत जाताना दिसली आणि दीपक ताडकन उठला. तिला गाठण्याच्या गडबडीत अण्णांच्या बाकाला टेकलेली काठी खाली पडली.

"काय रे! काय झाले?" अण्णा उठून बसले. तो काठी नीट ठेवेपर्यंत नर्स कोपऱ्यावरून अदृश्यही झाली होती.

अण्णांनी डोळे चोळले. क्षणभर त्याच्याकडे निरखून पाहिले. कानात बोट

घालून कान गुदगुदवला. रंगात आल्यावर अण्णांची ही खास सवय होती. मग जरासे ठाकठीक बसत ते दीपकला म्हणाले, "सूनबाईला मुलगा झाल्याचं स्वप्न पाहिलं रे आता. तुला मुलगा झाला, तर त्या समोरच्या लेल्याची अशी जिरेल! त्याला पाठोपाठच्या दोन नातीच आहेत. पाच वर्षं तुला मूल नव्हतं. असा टोमण्याखोमण्याने बोलत असायचा! मला नातू झाला म्हणजे..." अण्णा आपल्याच मनोराज्यात दंग होते.

दीपकला मात्र मनातून वाटत होते, "मुलगा, मुलगी काय वाटेल ते होऊ दे. प्रीती-बाळ दोन्ही सुखरूप असली की झालं आणि या आमच्या अण्णांना नातू हवाय. माझा जीव काळजीने उडालाय. यांना त्याचे काही आहे का? स्वप्न पडण्याइतकी यांना छान झोप लागतेय?"

वैताग आला होता, पण तरीही तो काहीच बोलला नाही. अण्णांना मग काय वाटले कोणास ठाऊक! ते म्हणाले, "ये, बस माझ्या बाजूला. काळजी वाटते का? अरे, घाबरू नको." आणि मग अण्णांनी मघाचीच रेकॉर्ड पुन्हा लावली.

दीपकचं लक्ष नर्स कुठे येत जात असताना दिसते, का याकडे लागले होते. अण्णांचे शब्द कानावर येत होते आणि त्याला ओरडून सांगावेसे वाटत होते, "गप्प रहा हो, अण्णा! माझ्या मनाची तडफड तुम्हाला नाही समजणार."

रात्रीची वेळ होती. हॉस्पिटल अगदी शांत होते. ती शांतता, जिकडेतिकडे असलेले मिणमिणते नाईट लॅम्पस् आणि त्यांचा पसरणारा उदास उजेड, सारे दीपकला नकोसे वाटत होते. काळजीचा एक विलक्षण पगडा मनावर पडलेला होता. मधूनच बाहेरून गार वाऱ्याची झुळूक येत होती आणि अंगावर भीतीची शिरशिरी येत होती.

"अरे, किती काळजी करतोस? बस इथं शांतपणे." लहानपणी थोपटायचे अगदी तसेच अण्णांनी त्याचे खांदे थोपटले.

दीपकला उगाचच भरून आले. "इतका वेळ का लागला पण? सकाळीच तर आलोय आपण."

सकाळपासून त्यानेही हे वाक्य अनेकदा घोकले होते. पण त्याला त्याची जाणीव नव्हती. त्याची नजर वेटिंगरूमभर फिरली. प्रीतीला घेऊन ते आले त्या वेळीही वेटिंगरूममध्ये बरीच गर्दी होती. होऊ घातलेले बाप, आजोबा-आजी, मावश्या, आत्या, काक्या... कुणी त्यांच्याआधी आले होते, कुणी मागाहून; पण ती गर्दी केव्हाच ओसरली होती. त्यांची या जीवघेण्या काळजीतून केव्हाच सुटका झाली होती. आता वेटिंगरूममध्ये असलेल्यांपैकी कुणी दुपारी आले होते, तर कुणी संध्याकाळी आलेले होते. दीपकच्या मनातील विचार बहुधा अण्णांना समजले होते. येणारी जांभई दाबीत ते म्हणाले, "अरे बाबा! पहिलटकरीण आहे, असा वेळ

लागायचाच. तुझ्या आईच्या बाबतीत...''

...आपल्या आईला लागोपाठ चार मुलीच कशा झाल्या, अक्काच्या वेळी कसा वेळ लागला होता, आईचे बाळंतपण कसे दिव्य असे, मुलगा हवा म्हणून आपल्या वेळी पाचवा चान्स घ्यायला आई कशी तयार झाली होती आणि या दिव्यातून प्रत्येक वेळी अण्णा कसे गेले होते... त्याचे रसभरित वर्णन अण्णांच्या तोंडून त्याने सकाळपासून दहा वेळा तरी ऐकले होते. वापरूनवापरून खरखरीत झालेल्या रेकॉर्डसारखे ते शब्द चरचरीत, काळजीविरहित वाटले त्याला.

आईचे बाळंतपण यायचे रात्रीच. सकाळी अण्णा फिरून येताहेत तोवर रिझल्ट लागलेला असायचा. बहुधा तेव्हाही अण्णा असेच डाराडूर झोपत असतील! अण्णांना आताही घरी जाऊन झोपण्याची इच्छा आहे की काय? ...त्यांचा तो दुबळा आधारही त्याक्षणी त्याला हवासा वाटत होता.

''तू पड जरा,'' अण्णांनी आग्रह केला.

''नको अण्णा! झोप नाही यायची...''

काय होणार या भीतीनेच माझा जीव उडालाय आणि हे झोपायला सांगताहेत! ''पडलास की बरं वाटेल,'' अण्णांचा आग्रह चालूच होता.

''आमचे नशीबच गांडू आहे. झटकन कुठे मोकळीक व्हायची नाही. काय होतंय कुणास ठाऊक? हे हॉस्पिटल तरी कसले? ड्युटीवर नर्सेस तरी असतात की नाही कुणास ठाऊक? आत प्रीती कशी असेल, म्हणून माझा जीव कासावीस; पण बाहेर येऊन कुणी काही सांगतंय का पाहा!!''

अण्णांनी त्याचे मस्तक थोपटले. ''काळजी नको करूस. डॉक्टर म्हणाले नव्हते का? कदाचित सकाळही होईल. तू जरा शांत चित्ताने रामरक्षा म्हण म्हणजे बरं वाटेल.'' लहानपणी झोपेतून जाग आल्यावर त्याला अंधाराचे भय वाटले की, रामरक्षा हा त्यावर अण्णांचा रामबाण उपाय होता.

तेवढ्यात आतल्या खोलीतून ती म्हातारी मराठी बाई बाहेर आली. आता दीपकला थांबवेना. तो त्या म्हातारीकडे जाऊन म्हणाला, ''आई! माझी बायको आत एकटीच आहे. जवळ बाईमाणूस कोणी नाही. जरा बघून ती कशी आहे ते मला सांगाल?''

''हा उगाचच काळजी करतोय.'' अशा अर्थी अण्णा चकचकले.

...अण्णांना वाटतंय मी प्रीतीची उगाचच काळजी करतोय. काही बरंवाईट झालं तर! त्याला जबाबदार मी नव्हे का? ती माझे सर्वस्व आहे. कळा सोसणार, दिव्यातून जाणार ती! मी बाप होणार, तुम्ही आजोबा होणार ते असे आयते!... पण बोलावेसे वाटणारे हे शब्द त्याने तसेच गिळून टाकले.

म्हातारी तेवढ्यात आत गेली. बाहेर येऊन तिने प्रीती ठीक असल्याचे सांगितले.

“बघ, मी म्हणत नव्हतो?” असे म्हणत अण्णा पुन्हा आडवे झाले. अण्णांचे लक्ष नव्हते, पण ती म्हातारी आपल्या नवऱ्याजवळ जाऊन काय कुजबुजत होती? मधूनच वळून त्यांच्याकडे का पाहत होती? भीती आणि काळजीने दीपकचा जीव गोळा झाला होता. दोन कढत अश्रू टपकन ओघळले. बाहेर पावसाचे थैमान होते. कृष्ण जन्मला तेव्हा असाच पाऊस पडला होता, असे अण्णा मनाशी म्हणत होते. पण कृष्णाला आपल्या खऱ्या आईला मुकावे नव्हते का लागले?

हा विचार मनात आला आणि त्याला काहीही सुचेना. कुठेतरी खिडकीची काच आपटली आणि खळकन फुटली. बाहेरचा तो वादळी पाऊस, अण्णांचा शांतपणा, हॉस्पिटलचा तो ठरावीक वास त्याला सारे असह्य झाले होते, गुदमरवून टाकत होते.

काहीतरी बोलण्यासाठी, आधारासाठी त्याने अण्णांकडे पाहिले; पण ते गाढ झोपले होते. वेटिंगरूममध्ये आता शांतता होती. लहानपणी एकदा जत्रेत तो हरवला होता आणि मग आई-अण्णा मिळेपर्यंत त्याने रडून थैमान घातले होते. आताही त्याच्या मनाची तशीच अवस्था झाली होती. पण डोके गच्च पकडून निमूट बसण्यापलीकडे तो काही करू शकत नव्हता.

त्याला काही सुचेना, समजेना. त्याने अण्णांना हाका मारल्या.

पण घरच्यासारखेच अण्णा पटकन जागे झाले नाहीत. मग त्याने त्यांना चक्क हलवलेच. दीपकचा भयभीत चेहरा पाहून ते उठून बसले. “काय रे! काय झाले?”

“अण्णा! डॉक्टरना तुम्ही विचारता का? ते तुमच्या ओळखीचे आहेत.”

‘अरे वेडा आहेस! अरे, ते दमूनभागून झोपले असतील. आपली ही काय एकच केस आहे? दरवर्षी अशा हजारो बायका बाळंत होतात. त्यांना हे रोजच्या जेवणासारखे आहे.”

दीपक काकुळतीला आला होता. “आता धीर धरवत नाही.” अण्णांनी त्याचा थरथरणारा हात थोपटला. दीपकला तेवढेच बरे वाटले.

“अण्णा, तुम्ही झोपू नका. असेच बसू या आपण.” अण्णांनी आपल्या बाजूला जागा केली. “तू पड. मी बाजूला बसतो. विचार करू नको.”

दीपकचे लक्ष हातावरच्या घड्याळाकडे गेले. पहाटेचे तीन झाले होते. अण्णांनी न बोलता त्याच्या हातावरचे घड्याळ काढून घेतले. पायाखालची शाल पांघरून ते त्याच्या बाजूला बसले.

पहाट व्हायला आली होती. तरी बाहेर पावसामुळे अंधार होता. रस्त्यावरील दिव्याभोवती पडणारे पावसाचे तुषार दीपकला पडल्यापडल्याही दिसत होते. तेवढ्यात आत्यंतिक वेदनेने विव्हळल्यासारखी वीज चमकली. वेदना अंगोअंगी पसरल्यागत वाऱ्याने सुस्कारा सोडला. नवजात बालकाचा टाहो ऐकण्यासाठी

दीपकचे कान आतुरले होते. पण आता निव्वळ पावसाचाच आवाज ऐकू येत होता. दीपकने शालीचे टोक तोंडावर ओढले आणि येणारा हुंदका दाबला.

वाऱ्या-पावसाची बाहेर झुम्मड उडाली होती आणि दीपकच्या डोक्यात विचारांचे थैमान चालू होते. गेल्या पाच वर्षांतील अनेक प्रसंग, अनेक आठवणी डोळ्यांसमोरून सरकत होत्या. प्रीतीची अनेक रूपं, अनेक बोलणी आठवत होती. मुलगा की मुलगी यावरून केलेली चेष्टा, बेत, सारे आठवत होते. माणसाच्या हातात असतेच काय?

अगदी लहानपणी भीती वाटल्यावर दीपक रामरक्षा म्हणायचा. आताही तो रामरक्षा म्हणू लागला. प्रार्थना करू लागला. एकाग्र मनाने रामाचा धावा करू लागला.

वेटिंगरूममध्ये आता शांतता होती. मधूनच त्या पंजाब्याचे घोरण्याचे स्वर कानावर येत होते तेवढेच. असा किती वेळ गेला कुणास ठाऊक? दोन-तीन नर्सेस बहुधा धावपळ करीत होत्या. खारीसारख्या पळणाऱ्या या नर्सेसना गाठायचे तरी कसे?

बराच वेळ पडून राहिल्यामुळे त्याचा एक हात आखडला होता. पायाला मुंग्या आल्या होत्या. काळजीमुळे हातापायात शक्ती उरली नव्हती. पोखरल्यासारखी छाती पोकळ वाटत होती. तेवढ्यात लहान बाळाचा टाहो ऐकू आला आणि तो ताडकन उठून बसला.

वेटिंगरूममधील सर्वांच्याच कानांनी तो टाहोचा स्वर टिपला होता. सारेच उठून बसले होते. तेवढ्यात एक नर्स बाहेर आली.

"मि. घारपुरे?"

नर्सच्या हसऱ्या चेहऱ्याकडे लक्ष जाताच मघाचे ते भय कुठल्या कुठे पळाले. दीपकच्या पायाला मुंग्या आल्या होत्या त्यामुळे त्याला चटकन उभे राहता येईना. पण तो धडपडतच उठला.

हसत त्याच्याकडे येत नर्स म्हणाली, "काय पाहिजे तुम्हाला? मुलगा की मुलगी? छोकरा आणि मिसेस दोघेही ठीक आहेत. बाळाचे वजन सात पौंड आहे. जरा वेळ बसा. थोड्या वेळाने तुम्ही आत जाऊन भेटू शकाल."

दीपकने डुलक्या घेणाऱ्या अण्णांना हलवले.

"अण्णा! ऐकलंत? मुलगा झाला!" अण्णांनी किलकिल्या डोळ्यांनी अर्थबोध न झाल्यागत क्षणभर त्याच्याकडे पाहिले. मग ते खुशीत हसले. "म्हटले नव्हते मी तुला? उगाचच काळजी करत होतास."

अण्णा इतका वेळ निश्चिंतपणे झोपले होते, त्याचाही त्याला आता राग नव्हता की, पुन्हा तेचतेच सांगत होते म्हणून त्याला वैताग आला नव्हता. तो नुसता

हसला. त्याने हातपाय ताणून आळस दिला. उघड्या खिडकीतून बाहेरचे कसे स्पष्ट दिसत होते. पाऊस थांबला होता. आकाशही मोकळे झाले होते. पहाटेचा संधिप्रकाश समुद्रावर पडला होता. लाटा त्याच्याशी खेळत होत्या. आकाश गुलाबी भासत होते, सकाळी गुटगुटीत सूर्य उगवणार म्हणून सांगत होते. दूरवर एक तुरळक चांदणी रेंगाळत होती.

प्रीती आणि मुलगा ठीक असल्याचे पाहून दोघे घरी जायला निघाले तेव्हा सकाळ झाली होती. काळजी, टेन्शन नसल्यामुळे कसे छान वाटत होते. अण्णांची कालची ती शांत, तटस्थ वृत्ती, तिचा त्यावेळी त्याला रागच आला होता. पण या घडीला तो अण्णांना अगदी जपून घेऊन चालला होता. मुलगा झाल्याच्या आनंदात त्या भयाण रात्रीच्या खुणा पुसल्या गेल्या होत्या.

...बिचारे अण्णा! सत्तरी झालीय. काल दिवस-रात्र त्यांनी हॉस्पिटलमध्ये आपल्यासाठी बसून काढलीये. दीपक अण्णांना आता जपत होता. अण्णा 'नको, नको' म्हणत होते, पण हॉस्पिटलच्या बाहेरच त्याने टॅक्सी केली.

बाहेर पावसाच्या पाण्याची लहानमोठी डबकी साचली होती. रस्ता चिंब होता. पण आज सूर्य उगवणार होता. सारे पूर्ववत नीट होणार होते. दीपक आनंदात होता. अण्णा खूश होते.

"अण्णा! आज सूर्याचे दर्शन होणार असं दिसतंय. वादळ-पाऊस म्हणजे आधीच जीव हवालदिल होतो. त्यात ही असली जीवघेणी काळजी!"

पण अण्णांचे दीपकच्या बोलण्याकडे लक्षच नव्हते. कानात बोट घालून कान खाजवत ते म्हणाले, "तो समोरच्या ब्लॉकमधला लेले रे! मला नातू झाल्याचे ऐकून जळेल बघ! आम्ही दोघं बरोबरीचेच. तो आणि मी वर्षाच्या अंतराने रिटायर्ड झालो. तुम्हा मुलांची लग्नंही अशीच मागेपुढे झाली. त्याला लागोपाठ नातीच झाल्या. काल नातीला घेऊन पुढे आला होता ते म्हणूनच! मनातून मी पार धास्तावलो होतो. नात झाली तर! पण चला! मुलगाच झाला. आता त्याला हे कळल्यावर त्याचा चेहरा कसा बघण्यासारखा होईल."

टॅक्सी घराजवळ कधी थांबली ते गप्पांच्या नादात त्यांना कळलेच नाही. दीपक टॅक्सीचे पैसे देत होता. अण्णा काठी टेकत पुढे चालले होते. दारातच त्यांना दीपकचा मित्र वझे दिसला. त्याच्या गंभीर चेहऱ्याकडे अण्णांचे लक्षच नव्हते. ते त्याला म्हणाले, "अरे! आमच्या दीपकला मुलगा झाला."

"हो का? वा! चांगलं झालं." आणि मागाहून येणाऱ्या दीपकला बाजूला घेऊन तो म्हणाला, "अभिनंदन हं! पण एक वाईट गोष्ट घडलीय कॉलनीत." वझेचा गंभीर चेहरा, माणसांचे ते घोळक्यांनी उभे राहणे, चाललेली चर्चा-काहीतरी वाईट घडल्याची जाणीव अण्णांना झाली आणि अण्णा लटपटले.

गंभीर चेहऱ्याने वझेने बातमी दिली. "तुमच्या समोरच्या लेल्यांचे वडील वारले रे! अगदी अचानक! रात्री जेवून व्यवस्थित झोपले. सकाळी छातीत कळ आली. धावाधाव करीपर्यंत खेळ खलास!" कुठूनतरी दुरून येत असल्यासारखे हे शब्द अण्णांच्या कानावर आले.

अण्णांचे हातपाय लटपटत होते. दीपकचा आधार त्यांनी आपणहून घेतला. "मी अण्णांना वर घरी सोडतो आणि येतो खाली." दीपक हळूच वझेच्या कानात कुजबुजला होता, पण तरीही अण्णांना ते ऐकू गेलेच होते. जरा पुढे झाल्यावर दीपक त्यांना म्हणाला, "अरेरे ! वाईट झालं...."

अण्णा त्यावर एवढेच म्हणाले, "माझ्याहून वर्षानेच मोठा होता रे! तब्येतही चांगली होती. असे अचानक काय झाले?" अण्णांचा काठीवरचा हात थरथरत होता. पायही लटपटत होते. त्यांना आधार देत दीपक चालला होता.

सुनेला दिवस राहिल्यापासून अण्णांनी केवढे मनोरथ रचले होते. लेले वर्षभरानेच मोठा, पण त्याला दोन नाती झाल्या. पटकन आजोबा झाला, म्हणून केवढी ऐट दाखवायचा! त्यांना नातू झाल्यावर अण्णा या सर्वांची भरपाई करणार होते. बाबागाडीत नातवाला घालून अगदी लेलेसारखेच कॉलनीभर अण्णा हिंडणार होते. त्यांना लेलेचा हिरमुसलेला चेहरा पहायचा होता आणि हे काय भलतंच घडलं होतं?

लेलेचे गडगडाटी हास्य अण्णांच्या कानात घुमले. "कशी जिरली तुझीच! नातू झाल्याची मिजास आता कुणाला दाखवणार बाबा? कशी चुटपुट लावली! आता वाटतोय का नातू झाल्याचा आनंद?" लेले त्यांना विचारत होते.

अण्णांचे तळहातही आता घामेजले होते. त्यांच्या इमारतीच्या चौकात लोक आता तयारीला लागले होते. अण्णांची थरथर वाढली होती. ते चक्क कापतच होते. त्यांनी आता आपला सर्व भार दीपकवर टाकला होता आणि ते कसेबसे पाऊल उचलत होते. दीपक त्यांना हळूच म्हणाला, "अण्णा, मागच्या बाजूने जाऊ या?"

दीपकच्या आधाराने अण्णा मागच्या जिन्याने वर गेले. तरी लेलेच्या घरावरून जावेच लागले. तेथे असलेली विचित्र शांतता, माणसांची धावपळ, मधेच ऐकू येणारे रडण्याचे स्वर... अण्णांना घाम फुटला. अगदी काल सकाळीच तर लेले दारात येऊन उभे राहिले होते. हातात नात होती....

दीपकने दरवाजा उघडला. लटपटत्या पावलांनी अण्णा त्याच्यामागून घरात शिरले आणि बाजूच्या खुर्चीवर टेकले. दीपकने आत जाऊन पाणी आणले. अण्णांचा घाम पुसला. त्यांच्या थरथरणाऱ्या हातातील पेला घेऊन त्यांना पाणी पाजले. अण्णा लुकलुकत्या डोळ्यांनी पाहत होते.

पाणी प्यायल्यावर त्यांचा कोरडा पडलेला घसा जरा मोकळा झाला. ते दीपकला म्हणाले, ''लेले माझ्याहून वर्षभरानेच मोठा होता रे!''

आपण पुन्हा तेच वाक्य घोळवतोय याचे त्यांना भान नव्हते. मृत्यूच्या भयाने ते पार दडपून गेले होते... सांगावे का दीपकला? पण तोंडाने मृत्यूचे नाव घेणेही अभद्र वाटत होते. फक्त डोळ्यांत एक विचित्र भीती होती. त्यांची अवस्था अगदी केविलवाणी झाली होती.

लेले तसा दीपकचा दोस्त होता. दीपकला स्मशानात जायलाच हवं होतं. पण अण्णांना एकटे कसे सोडायचे ही काळजी दीपकला वाटत होती. अण्णा सावरावे म्हणून तो त्यांचा हात थोपटत होता. त्यांना दिलासा देत होता आणि पुन:पुन्हा बजावत होता, ''भय कसलं वाटतंय अण्णा! हे असे चालायचेच. ही जगरहाटीच आहे. घाबरायचे कशाला? परमेश्वरावर भरवसा ठेवा.''

☙

खरं आहे!

तसे तिचे आणि माझे काही नाते नव्हते, पण मी तिला लहानपणापासून ओळखत होते. विद्या माझ्या दूरच्या नात्यातील मुलगी. वंशावळीचे सुंभ कातत कातत यावे आणि कुठेतरी एखादा अर्धवट तुटलेला धागा किंचितशा आधारावर खालच्या धाग्याला पकडून राहावा तसेच आमच्या नात्याचे होते. कुवेशीसारख्या छोट्या गावातून आलेली आमची दोन्ही घराणी परस्परांना ओळखत होती. त्या दोन्ही घराण्यांतून किती चूल-वैल गेले होते कुणास ठाऊक? विद्याच्या वडिलांचे आणि माझे नाते मानलेल्या भावंडांतच जमा होते. पण कसे कोणास ठाऊक, सख्ख्या भावंडाएवढे टिकून होते. त्याला एक कारण होते, मला भाऊ नव्हता आणि माझ्या या भावाला सख्खी बहीण नव्हती. त्यामुळे दरवर्षी भाऊबीज साजरी व्हायची ती अशी. भाऊबीजेला तर दादा यायचाच, पण दर आठ-पंधरा दिवसांनी त्याची आमच्या घरी खेप असायची!

या दादावरून नेहमीच आमच्या घरी चर्चा व्हायची. आईच्या मते तो हुशार होता, तर बाबांच्या मते तो व्यवहारी होता. तसे म्हटले तर दोन्ही खरं होतं. दादा आपल्या हिमतीवर शिकला होता. कॉन्ट्रॅक्टरचा धंदा करू लागला होता. दादाचे लग्नही मला चांगले आठवतेय आणि दादाच्या या लेकीचा, विद्याचा जन्मही मला आठवतोय.

विद्याच्या वेळी त्याच्या बायकोचे डोहाळेजेवण आमच्याच घरी झाले होते. आईने 'मुलगा होईल,' असा घसघशीत आशीर्वादही दिला होता. जन्माला येणाऱ्या या मुलाबद्दल दादाच्या बऱ्याच अपेक्षा-आकांक्षा होत्या. त्याबद्दल तो बरेच बोलायचा.

त्याला तो खूप शिकवणार होता. शिक्षणासाठी पडणाऱ्या कष्टांची त्याला कल्पना होती. जन्माला येणाऱ्या मुलाला तो काही कमी पडू देणार नव्हता. सुखवस्तू माणसाचे पहिल्या अपत्याच्या वेळी जे मनोरथ असतात तेच त्याचे होते.

पण विधात्याने काही वेगळेच ठरवले होते. दादाला मुलाऐवजी मुलगी झाली. बाळंतपण वहिनीला कठीण गेले. वहिनीला दुसरे मूल होण्याची शक्यता नाही, हे ऐकल्यावर दादा चक्रावला. पण मग त्याने स्वत:ला कसेबसे सावरले. आजच्या जमान्यात मुलगा आणि मुलगी सारखीच अशी स्वत:ची समजूत घातली होती आणि आवडीने लेकीचे नाव विद्या ठेवले होते.

विद्या काही फार सुंदर होती असे नव्हे. लहान मुलं गुटगुटीत असली की, चांगली दिसतात. दादा-वहिनीला मात्र विद्या अप्सराच वाटायची. विद्याची प्रत्येक कृती तिच्या बुद्धिमत्तेचे द्योतक आहे असेच वाटायचे. विद्या लहानपणी शांत होती. ती फारशी रडायचीसुद्धा नाही आणि दादा म्हणायचा, "तुला माहीत नाही. अत्यंत बुद्धिमान असण्याचे हे लक्षण आहे!"

दादा गेला की आई बडबडायची, "अती लाडाने पोरीचा शेणगोळा होईल शेवटी. दोघांपैकी एकाने तरी जरा व्यवहारी दृष्टिकोन ठेवायला हवा."

आईचे हे बोलणे कळण्याइतपत माझे वय नव्हते. दादा आला की, विद्याला घेऊन मी बिल्डिंगभर मिरवायची. तिचे लाड करायची. माझी भाची म्हणून तिला मैत्रिणींतून फिरवून आणायची. अभ्यास, गोष्टींची पुस्तके, वाचन यात विद्याचा विरंगुळा बरा वाटायचा. विद्याचे मी लाड केले की दादाला भारी आनंद व्हायचा. तसे दादाला पहिल्यापासून माझे कौतुक होते. शाळेतील माझा पहिला नंबर, नाटकातील कामे, खेळातील प्रावीण्य यांची तो नेहमीच स्तुती करायचा. आल्यावर नेहमी या सर्वांची चौकशी व्हायची. विद्या जरा मोठी झाल्यावर मात्र ही सर्व चौकशी आटपली की, तो हटकून म्हणायचा, "आमची विद्या तुझ्याच वळणावर जाणार! आत्याची भाची शोभणार!"

त्यानंतर काही वर्षांनी विद्याची शाळा सुरू झाली. मीही वरच्या वर्गात गेले. अभ्यासात, मैत्रिणींत मी मश्गुल असायचे. दादाकडच्या माझ्या खेपा कमी झाल्या. दादाचाही धंद्याचा व्याप वाढला होता. त्याचेही येणेजाणे कमी झाले. अधूनमधून कधीतरी भेटीगाठी व्हायच्या. दरवर्षी भाऊबीजेला मात्र तो न विसरता जेवायला यायचाच.

आल्यावर पूर्वीसारखीच, पण आता माझ्या कॉलेजची, अभ्यासाची, गॅदरिंगमधील नाटकातील कामाची चौकशी करायचा. विद्याची शाळा, अभ्यास यावरून मग गप्पा सुरू व्हायच्या आणि मग बोलताबोलता दादा म्हणायचा, "हल्ली शाळांतून चढाओढ फार असते. विद्याच्याच वर्गात आठदहा हुशार मुलं आहेत. पहिला नंबर

काढणं आता पूर्वीसारखं सोपं नाही उरलं!''

त्याचीच री पुढे ओढत वहिनी म्हणायची, ''आणि त्यात बाईंची पार्शालिटी चालू असते. कसा नंबर मिळणार मग? नंबर आला नाही की, आमची विद्या रडत घरी येते. समजूत घालताना मग पुरेवाट होते.''

मला लहानपणची आठवण यायची. मार्क कमी पडल्याची अशी काही सबब सांगणे कधी शक्यच झाले नव्हते. असे काही कधी चुकून म्हटलं, तर आई म्हणायची, ''नाचता येत नाही म्हणून अंगण वाकडं! उगाचच सबबी! अभ्यास जास्त करावा आपण!''

आमच्या आईबाबांचा खाक्याच वेगळा होता. त्यांची शिस्त कडक होती. मुलांचे फाजील लाड व्हायचे नाहीतच, उलट मुलांकडे त्यांचे बारीक लक्ष असायचे. जेवता-खातानाही नसते लाड चालायचे नाहीत. पानातील सर्व खावे लागायचे. एखादी भाजी आवडत नाही ही सबब चालायची, पण ती थोडीतरी खावी लागायची. आई तऱ्हतऱ्हेच्या भाज्या छान करायची. त्यामुळेच जेवायला आलेल्या विद्याने भाजीचा फदका पानात टाकला, की आई मनातून चिडायची. वरकरणी मात्र ती शांतपणे विचारायची, ''विद्याला कोबीची भाजी आवडत नाही का?''

आईच्या थंड स्वरातील धार मला उमगायची, पण सरलावहिनी मात्र काही न उमगल्यासारखे ठरलेले उत्तर द्यायची. ''अहो! सर्व खाते. मध्यंतरी तिच्या मामीकडे गेली होती ना. विद्याच्या मामीला काही करता येत नाही. तेव्हापासून अढीच घेतली आहे तिने या भाजीची.''

जवळ असलेला दादा म्हणायचा, ''मुलांच्या कलाने घ्यावे, असे मानसशास्त्र आहे, काकू!''

त्यावर आई काय बोलणार? एवढेच म्हणायची, ''असेल बाबा! मी पडले जुन्या काळची! पाच मुली वाढवल्या, पण त्या कडक शिस्तीतच! पण त्यांचं काही अडलं नाही खरं!''

त्यावेळीही विद्यावरून आमची बोलणी व्हायची. दहा-बारा वर्षांची विद्या बऱ्यापैकी हुशार दिसत होती. दादाकडे पैशाची अनुकूलता होती. आयुष्यात पुढे जायला विद्याला चांगली संधी होती. दादा नेहमी म्हणायचाही, ''धंद्यातून जरा सवड झाली की, या पोरीच्या अभ्यासाकडे लक्ष देणार आहे. पुढे आली पाहिजे ती चांगली!''

दादाने विद्याच्या अभ्यासाकडे लक्ष घातले की नाही कुणास ठाऊक? कारण त्याच वर्षी माझे लग्न झाले. दूरचे हैद्राबादचे स्थळ होते, पण मुलगा चांगला होता. दादालाही हे स्थळ पसंत पडले आणि माझे लग्न झाले. माझ्या लग्नात दादा विद्याच्या लग्नावरून बरेच बोलला. आपल्या जावयाबद्दलच्या अपेक्षा सांगताना तो

म्हणाला, ''मलाही हुशार, देखणा, होतकरू जावई मिळाला की सुटलो! मग त्यालाच मुलगा मानून धंदा त्याच्या ताब्यात देईन!''

''कमालच करता की! मुलांना काय तोटा पडलाय. त्यातून आपली एकुलती एक मुलगी! सारा पैसा जावयालाच जायचाय! आताही म्हटलं, तर कोणीही सून करून घेईल विद्याला!''

वहिनीचे हे बोलणं जवळ बसलेली विद्या ऐकत होती. तिच्या चेहऱ्यावर खुशी पसरली होती.

लटक्या रागाने ती दादाला म्हणाली, ''हे हो काय दादा! आम्ही खूप शिकणार.''

''हो, हो! शीक ना! आताच नव्हे गं! मागाहून या गोष्टी आहेतच.'' आईकडे वळून तो म्हणाला, ''काकू, हल्ली म्हणूनच मी खूप काम करतो. पैसा असला की, वाट्टेल त्या स्थळाकडे जाता येते.''

मुलांच्या समोर या अशा गोष्टी बोलणं आईच्या शिस्तीत बसत नव्हतं. पण मुंबईतीलच एका डॉक्टरशी जमत आलेले माझे लग्न हुंड्याच्या रकमेपायी मोडले होते, याची दाहक आठवण बहुधा त्यावेळी आईच्या मनात होती. आई पटकन म्हणाली, ''खरं आहे!''

मी हैद्राबादला गेले आणि ते जुने विश्वच सुटले. आईच्या पत्रातून सर्वांची खुशाली कळायची, तशी दादाचीही कळायची. न चुकता दादाची भाऊबीजेला मनिऑर्डर यायची. माझेही आभाराचे पत्र जायचे.

त्यानंतर दादा, वहिनी आणि विद्याची भेट झाली तीन वर्षांनी. काशी, मथुरा, कलकत्ता, पुरी अशी ट्रीप करून हैद्राबादला चार-सहा दिवस माझ्याकडे राहून दादाने मुंबईला परत जायचे ठरवले होते. एक दिवस ती तिघं माझ्याकडे आली होती.

त्यावेळी विद्या चौदा-पंधरा वर्षांची होती. तारुण्याची नव्हाळी तिच्या अंगावर दिसू लागली होती. बांधा किंचित भरला होता. उंची वाढली होती. अशा संक्रमणावस्थेतून जाताना मुलांचे कुठे नाकच लांब वाटते, कुठे चेहरा लांबोडा वाटतो, पण तरीही विद्या चांगली वाटत होती. ''विद्या अशीच वाढली तर सुरेख दिसेल,'' असे दादाला मी सांगितल्यावर दादा खूश झाला. म्हणाला, ''तुझ्यासारखीच अभ्यासातही हुशार आहे. मलाच लक्ष द्यायला वेळ होत नाही.''

विद्याला शाळेसंबंधी विचारल्यावर ती पूर्वीसारखीच म्हणाली, ''पार्शालिटी खूप चालते, त्यामुळे नंबर येतच नाही. बाई मार्कस् मुद्दाम कमी देतात. शिकवणी ठेवली तरच मार्कस् बरेच मिळतात.''

''जाऊ दे गं! शालान्त परीक्षेत थोडेच ते मार्क द्यायला येणार आहेत!''

मी असे समजुतीने म्हटले, पण दादाने तेही बोलणे तत्परतेने खोडून काढले. "तुला माहीत नाही. हल्ली शाळाशाळांतून चढाओढ चालते. या शाळेच्या पोरांना खाली पाड, त्या दुसऱ्या शाळेच्या पोरांना वर चढव! माझ्या पोरीला मार्कस् कमी पडले तर असंच काही घडलं, असं मी म्हणेन. माझी मुलगी हुशार आहे. मला तिचा अभिमान वाटतो."

यावर मी दुसरे काय करणार! माझ्या आईसारखे "खरं आहे," म्हणून मी मान डोलवली.

त्यावर वहिनी म्हणाली, "कशाला पण? आता शेवटच्या या दोन्ही वर्षी तिच्या वर्गशिक्षिकेची शिकवणी ठेवणार आहे मी तिला! असा उगाचच नंबर खाली गेला की, मुलांच्या मनावर परिणाम होतो. त्यातून नववी-दहावी म्हणजे महत्त्वाची वर्षं!"

त्या चार-पाच दिवसांत विद्याच्या बुद्धिमत्तेची काही कल्पना येणे शक्य नव्हते, पण एक गोष्ट जाणवली की, तिचे इंग्लिश फार कच्चे होते. दादाला तसे म्हटल्यावर तो म्हणाला, "मलाही तसंच वाटतं. पण हल्ली आपल्या वेळचं इंग्लिशचं स्टँडर्ड राहिलं नाही मुलांचं, हेही तेवढंच खरं आहे. पण तरीही ही दोन वर्षं तिला शिकवणी ठेवणार आहे. नंबर वर यायला तेवढी मदत होईल."

पण नंबर तर सोडाच, दोन वर्षांनी विद्याला एस.एस.सी.ला पास होणेही जमले नाही. आईच्या पत्रात त्यासंबंधी आल्यावर मनात आले, "आता या वेळी दादा-वहिनीने कोणती सबब सांगितली असेल?" विद्याच्या बुद्धिमत्तेबद्दल दादाला सावध करावे, तिला एस.एस.सी. झाल्यावर एखादा उपयुक्त अभ्यासक्रम द्यावा अशी सूचना करावीशी वाटली. तसे पत्रही मी लिहिणार होते; पण तेवढ्यात दादाला हृदयविकाराचा झटका आल्याचे समजले आणि मी साधेच पत्र दादाला टाकले.

त्यानंतर अवघ्या दोन-तीन वर्षांनी बदली होऊन आम्ही मुंबईला आलो आणि जुने धागेदोरे नव्याने पकडून मी संसाराची सुरुवात केली.

मी दादाला भेटायला गेले. विद्या आता कॉलेजात जाऊ लागली होती. दोन-तीन वर्षांपूर्वीच मी तिला पाहिली होती. त्यावेळी ती चांगली धिप्पाड होईल असे वाटले होते, पण आता ती तर खंगलेली वाटत होती. पावसाने वेळेवर सुरुवात करावी, थोडे तृणांकुर रुजवावेत आणि मग पावसाने काळे तोंड केल्यावर कसे होईल तसेच तिच्या बांध्याबाबत झाले होते. या वयात मुलींच्यात येणारी गोलाई, सतेजता, आकर्षकता कुठेच दिसत नव्हती. तारुण्याने जरासा शिडकावा करून पाठ फिरवली होती. वहिनीला त्याचे काही नव्हते. एका प्रख्यात कॉलेजात असूनही आपली मुलगी किती साधी आहे याचेच कौतुक ती करत होती.

विद्या ज्या अर्थी त्या कॉलेजात शिकत होती त्या अर्थी ती हुशार असणार असे

मी चटकन म्हणूनही गेले. दादा खुलला. एस.एस.सी.ला तिच्या वर्गशिक्षिकेची शिकवणी ठेवल्याबद्दल तिच्या मुख्याध्यापिकेने सूड म्हणून विद्याला कसे नापास केले, नाहीतर पहिल्या तिसांमध्ये ती आली असती वगैरे वर्णन त्याने मला ऐकवले. अकरावीला चांगले मार्कस् मिळवून ती पास झाल्याचेही त्याने मला सांगितले.

दादाच्या या बोलण्यावर मी काहीही बोलले नाही. चांगली हुशार माणसेही आपल्या मुलांबाबत आंधळी असतात! हा विचार मनात आलाच.

एस.एस.सी. पेक्षाही विद्याला बारावीला चांगली सबब मिळाली. दादाला तिसऱ्यांदा हृदयविकाराचा झटका आला आणि त्यातच तो वारला. मृत्यूपूर्वी एकदा बोलताना तो म्हणाला, 'विद्या हुशार आहे. तिनं डॉक्टर व्हावं. कुवेशीच्या गणपुल्यांचा मुलगा माहीत आहे ना तुला? तो यंदा डॉक्टर होईल. विद्या डॉक्टर झाली तर ते तिला सून करून घेणार आहेत. माझ्या पश्चात तू त्यांना लागेल ती मदत कर, पैशाचा प्रश्न नाही.''

''तू खूप जगशील!'' अशी मी त्याची समजूत घातली आणि दुसऱ्याच दिवशी दादा वारला.

वहिनीच्या माहेरची माणसे मदतीला धावली. मीही सख्ख्या बहिणीसारखी पुढे झाले. वहिनीने पैशाचे व्यवहार माझ्यावर टाकले. मला पुन्हा एकदा आश्चर्याचा धक्का बसला. मला वाटले होते की, दादाकडे बरीच माया असेल, पण दादाकडे लाखभर भांडवल होते. बाकी पैसे कुठेकुठे गुंतलेले होते. पण प्रामाणिकपणे कुणी दिले तरच ते मिळण्यासारखे होते.

मी वहिनीला पैशाचे व्यवहार समजावून दिले. होते पैसे ते मोडून खायचे म्हटले, तर वेळ लागणार नव्हता आणि ते पैसे गुंतवले तर घरखर्च भागेल एवढे व्याजही मिळणार नव्हते आणि त्या व्याजात दिवस काढणे कठीण जाणार होते. यावर एकच मार्ग होता. विद्याने टेलिफोन ऑपरेटर, पंच ऑपरेटर असा काही कोर्स करायचा. कोर्स संपला की नोकरी लावून देण्याची हमीही मी तिला दिली. शिक्षणात तिची फारशी प्रगती नाही हे मला दिसत होते.

तिने नोकरी करावी यामागे माझा दुसराही हेतू होता. आताच्या लग्नाच्या बाजारात विद्याची किंमत किती आहे हे मला दिसत होते. तारुण्याचा जरासा शिडकावा झालेल्या या मुलीला नोकरी असली तर लग्नाच्या बाजारात बऱ्यापैकी किंमत येईल हे मी जाणून होते. मी वहिनीला हे स्पष्टपणे सांगू शकत नव्हते. तरीसुद्धा माझी भाची, म्हणून विद्याला मार्गदर्शन करणे माझे कर्तव्य होते.

पण वहिनीला हे पटले नाही. तिने स्वतःच्या हिमतीवर विद्याचे शिक्षण चालू ठेवले. बारावीला दोन-तीन वेळा बसून विद्या पास झाली.

बेताच्या मार्कसमुळे मेडिकलला कसा प्रवेश मिळणार? मग विद्याने बी.एस्सी.ला

नाव घातले. अठरा-एकोणीस वर्षांच्या विद्याला एकदा मी समजावण्याचा प्रयत्न केला. स्वत:चे हित-अहित कळण्याइतपत तिचे वय होते. माझ्या बोलण्यावर ती एवढेच म्हणाली, ''आत्या! आता नाही जड जाणार. दरवर्षी आता पाचच पेपर्स आहेत! चांगली पास होईन बघ.''

हे बोलणे बहुधा विद्याने आईला सांगितले असावे. कारण एकदा बोलताना वहिनी म्हणाली, ''कमाल आहे तुझी! वाईट परिस्थितीत आम्हाला प्रोत्साहन द्यायचे की, हातपाय खाली ओढायचे?''

यावर काय बोलणार? मी गप्प बसले. पण मी भाकीत केल्याप्रमाणेच घडले. बी.एस्सी. म्हणजे पाच वर्षांचा कोर्स! पण विद्याला त्याला आठ वर्षं लागली आणि तरीही डिग्री मिळालीच नाही.

यावर वहिनीचे उत्तर ठरलेले असायचे. ''हे अचानक गेले, त्यामुळे तिच्या मनावर परिणाम झाला. माझी हुशार मुलगी फुकट गेली.''

विद्याने शिक्षण सोडले. अधूनमधून ती माझ्याकडे यायची. असे रिकामे बसण्यावरून एकदा मी तिला म्हणालेही. पुन्हा परीक्षेला बसून डिग्री पदरात पाडून घ्यायची सूचनाही केली.

''आत्या! आता शिक्षणाचे नाव काढू नको.'' ती तिडिकेने म्हणाली. ''परीक्षा आली की, आधी अडचण पुढे असते. मी डिग्री मिळवून बाबांच्या आत्म्याला समाधान देऊ नये, अशीच परमेश्वराची इच्छा दिसते.''

''मग कोणतातरी कोर्स कर. टायपिंग शिक.''

मी एखादे हलके काम सांगितल्यागत ती हसली. ''कमाल करत्येस! लग्न झाल्यावर या कोर्सचा काय उपयोग गं! गणपुल्यांकडे कोणीच सुना नोकरी करत नाहीत आणि पैशांसाठी म्हणत असशील तर बाबांनी माझ्या नावाने ठेवलेले पैसे आहेतच की!''

माझ्या डोळ्यांपुढे गणपुल्यांचा गोरा, घारा, उंच, देखणा मुलगा उभा राहिला. एक लाख रुपये दिले तरी तो विद्याशी लग्न करणे शक्य नव्हते. मी काहीच बोलले नाही. पण गणपुल्यांकडून नकार आल्याचे वहिनीच्याच बोलण्यावरून एकदा कळले. वहिनी म्हणालीही, ''हे नाहीत ना! गणपुल्यांनी शब्द फिरवला. मुलीला बाप नसणे म्हणजे जसा काही गुन्हाच! जाऊ दे. त्यांच्या नाकावर टिच्चून तुझ्यासाठी चांगला नवरा मिळवते, विद्ये! काय माणसांचे नमुने असतात एकेक!''

''खरं आहे!'' असे मी मोघम म्हणाले आणि उदास मनाने घरी आले. दादाने टाकलेल्या जबाबदारीची मनात जाणीव होती. त्यामुळे मग पुन्हा एकदा विद्याने नोकरी करावी आणि वहिनीने बेताचे मुलगे पाहावेत, अशी सूचना मी केली. त्यावर वहिनीने नाक मुरडले.

डॉक्टर, इंजिनिअर, अकाऊंटंटवरून पुढेपुढे वहिनी बँक ऑफिसर, प्रोफेसरवर

आली. वाघाच्या शिकारीसाठी सकाळी बाहेर पडलेला मनुष्य दुपारी उंदराची शिकार मिळाली तरी आनंद मानण्याच्या बेताला येतो आणि संध्याकाळ झाली की, आपणच शिकार होणार नाही ना म्हणून धास्तावतो. अशी वेळ दोन-चार वर्षांतच वहिनीवर आली.

विद्या सव्वीस-सत्तावीस वर्षांची झाली होती. जवळ कोणतेही सर्टिफिकेट नाही. नोकरी नाही. लग्नाचा पत्ता नाही. सामान्य मुलंही चक्क नकार द्यायची. मुलाकडून नकार आला की, घरात अगदी सुतक असल्यासारखे वातावरण असायचे.

अधूनमधून विद्या माझ्याकडे पूर्वीसारखीच यायची. कुठे नोकरीचा अर्ज टाकायचा असे, कुठे मुलाखतीला जायचे असे. कुठे एखाद्या कोर्सची चौकशी करायची असायची. तिला एकटीला हिंडता येत नसे. पत्ता शोधून काढता येत नसे. मनातून मी चिडत असे. पण वाटे, "चला! उद्या लग्न झाल्यावर कशाला येईल ती माझ्याकडे?'' कामे सोडून मला जावे लागे. कधी एखादा दाखवण्याचा कार्यक्रम असे, मग मलाही आशा वाटे.

कधीकधी विद्या म्हणायची, "बाबा असते, तर अशी परवड झाली नसती.''
"खरं आहे!'' असे मी मोघम म्हणायचे. पण मनातून खात्री वाटत नसे. दादा-वहिनीचे प्रेम किती आंधळे होते आणि त्या प्रेमाने या मुलीला किती दुबळे बनवले होते, हे मी पाहिलेले होते.

आणि मग पुढे विद्याचे लग्न होणे अशक्यच वाटू लागले असताना एक दिवस अचानक विद्याचे लग्न ठरतेय, अशी वहिनीकडून बातमी मिळाली. वहिनीच्या आत्मविश्वासाचे, चिकाटीचे कौतुक वाटले. विद्याने वहिनीचा एवढा तरी गुण घेतला असता तर? असा विचार माझ्या मनात आलाच.

स्थळ बेताचेच होते. मुलाला बऱ्यापैकी नोकरी होती. एकूण सर्व ठीक होते. विचार करायला अवधी नव्हता. वहिनी म्हणाली, "घरात दहा माणसं आहेत. हा वेगळा होणारच. माझा पैसा आहे, आयता मांडलेला संसार आहे. हे सर्व विद्याचेच तर आहे आणि हे मुलालाही माहीत आहे. हे असते तर इतके खाली जावे लागले नसते. पण मी बाईमाणूस! मी एकटी काय करणार?''

"खरं आहे!'' नेहमीच्या सवयीने मी बोलून गेले. विद्याचे लग्न होतंय, म्हणून माझ्या डोक्यावरच्या एका जबाबदारीतून मी मुक्त होत असल्याची जाणीव मला झाली.

विद्याचे लग्न झाले. त्या लग्नात मी घरच्यासारखी श्रमले. वहिनी एकटी उरली म्हणून आठ-पंधरा दिवसांनी आता मी मोकळ्या मनाने तिच्या घरी खेप टाकू लागले.

लग्न झाल्यावर सात-आठ महिने सणावाराच्या निमित्ताने विद्याच्या माहेरी खेपा

चालू होत्या. कधीतरी वहिनीकडे ती भेटायची. लग्न झाल्यावरही विद्या भरली नव्हती. मी तसे म्हटल्यावर वहिनी म्हणाली, ''दहा माणसांत काय तब्येत सुधारणार?''

''वाढत्या वयात कमावलेलं असतं तेच खरं! त्यावेळी तुम्ही काळजी घेतली नाहीत.'' असे म्हणावेसे वाटले, पण मी बोलले नाही.

घरातील कामे, नुसत्या पोळ्या कराव्या लागल्या तरी पंचवीस-तीस भाजाव्या लागतात, ही विद्याची तक्रार तशी चुकीची नव्हती. करणाऱ्या माणसावर सारे पडते हे विद्याचे म्हणणेही मला पटत होते. तरीसुद्धा वाटत होते, विद्याच्या घरी नणंद, सासू, आजेसासू अशा तीन-चार बायका असताना सारा भार विद्यावरच पडत असेल का? मी नेहमीसारखी, 'खरं आहे!' म्हटलं नाही ते म्हणूनच!

तेवढ्यात विद्याला दिलासा देत वहिनी म्हणाली, ''जाऊ दे गं! कष्ट का नडतात? त्या गणपुल्यांकडे पडली नाहीस, ते नशीबच म्हणायचं. छळतात म्हणे सुनेला! वातीसारखी झालेय सून त्यांची!''

मी गणपुल्यांच्या मुलगा-सुनेला परवाच तर पाहिली होती. दोघे मजेत होती. गणपुल्यांच्या सुनेला दिवस होते, म्हणून ती जरा वाळलेली दिसत होती एवढेच! नवीन लग्न झालेले जोडपे आकंठ सुखात डुंबत असताना दिसते तसेच ते जोडपे मला वाटले होते. मी त्यावरही गप्प बसले. माणसाचे स्वत:चे समाधान करण्याची ही रीत विचित्रच वाटली मला!

पण वहिनी असे का म्हणाली, त्याचे प्रत्यंतर महिन्याभरातच आले. एका दुपारी विद्या माझ्याकडे आली. तशी ती नेहमीच यायची, गप्पा मारायची. त्या दिवशी बोलताना ती म्हणाली, ''आत्या! माझे म्हणणे बरोबर का चूक ते आता तूच सांग!''

''का गं! काय झालं? नवरा-बायकोचे चहाच्या पेल्यातील वादळ दिसतंय!''

माझ्या बोलण्यावर ती गंभीरपणे म्हणाली, ''चहाच्या पेल्यातील वादळ नाही आत्या! यांना टी.व्ही. घ्यायची इच्छा आहे. पैसा मी माहेराहून आणावा, असं त्यांचं म्हणणं आहे. मी त्या गोष्टीला साफ नकार दिला. एकत्र असताना काही वस्तू खरेदी करायची नाही असं माझं स्पष्ट मत आहे. घराबाहेर पडताना या वस्तू बरोबर नेता येत नाहीत. खरं की नाही?''

तिचं म्हणणं मला पटलं. एकदा घराबाहेर पडल्यावर सुतळीच्या तोड्यावर आपला हक्क नसतो, याचा अनुभव मला होताच. ती म्हणाली, ''ह्यांना राग आला. आमचं चक्क भांडण झालं.''

आता तिची समजूत काय घालावी हे मला समजेना.

आणि मग दरवेळीच हे घडू लागले. ती आली की घरातील कागाळ्या

करायची. सासऱ्याचे खवचट बोलणे, सासूने स्वत: काही न करता सर्व कामे सुनेवर ढकलणे, दिरांची अरेरावी, नणंदांचे अभ्यासाचे स्तोम आणि यांत तिचा निघणारा घामट्या आणि नवऱ्याचा खर्च होणारा पैसा! मला सर्वच म्हणणे पटायचे नाही. विद्याच्या सासरी सणावाराच्या निमित्ताने एकदा-दोनदा मी गेले होते. तेव्हा तिची सासू, नणंदा तरतरीतपणे पुढे पुढे होऊन कामे करत होत्या. विद्याच्या सासूचा कामाचा उरक दांडगाच वाटला. विद्यासारख्या हळुबाईचे तिथं कसे जमणार म्हणून काळजीच वाटली होती मला!

मी तसे म्हटल्यावर विद्या म्हणाली, "हो तर! माझ्या माहेरचे कोणी आले किंवा हे घरात असले की, मला फुलासारखे जपण्याचे नाटक चालते, पण एरवी मी काम करणारे यंत्र आणि हे पैसे मिळवणारे यंत्र!"

ज्या अर्थी विद्याच्या सासूने विद्याच्या माहेरची श्रीमंती बघून मुलगी पसंत केली होती, त्या अर्थी ती बाई धूर्त नक्कीच होती. दादाने लाडाने वाढवलेल्या या पोरीचे हाल होतात, म्हणून मन विषण्ण झाले.

कधीकधी ती म्हणायची, "चार भाऊ. तीन खोल्यांचा ब्लॉक. आज ना उद्या वेगळे राहावेच लागणार, पण ह्यांना ते पटत नाही."

विद्याचा नवरा लबाड दिसत होता. सासुरवाडीचे सर्वच सासूच्या पश्चात त्याचे होणार होते म्हणून तो स्वस्थ होता. आईबापांना दुखावून घराबाहेर न पडण्यामागे त्याचे हेच कारण असावे बहुधा! दादाच्या या लाडक्या लेकीच्या आयुष्याची परवड बघून मला वाईटच वाटायचे. विद्याच्या सासरच्या मंडळींनी नुसता पैसा बघून लग्न केले होते. येणाऱ्या मुलीची काही वेगळी मतं असतील, वेगळ्या आशा-आकांक्षा असतील याचा विचार त्यांनी बहुधा कधीच केला नव्हता. सासरी आलेल्या मुलीला नवऱ्याची भक्कम साथ असली, तर मग तिला साऱ्याचा सामना करता येतो. माझ्या मनातील विचारच विद्या बोलली.

"आत्या! माझ्याही संसाराच्या आशा-आकांक्षा आहेत. त्यांच्या आईबापांप्रमाणे मलाही माझ्या आईची काळजी वाटते. माझ्या आईची जबाबदारी माझ्यावर आहे याची कल्पना लग्नाआधी ह्यांना होती तरीही डोळेझाक!"

विद्याचे हेही म्हणणे मला पटायचे. पण मी तरी काय करणार?

विचार करून मी तिला एकदा म्हटले, "तू नोकरी का नाही करत? घराबाहेर पडलीस तर कामाचा लबेदा कमी होईल. पैसे मिळतील. महागाई वाढतेय. निदान तुझा पगार शिल्लक पडेल. जेव्हा नवऱ्याचे डोळे उघडतील तेव्हा कुठून पैसे आणणार?"

माझे म्हणणे तिला पटले, पण तिने काढलेली शंकाही रास्त होती, "आता मला कोण नोकरी देणार? पूर्वीच तुझे ऐकले असते तर बरे झाले असते. कोणतेच

सर्टिफिकेट माझ्याकडे नाही. तुझ्या ओळखीने काम झालं तर पहा!''

मी आश्वासन दिले, पण त्यात जोर नव्हता. नोकऱ्या मिळू शकतील अशा दोन-तीन कोर्सेसची मी नावे सुचवली आणि निरनिराळ्या कोर्सेसची माहिती काढण्यासाठी ती मलाच घेऊन बाहेर पडू लागली. तिचे काम झाले तर तिला थोडा विरंगुळा मिळेल आणि पुढे पैसे या हेतूने मी तिला मदत करू लागले. वेळप्रसंगी अगदी हातातील काम टाकून बाहेर पडू लागले.

कधी तिला मुलाखतीला बोलावणे यायचे. पत्ता धडपणे माहीत नाही, म्हणून ती मलाच घेऊन जायची. तिला त्या ठिकाणी पोहोचवून मी परत यायचे. कधीकधी माझी सहनशक्ती संपुष्टात यायची. वाटायचे, एवढे दुबळे, बावळे माणसाने असू नये. पण दादा-वहिनीने जी चूक केली होती, ती सुधारण्याची संधी मला आली होती. विद्याला पायावर उभे करण्याचे काम मी करणार होते. ती थोडेफार धडपडत होती, यातच मला कौतुक होते.

पूर्वीही ती तशी बारीकच होती. घरकामामुळे ती आणखीच अशक्त वाटायची. तिची प्रकृती सुधारावी म्हणून मी तिला डॉक्टरकडे नेले. औषधपाणी सुरू झाले. ती अधूनमधून वहिनीकडे यायची, तशीच हक्काने माझ्याकडेही यायची. मग मी तिला स्वयंपाकखोलीत येऊ देत नसे. तऱ्हेतऱ्हेचे चार पदार्थ करून मी तिला वाढायची. उशिरापर्यंत झोपायची तिला आवड होती. तिला मग मी उठवत नसे. आठ वाजता उठल्यावर गरमागरम चहा तिच्यापुढे ठेवल्यावर ती म्हणायची.

"अशा आयत्या चहाची, जेवणाची किंमत लग्न झाल्याशिवाय नाही समजत. कामाच्या रगाड्यात मी दबून गेलेय, आत्या! कधीतरी असे वाटतच नाही का की कुणीतरी चहाचा गरमगरम कप द्यावा, गरम पोळी पानात टाकावी. माझ्या नशिबाने हे सुख सासरी एकदाही मला लाभले नाही."

मी म्हणायची, "खरं आहे." लग्न झाल्यावर चार दिवस हॉटेलातच राहिल्यावर मला काय ती हक्काची विश्रांती मिळाली होती तेवढीच! अशा प्रेमाने दिलेल्या चहाच्या कपाची, जेवणाची लज्जत सबळ माहेर असल्याशिवाय कुठली आलेय? म्हणूनच मला विद्याचे बोलणे पटायचे.

विद्या पंच ऑपरेटरचा कोर्स करत होती. मी मधूनमधून चौकशी करायचे. आपली प्रगती चांगली आहे, असे ती म्हणायची. एक-दोनदा ती त्राग्याने म्हणाली, "खरं सांगू, आत्या? कोर्स सोपा आहे, पण घरातील कटकटीमुळे माझं डोकं उठतं! त्यामुळे हात चालत नाही, चुका होतात."

तिच्याबाबत ह्यांना काही म्हटलं की, हे ठरावीक पालुपद लावायचे, "ती नगण्य मुलगी आहे. तिच्या हातून काही व्हायचे नाही."

पण मला हे पटत नव्हते. ती धडपडतेय हे दिसत होते. ती आपल्या पायावर

उभी राहावी, असे मलाही वाटत होते.

आठ-पंधरा दिवसांनी येणारी विद्या मग एकदा आली ती जवळजवळ दोन महिन्यांनी! ती बरीच ओढलेली दिसत होती. मला काहीतरी संशय आला, पण मी बोलले नाही. तिला कुठेतरी मुलाखतीला जायचे होते. सकाळची दहाची वेळ दिलेली होती.

पण सकाळी तिची वांत्यांची जी सुरुवात झाली ती आठ-नऊ वाजेपर्यंत. तिने डोके वर काढले नाही, मग कसली मुलाखत आणि कसले काय! तरीही आटपून आम्ही तिथं पोहोचलो. पण वेळेवर आली नाही म्हणून त्यांनी मुलाखत घेण्याचे नाकारले. विद्या पुटपुटली, ''यावेळी नोकरी मिळण्याची चांगली संधी होती. माझा स्पीडही वाढलेला होता. तसं सर्टिफिकेटही मी आणलेलं होतं.''

''खरं आहे!'' म्हणून तिच्यासारखी मीही चुकचुकले.

''जाऊ दे! नोकरी काय मिळेल कधीतरी! पण सध्या स्वत:ला जपले पाहिजे, खरं की नाही आत्या?''

तिचे हेही म्हणणे मला पटले आणि मी मान डोलवली.

त्यानंतरही ती धडपडत होती, कोर्स करीत होती, मुलाखतींना जात होती. त्यात अपयश आले, की ती म्हणायची, ''माझी ही अवस्था बघून ताबडतोब रजा द्यावी लागेल म्हणून ते घाबरतात.''

तिचे हे म्हणणे तसे चूक नव्हते. पण मला वाटायचं एवढं तिला स्वत:च्या पायावर उभे राहायचे होते तर या भानगडीत आत्ता पडायचेच कशाला?

माझ्या मनातील विचार तिला कळायचा बहुधा. ती म्हणायची, ''वय वाढतंय, नाहीतर दोन-तीन वर्षं जाऊन दिली असती. सगळ्यालाच उशीर तसा ह्यालाही उशीर होऊन पस्तावायची वेळ नको यायला म्हणून ह्या भानगडीत पडले.''

हेही चूक नव्हते. चार महिन्यांनंतर ती मोकळी होणार होती. मूल सांभाळायला घरात सासू होतीच.

मी तसे म्हटल्यावर ती म्हणाली, ''ते तेव्हाचं तेव्हा! आता मुलाखतीसाठी बाहेर पडते तरी त्या बडबडतात, माहेरी जायला निमित्त शोधते असं म्हणतात. त्यांच्या नाकावर टिच्चून नोकरी मिळवून दाखवणार आहे मी.''

सातव्या महिन्यात विद्या माहेरी आली आणि तिने मग मुलाखतींसाठी जाणे सोडूनच दिले. कोर्सही संपला नव्हता तरी बंद केला. आता दगदग होत नाही, असे ती म्हणायची.

यथावकाश विद्या बाळंत झाली. मुलगा झाला. दादा जन्माला आला, अशी त्या दोघींनी मनाची समजूत करून घेतली. वहिनी नातवाच्या कौतुकात दंग होती. सासरी गेल्यावर काय कर, काय करू नको म्हणून विद्याला उपदेशाचे डोस पाजीत

होती. विद्या आराम करत होती.

विद्या सासरी गेली आणि महिन्याभरानेच एक नोकरी माझ्याकडे चालत आली. एका ओळखीच्या माणसाकडे मी विद्यासंबंधी बोलले होते. त्याने काम केले होते. ही बातमी देण्यासाठी मी खुशीतच विद्याकडे गेले.

विद्या आपल्याच विश्वात दंग होती. तिच्या चेहऱ्यावर एक समाधान होते. मी दिसताच ती हसली. तिचा मुलगा झोपत नव्हता, त्याला थोपटून-थोपटून झोपवण्यात ती गर्क होती. गलोती, दुपटी, मुतोली, बाटल्या या पसाऱ्यात ती बसलेली होती.

बाळ झोपल्यावर तो पसारा तसाच टाकून ती कॉटवर माझ्या बाजूला बसत म्हणाली, ''कंटाळा आला बाई! काम संपता संपत नाही!''

दहा-बारा वर्षांची असताना मी गोष्टींच्या पुस्तकात रमायचे आणि तीच विद्या? दादाने एक रडणारी, हसणारी बाहुली आणून दिली होती तिला! विद्या तिच्यात दंग असायची. मला त्यावेळच्या विद्याची अगदी नकळत आठवण झाली.

आपण कोर्स करत होतो, नोकरी मिळावी यासाठी धडपडत होतो, हे विद्या विसरूनच गेली होती. मग मीच भीतभीत नोकरीचा विषय काढला. नुसते मुलाखतीचे नाटक करायचे होते. नोकरी तशी हातातीलच होती. हे सारे मी तिला समजावले.

त्यावर दुबळे हसत आजूबाजूच्या पसाऱ्याकडे पाहत ती म्हणाली, ''तू म्हणत्येस ते खरं आहे गं! पण कसं शक्य आहे ते सांग.'' आणि मग स्वयंपाकघरात काम करणाऱ्या सासूकडे पाहत ती हळू आवाजात म्हणाली, ''आता कामाचे नाटक करतायत त्यावर जाऊ नको. इथे आल्यापासून सर्व मीच करत्येय. त्यातून घरातलं, मुलाचं आटपून मी वेळेवर पडेनही बाहेर. पण मी बाहेर पडले की, सबंध दिवसात मुलाचं औषध, पाणी, दूध, कपडे बदलणं हे तरी व्हायला नको? त्या काही करायच्या नाहीत.''

इतक्यात विद्याची सासू दुधाची बाटली घेऊन आली. ''एक वाजता तो दूध पिऊन झोपलाय. दोन वाजता टॉनिकचे थेंब घातले. आता चारच्या ठोक्याला तो उठेलच.'' इतक्यात पाळण्यात डोकावत त्या म्हणाल्या, ''अरे लबाडा! तरीच पाळणा हलत होता मघापासून! शू केली वाटतं?'' असे म्हणत त्यांनी सराईतपणे दुपटे बदलून बाळाला विद्याच्या हातात दिले, बाटली पुढे केली आणि भराभर तिथला पसारा आटपून त्या बाहेर जाऊन पुन्हा तांदूळ निवडू लागल्या.

त्यांच्या त्या चपळ हालचालींकडे माझे लक्ष आहे हे पाहून विद्याने ''सारे नाटक,'' अशा अर्थी नाक मुरडले आणि ती पुन्हा आपल्या कल्पनाविश्वात दंग झाली. ''आईही म्हणते, मुलाचे हाल करून काहीही करायचे नाही. माझ्याकडे जो पैसा आहे तो तुझाच आहे.''

''सारे आपण पैशासाठी थोडेच करतो? स्वतःच्या पायावर उभे राहण्याचं

आव्हानही तसं मोठंच असतं. ते समाधान काही न्यारंच असतं. त्यातून तुझ्या नवऱ्याची नोकरीही काही फारशी मोठी नाही. आईचा पैसाही जास्त नाही. नोकरीची तुला गरज आहे,'' असे बरेच विद्याला सांगावेसे वाटत होते, पण मी काहीच बोलले नाही.

मी काही बोलत नाही असे पाहिल्यावर ती म्हणाली, ''तू एवढी चांगली नोकरी आणलीस, पण पहिल्यापासून माझं नशीबच फुटकं! काहीतरी अडचण नेहमी पुढे ठाकते. ह्याला म्हणायचं दुर्दैव!''

विद्या पुन्हा त्या कल्पनाविश्वात दंगली होती. काल्पनिक अडचणींच्या डोंगरापुढे दबल्यासारखी बसून होती.

मी म्हटलं, ''खरं आहे!''

इतक्यात विद्याची सासू चहाचे कप घेऊन आली. तिला वाटले मी तिलाच काही म्हणाले. म्हणून त्या मला म्हणाल्या, ''काय म्हणालात?''

''काही विशेष नाही. सारं खरं आहे.''

विद्याच्या सासूबाई माझ्या या बोलण्याने गोंधळल्याच, पण त्यांनी जास्त चौकशी केली नाही. त्या बाहेर निघून गेल्या.

माझ्या बोलण्यातील उपहासाकडे विद्याचे लक्षच नव्हते. तिच्या मुलाने 'सू' केली होती. खालचे ओले दुपटे काढून नवीन दुपटे घालण्यात ती दंगली होती. बाहुलीला खेळवताना लाडेलाडे ती बोलायची, तसेच लाडेलाडे ती आता बोलत होती.

तिच्या चेहऱ्यावर एक विलक्षण समाधान होते.

हातातील नोकरी गेल्याचे, धडपडत असताना हातात आलेले यश सुटल्याचे कोणतेच विषादाचे चिन्ह तिच्या चेहऱ्यावर नव्हते.

૭

कुंकवाचा करंडा

कोंदण्याहून आल्यापासून मनात उत्सुकता होती. आईला सारे विचारायचे होते पण आल्या आल्या मुलांची गडबड, जेवणं यात वेळ गेला. दुपारी, संध्याकाळी कुणी बायका बसायला आल्या होत्या.

रात्रीची जेवणं आटपली. दमलेली असल्यामुळे मुलं जेवून ताबडतोब झोपलीही. आठ-साडेआठच वाजले होते. आता निवांतपणा होता. कोंदण्याहून आल्यापासून आईला विचारायचे होते, पण आईच्या हातात आता जपमाळ होती.

तेवढ्यात मी माझी आणि आईची गादी घातली. पूर्वी माजघरात चिमणीचा मंद प्रकाश असायचा. आता कोकणात वीज आली होती, पण माजघरात दिवा चाळीस दाबाचाच होता. त्याचा प्रकाश तसाच चिमणीसारखा मंद भासत होता. तरीही मी तो घालवला. नाईट लँप लावला आणि आईची जपाची माळ केव्हा संपते त्याची वाट पाहत बसून राहिले.

जप संपला, आईने माळ उशीखाली ठेवली. कपाटाला टेकून ती बसली आणि जिन्याच्या खांबाला टेकून मी.....

मी आईला म्हटले, "आता सांग?"

"काय?"

"तेच गं, कोंदण्याला आपण एका मोडक्या घरात नव्हतो का गेलो? मागच्या बाजूस तुळशी वृंदावन होते. खाली कोनाड्यात कुंकवाचा करंडा होता. मला तू प्रसादाचे कुंकू घ्यायला लावलेस, आठवते?"

"...मधल्या आळीतील शिंत्र्यांचें घर गो तें. माझ्या माहेरच्या डाव्या हाताला

शिंत्र्यांची वाडी. मधला गडगा वलांडला की, यशवदाकाकूंचें घर... फार पुण्याईचें घर हो तें! त्या घराण्यात कोणी विधवा होत नसे. आताचे नाही हो माहीत, पण तेव्हाचे सांगते. सत्तर-ऐंशी वर्षांपूर्वीचे... तेव्हाचा काळ... विधवा होण्यापेक्षा मरण पत्करावे असेच स्त्रियांना वाटायचे. त्यावेळी त्या घराण्याला मिळालेला हा वर....''

पूर्वीच्या काळी बायका बाळंतपणात मरायच्या. खंडीभर पोरं... पण आईला असे बोलून दाखवण्यात अर्थ नव्हता. ओघात आलेली गोष्ट... पण तरीही राहावलं नाहीच. मग एवढंच विचारलं, ''पण हे कसे शक्य आहे?''

''का नाही शक्य? तुला कृष्णामामा आठवतोय? त्याची दुसरी बायको त्याच्याआधी गेली. त्याची पहिली बायको तर फार पुण्यवान.''

आता काहीतरी खास ऐकायला मिळणार, म्हणून मी सरसावून बसले. बाहेर किंचित पाऊस शिंपडत होता. वाऱ्याचा गार झोत खिडकीतून अंगावर येत होता. माड सळसळत होते. पावसाळा संपत आला होता तरी कुठेतरी चुकार बेडूक ओरडत होते. रातकिड्यांची किरकिर चालू होती. मधेच एक काजवा उडून पलीकडच्या झाडावर जाऊन बसला. त्याचा तो उघडमीट होणारा बारीकसा प्रकाश.

मला लहानपण आठवले. आता आईकडे गॅस होता, पण त्यावेळी चूल होती. लाकडे अर्धवट विझवून त्या ऊबेत आम्ही भावंडं बसून असायचो. आईची गोष्ट रंगायची, विस्तव विझायचा. राख धरायची. चुलीतील मोंगीराची ऊब काय असायची तेवढीच. आईची गोष्ट संपेपर्यंत आम्ही अधीरपणे बसून असायचो.

आताही आईच्या साडीची चौघडी मी अंगाभोवती लपेटली आणि उत्सुकतेने तिच्याकडे पाहिले. पण तिचे माझ्याकडे लक्षच नव्हते. ती त्या जुन्या काळात कधीच जाऊन पोहोचली होती.

सुतार आळीतून कोंबड्याची बांग कानावर आली, तेव्हा यशवदाकाकू जागीच होती. घट बसायची वेळ आली होती, तरी गेले आठ दिवस पाऊस कोसळत होता. आज पहाटे पाऊस नव्हता; पण वारं खूप होतं. माडांचे शेंडे सळसळत होते. बाहेर पाचोळ्यात खसखस ऐकू आली. बहुधा तरस फिरत होता! कारण गावभरची कुत्री केकाटत होती.

यशवदाकाकूंना जाग आली, ती त्यामुळेच आणि मग डोळ्याला डोळा लागला नव्हता. चंद्राच्या किरणांवरून तसा वेळेचा पत्ता लागत नव्हता. पण मध्यरात्रीपासूनच त्या बहुधा जाग्या असाव्यात. दिवसभराच्या श्रमाने त्यांना एक डुलकी लागली होती आणि मग जाग आल्यावर पुन्हा डोळे मिटलेच नव्हते.

एव्हापासून उठण्यातही अर्थ नव्हता. करण्यासारखे असे अडलेले कोणतेही काम नव्हते. तशी ताकदही त्यांना वाटत नव्हती. दुखणारे पाय... आता पडूनही

त्यांना ते जाणवत होते. त्या अंथरुणात उठून बसल्या आणि आपल्याच हाताने पाय दाबत राहिल्या.

त्यांना सत्यमकाकूची आठवण झाली. गेली कित्येक वरीस ती त्यांच्या मागे लागली होती. एक दिवस यश्वदाकाकूची कणव आल्यागत तिने उपदेश केला होता. "अगो यश्वदे! आता म्हातारी झालीस तू! घरात बाहेर पूजेअर्चेचे सारे तूच म्हणून बघत्येस हो! एकट्या बाईचे का हे काम आहे? अगो, किती वरीस कृष्णाची वाट पहाणार तुम्ही? रामदास बोट बुडाल्याला आठ वरीस होऊन गेली. माणूस जिता असता तर एव्हाना परत नसता का आला, मेल्यांनो? तुझ्याच्याने होत नाही तर सुनेला सोवळ्यात करून घे. आता थांबायचे गो कशाला? कधीतरी हे करायचेच आहे ना?"

माजघरातील हे बोलणं ओटीवर असणाऱ्या जनुभाऊंनी ऐकले होते. ते तेथूनच ओरडले, "कोण रे ते तिकडे? केव्हा काय करायचे ते आम्हाला समजते. मी गावकऱ्यांशी बारा वर्षांचा वायदा केलाय. तो भरताच सत्यमकाकूला म्हणावं आलवण घेऊन ये. तोपर्यंत..."

आणि आतले आवाज थांबल्याचे लक्षात येताच ते थरथरत माजघरात डोकावले होते.

"...ची आम्हाला शिकवते. ती एक बोडकी..." आपली पांढऱ्या फटफटीत कपाळाची सून त्यांच्या डोळ्यापुढे उभी राहिली होती आणि मनात असलेल्या असंख्य शिव्या तशाच गिळत ते पुन्हा माघारी वळले होते.

चार वर्षांपूर्वीचा हा प्रसंग... यश्वदाकाकूंनी पदराने डोळे टिपले. त्यांचे लक्ष खोलीत दुसऱ्या कोपऱ्यात झोपलेल्या आपल्या सुनेकडे गेले. तिचा भरदार अंबाडा सुटून हातभर शेपूट लोंबत होते. उद्या...

रामदास बोट बुडाल्याला बारा वर्षं झाली होती. गावकऱ्यांशी केलेला वायदा संपला होता. उद्या....

सत्यमकाकू आलवणाची जोडी घेऊन कमरेवर हात देत कालच अगदी राजरोस पुढच्या दरवाजाने घरात शिरली होती. तेही अगदी जनुभाऊंच्या समोरून...

चार वर्षांपूर्वी केलेल्या अपमानाचे उट्टे काढण्यासाठी ती खोचकपणे जनुभाऊंना म्हणाली होती. "यश्वदा आहे ना घरात? आलवणं आणल्येत. बाबू न्हावी दहाच्या सुमारास येईल परवा. आम्ही साऱ्या येतच आहोत."

सत्यमकाकूची बडबड आतल्या खोलीत शिवण शिवत असलेल्या सत्यभामेच्या कानावर जाऊ नये म्हणून यश्वदाकाकू लगबगीने पुढे झाल्या.

"सत्यमकाकू, जरा हळू!"

"बायो! डोक्यावर केस नाहीत पण जे उगवताहेत ते पांढरेच आहेत हो! इतके

वरीस न्हाव्यापुढे बसत्ये, ती हौसेने नव्हे. मला पण कळते! पण जो भोगवटा असतो तो भोगावाच लागतो. हे सारं आधीच उरकायला हवं होतं. कळू दे तिला. तेवढेच मन तयार होईल.''

आलवणं घेऊन त्या आतल्या खोलीकडे वळल्या. पण सत्यभामा तिथं नव्हती. यश्वदाकाकूंनी सुटकेचा नि:श्वास सोडला. कानामागून पुढे घेतलेला पदर नीट खोचीत सत्यमकाकूंनी आलवणं कपाटात दिसतील अशा जागी ठेवली.

बसल्याबसल्या यश्वदाकाकूंचे लक्ष त्या कपाटाकडे गेले... सत्यभामेने ती पाहिली असतील का?

यश्वदाकाकूंचे लक्ष पुन्हा एकदा आपल्या सुनेवर स्थिरावले. गोरीगोमटी, देखणी, म्हणून चुलतभावाची मुलगी त्यांनी कृष्णासाठी मागून केली होती. कृष्णा त्यांचा एकुलता एक मुलगा... असे सारे अघटित घडल्यावर सुनेला दूषणे देत, तिचे हाल करत, तिला जीवन असह्य करून टाकणारेच महाभागच जास्त... पण यश्वदाकाकूंना आपल्या या भाचीची कणवच यायची. पहिल्यापासून त्यांची ती आवडतीच होती, पण सून म्हणून घरात वावरायला लागल्यावर त्यांचे प्रेम आणखीनच दुणावले होते. भराभर दोन नातवंडे झाल्यावर तर त्यांच्या सुखाला पारावार उरला नव्हता आणि अचानक... बिचारी! आताही त्या हळहळल्या.

चंद्राचा प्रकाश खोलीत पसरला होता. त्यांच्यासारखीच रात्रभर बहुधा सत्यभामा तळमळली होती. आता तिला झोप लागलेली दिसत होती. ती कुशीवर वळली तेव्हा तिच्या थकल्या-भागलेल्या चेहऱ्यावर किंचित हसू उमटले होते. काही स्वप्न पडत होते का तिला? काय असतील हिची स्वप्नं? कृष्णाची कधी आठवण येत असेल का तिला? त्याची उणीव भासत असेल? गेल्या बारा वर्षांत तिचा बांधा उस्कटला होता. पूर्वीचा तजेला तिला उरला नव्हता. ती बरीच बारीकही झाली होती. चेहरा कोमेजला होता. बोलणे कमी झाले होते. आता उद्या... आपली ही अशी सुंदर, देखणी सून... काय हे नशिबाचे भोग... आपल्या घराण्यात कोणी विधवाच होत नाही म्हणे! मग हे कसे घडले? ...यश्वदाकाकू तिच्याकडे पाहत होत्या. कृष्णाच्या मृत्यूची कल्पना त्यांनी मनाने पचवली होती, पण सुनेवर येणारा प्रसंग....

इतक्यात सत्यभामा ताडकन उठून बसली.

''का गं? काय झालं? काही स्वप्न पडलं का?''

''सासुबाई, स्वप्नात एक बाई आली. तुळशीखालचा करंडा घेऊन तिने माझे चक्क मळवट भरले हो! सासुबाई, काय हो ह्याचा अर्थ?''

आणि मग परिस्थितीची आठवण होऊन सत्यभामेने कसंनुसे तोंड केले.

यश्वदाकाकूंचा जीव थरारला... कृष्णा परत येणार की काय? लवणारा डावा डोळा... पण उजवाही डोळा फडफडत होता. त्याचा काय अर्थ मग...

"परमेश्वराला हात जोड. देवीची प्रार्थना कर. जे होईल ते बघायचे, सोसायचे! तू पड. मी उठते."

आणि त्या उठल्या. आता बाहेर फटफटले होते. बाहेरच्या चुलाण्यातून त्यांनी विस्तव आणला. चूल पेटवली. आधण ठेवले. बाहेरचा चुलाणा पेटवला. चुल्यातील शेणी विझवून राखुंडी घेतली. रोजच्या सकाळच्या कामांची सुरुवात झाली. त्यांच्या पाठोपाठ सत्यभामाही उठली. ती वाडीकडे जाताना दिसली तशा यश्वदाकाकू बाहेरच थांबून राहिल्या. दोन पुरुष पाणी असलेली पावसाने तुडुंब भरलेली विहीर. सत्यभामा वाडीतून येऊन द्रोणीशी हातपाय धुवेपर्यंत त्या थांबून राहिल्या. तिच्या पाठोपाठ त्या घरात शिरल्या.

तेवढ्यात धारोष्ण दूध घेऊन गडी आला. कामांची सुरुवात झाली. मग हात एका पाठोपाठ कामे उरकत होते. त्या भाजी चिरायला बसल्या आणि विळीवर चरकन हात कापला. हळदीची चिमटी टाकली तरी रक्त थांबेना. भांबुर्डीचा पाला दाबून त्या बसून राहिल्या. पण भाजी चिरायलाच हवी होती. त्यांनी सत्यभामेला हाक मारली.

"भाजी चिर...."

ती त्यांच्याकडे पाहतच राहिली.

"मी सांगत्ये गो. तू चिर. खड्ड्यात गेले ते सोवळओवळे... तुझ्या हातचे खाऊन नरकात गेले तरी चालेल..." यश्वदाकाकूंनी डोळ्याला पदर लावला. मग न बोलता सत्यभामा हाताशी कामाला लागली आणि यश्वदाकाकू पूजेची तयारी करण्यासाठी देवघरात गेल्या.

दुसऱ्यांदा ओटीवरून हाक आली, म्हणून यश्वदाकाकू माजघराच्या दरवाजाशी वळल्या.

पितळीत चहा ओतून जनुभाऊ बसले होते. दाराजवळ बांगड्यांची किणकिण ऐकल्यावर त्यांनी विचारले, "सर्वांचा चहा झाला?" सत्यभामेची प्रत्यक्ष चौकशी केली नाही, तरी अशी चौकशी ते करायचे. दुपारी ती जेवण घेत नाही, हे कळल्यावर दुधाबरोबर केळी मिळावीत, म्हणून बागेत त्यांनी तिच्यासाठी केळ्यांची लागवड केली होती.

"पूजेची तयारी झालेय," काकूंनी दारातूनच सांगितले आणि त्या स्वयंपाकघराकडे वळल्या.

स्वयंपाकघरात निर्लेप म्हणून सत्यभामेने कणीक भिजवली होती. त्या न बोलता चुलीशी बसल्या आणि मुलांचे करण्यासाठी सून घरात वळली.

चूल ढणाढणा पेटली होती. चुलीवर लावलेले भाताचे तपेले खदखदत होते.

वैलावर डाळ शिजत होती. विस्तव फुरफुरत होता. त्याची निळी ज्योत, लवणारा उजवा, डावा डोळा, फुरफुरणारा विस्तव... त्याची निळी ज्योत... काय शुभ होते? काय अशुभ होते? पाटली-बांगडीचा हात वर करून त्यांनी ते सोनं डोळ्याला लावले.

तेवढ्यात ओटीवरून पाणी काढण्याचा हुकूम झाला. त्या उठल्या. बाहेर चुलाण्यावरचे पाणी त्यांनी घंगाळात ओतले. गार पाण्याचा हंडा भरून ठेवला. जनुभाऊ दगडीवर आले. तेव्हा काकूंचे लक्ष जनुभाऊंच्या डोक्याकडे गेले. आज झालेली हजामत... आधीच गोरा रंग... पपनसासारखे वाटणारे डोके, त्यात वस्तरा लागून एके ठिकाणी रक्त आले होते.

त्यांच्या हातावर तेल ओतताना त्या म्हणाल्या, ''बाबू आता म्हातारा झाला. त्याचा हात कापतो. त्याचा वस्तरा लागलाय.''

आजूबाजूला कोणी नाही, असे पाहून ते यश्वदाकाकूंना म्हणाले, ''त्याच्या तुक्याला मीच नको म्हटले. आपल्या कृष्णाच्याच वयाचा तो. त्याला पाहिले की कृष्णाची आठवण येते. त्यात पुन्हा...''

''हा प्रसंग टळावा असे मलाही वाटतंय, पण गावात राहायचंय. वाळीत टाकतील त्याचे काय? जलात राहून उगाच माशांशी वैर...''

''सूनबाई कशा आहेत?''

''बरी आहे. स्वप्नात येऊन देवीने मळवट भरल्याचे सांगत होती. त्याशिवाय स्वप्नात मीही कृष्णा आलेला पाहिला.''

''मनीचे खेळ... जे बारा वर्षांत घडले नाही ते आज, उद्या घडणार? हं, ओता आता तांब्या...'' देवीचे स्तोत्र पुटपुटत जनुभाऊंनी स्नान उरकले. ते पूजेला बसले.

तो दिवस विचित्र गेला. उद्याच्या प्रसंगाची टांगती तलवार...

संध्याकाळी सत्यमकाकू येऊन गेल्या. जाताना त्यांनी पुन:पुन्हा बजावले, ''तिच्यावर नीट लक्ष ठेव. कुठे जीवबीव द्यायची. बावड्या भरलेल्या आहेत.''

यश्वदाकाकूंना काय बोलावे समजेना. सत्यमकाकूंची बडबड त्यांनी निमूट ऐकून घेतली.

ती रात्र तळमळतच गेली. सत्यभामा दगडासारखी निश्चल होती. रडणे नाही, त्रागा नाही, चेहरा गंभीर, निर्विकार... यश्वदाकाकूंना वाटत होते तिने धाय मोकलून रडावे, आतल्या आत धुमसणारे दु:ख...

सूर्य उगवायचा थांबत नाहीच, तो उगवला. मुलांना आदल्याच दिवशी गावातल्या जवळच्या नातलगाकडे पाठवून दिले होते. यश्वदाकाकूंनी बाहेरचा चुलाणा पेटवला, चुली पेटवल्या. सकाळची नित्यकर्मं त्यांना भरभर उरकायची होती. सत्यमकाकू आणि इतर बायका आल्या, की त्या सरळ आगरात जाऊन

बसणार होत्या... नको तो सुनेचा विलाप ऐकणे...

जनुभाऊंनी पूजा लवकर आटपली. आपले आटपून ते ओसरीवर बसले. एक-दोन कुळं आली, पण जनुभाऊंनी त्यांना तसेच परत पाठवले. नऊच्या सुमारास कोपरीतील सद्या बापट हजर झाला. तरीही ते काही बोलले नाहीत. तंबाखूची चिमटी मळत तसेच बसून राहिले. हळूहळू करताना ओटीवर दहा पुरुष जमले.

मागच्या बाजूने चार-आठ आलवणं येताना दिसली. सत्यमकाकू मात्र राजरोस पुढच्या दरवाजाने घरात घुसली.

बाबू न्हावी वडाच्या पाराकडून येताना दिसला आणि जनुभाऊ उत्तरेच्या पडवीत जाऊन बसले. येथून आतले रडणे, भेकणे ऐकू येणार नव्हते.

कुडाच्या कवाडीचा आवाज झाला तरीही ते तसेच बसून होते. आता केव्हाही किंकाळी ऐकू येणार होती. मन घट्ट करून ते बसले होते.

पण तेवढ्यात कुणीतरी त्यांना हाक मारली. "जनुभाऊ! कोणीतरी आलंय, तुमची चौकशी करतंय."

"आता ह्या वेळेला?" ते कसेबसे उठले. त्यांचे पाय थरथरत होते. भिंतीच्या आधाराने हडप्याला धरून ते पुढे झाले.

दाढी वाढलेला एक माणूस समोर उभा होता. तसाच चेहरा, तेच घारे, कबरे डोळे. कृष्णा तर नव्हे?

...आणि जनुभाऊ काही बोलण्याआधी तोच म्हणाला, "बाबा....मी कृष्णा..."

कोसळणाऱ्या जनुभाऊंना लोकांनी सावरले. सारे पुरुष भोवताली जमले, ओळख पटली.

वाऱ्याच्या वेगाने बातमी पसरली, "शिंत्र्यांचा कृष्णा आला!" आगरात जपमाळ घेऊन बसलेल्या यश्वदाकाकूंच्या कानावर ही बातमी पडली. त्या धावत, ठेचाळत घराकडे निघाल्या.

"अरे! त्या बाबूला थांबवा." आणि त्या सत्यभामेच्या खोलीत धावल्या. त्या तिला हलवत आनंदाने ओरडल्या, "अगं! तुझं स्वप्न खरं ठरलंय. कृष्णा परतला, बायो!"

तरीही सत्यभामा तशीच बसून होती. डोळ्यांतून अश्रू मात्र मोकाट सुटले होते.

सारा गाव बघताबघता शिंत्र्यांच्या घराभोवती जमला. बारा वर्षांचा आपला इतिहास कृष्णाला तसा धडपणे सांगता येत नव्हता. रामदास बोट बुडल्यावर तो फळकुटाच्या आधाराने तरंगत राहिला होता. शुद्ध आली, तेव्हा तो एका परदेशी बोटीवर होता. तेथे त्याला ना भाषा समजत होती ना धड काही आठवत होते. जवळ पैसाही नव्हता. बारा वर्षांनी भटकतभटकत तो पुन्हा गावी आला होता. थोडासा सैरभैर वाटत होता. पण तो कृष्णा होता नक्कीच.

बारा वर्षांनी झालेली ही भेट ती देवळात व्हावी, असे जाणत्यांचे म्हणणे होते.

कृष्णाला पुन्हा शुद्ध करून घ्यायला हवे होते. बाबूने कृष्णाची हजामत उरकली. भरपूर बिदागी घेऊन तो परतला. एका दुःखद घटनेला मिळालेली ही सुखद कलाटणी!

आलवणं मागच्यामागे पसार झाली. सत्यभामेच्या खोलीत आता साऱ्या सवाष्णी जमल्या होत्या. हास्यविनोद चालू होते. सत्यभामेचा साजशृंगार चालला होता. भरदार केसांचा अंबाडा, त्यात मूद, अग्रफूल... अंगावर दागदागिने... कित्येक वर्षांनंतर नेसलेली हिरवी पैठणी आणि हिरवी चोळी - कपाळावर कुंकवाची चंद्रकोर. घरात जपून ठेवलेले मंगळसूत्र.....

मैत्रिणी चेष्टेने तिला म्हणाल्याही, "काय सुंदर दिसत्येस, सत्यभामे! आरशात पाहत्येस?" त्यांनी कुंकवाची पेटी तिच्या पुढेही केली, पण सत्यभामेने हातांनी तोंड झाकून घेतले. अश्रूंची झालेली सुरुवात... कुणीतरी पुढे आले आणि तिचे डोळे टिपले आणि पुन्हा चेष्टेची सुरुवात झाली. "कृष्णादादाने हे रूपडे पाहिल्याशिवाय स्वतः पाहायचे नाही, असे हिने ठरवलेलं दिसतंय!"

बाहेर सूर, सनई-चौघडा वाजू लागला. जणू लग्नच होते.

वाजतगाजत सारी देवळात गेली. कृष्णामामा पुढे... यश्वदाकाकू, जनुभाऊ, भामावहिनी आणि मुलं मागे. मैत्रिणींच्या आधाराने पावले टाकीत भामावहिनी चालली होती. प्रथम कृष्णाला शुद्ध करण्यात आले. मग परातीत तेल ओतण्यात आले. शुभघडी बघून प्रथम जनुभाऊंनी लेकाचे तोंड बघितले. मग यश्वदाकाकूंनी, मग मुलांनी आणि सरतेशेवटी सत्यभामेने... वाद्यांच्या घोषात घेतलेले दर्शन.....

सत्यभामेच्या डोळ्यांतून ओघळणारे अश्रू... मैत्रिणींपैकी एकजण ते वारंवार पुसत होती. दिसणारे कृष्णाचे ते रूप जणू ती आपल्या नजरेत साठवत होती. स्थिर नजरेने ते रूप पाहत असताना ती एकदम खाली कोसळली.

कुणी म्हणाले, "हर्षवायू झाला!" कुणी काही बायकांना मागे हटवून कोणी पंख्याने वारा घालू लागले. कुणी तेवढ्यात धावत जाऊन मात्रा घेऊन आले.

गर्दीतून वाट काढत अन्त्या वैद्य पुढे झाला. त्याने नाडी तपासली. नाडी हाताला लागत नव्हती. त्याने सारे संपल्याची खूण केली.

त्या आनंद सोहळ्यावर एकाएकी पसरलेली अवकळा... मोठ्या आनंदाने देवळात गेलेली मंडळी परतली ते सत्यभामेचा मृतदेह घेऊन...

कुणी म्हणत, "मोठी साध्वी बाई! बारा वर्षं वाट पाहून गेली, ती भरल्या कपाळाने!"

"देवीच्या देवळात मरण आले हो! केवढी पुण्याई!"

एक ना दोन...

जरा वेळापूर्वी जी पांढऱ्या पायांची बोडकी ठरणार होती तीच सत्यभामा...

आईची गोष्ट संपली, तेव्हा बरीच रात्र झाली होती. बाहेर आता थोडाही पाऊस शिंपडत नव्हता. समोरचे झाड आता काजव्यांनी लखलखलेले होते. बाजूच्या तांब्यातील पाणी पिऊन मी आडवी झाले.

आई अंगावर चौघडी ओढत म्हणाली, ''तुझी आजी तेव्हा चौदा-पंधरा वर्षांची होती. एकदाच सासरी जाऊन आली होती. पुढे माझा जन्म झाला. पण हे सर्व तिने स्वतः पाहिलेले होते. ती हे सर्व सांगायची. अगदी काल-परवा पाहिल्यासारखे वाटायचे हे तिच्या तोंडून ऐकताना. शिंत्र्यांपैकी आता तेथे कोणीच नाही. महालक्ष्मीच्या जत्रेला त्यांच्या घराण्यातील एखादे जोडपे येतेच. कुंकवाचा करंडा त्यावेळी भरून तुळशीवृंदावनाखाली ठेवला जातो.

''आताच्या तुम्हा मुलींना नाही कळणार, त्या वेळच्या विधवा स्त्रीचे जिणे..!''

आई बोलताबोलता थांबली. मीही काही बोलले नाही. माझे मन सत्यभामेभोवती घोटाळत होते. तिच्या मृत्यूचा विचार करत होते. इतके दिवस वाट पाहून अखेरच्या क्षणी 'तो' आला हा धक्का तिच्यासारख्या अशक्त, दुर्बल बाईला सहन झाला नव्हता का? की इतके दिवस वाटणीला आलेले वैधव्य... त्याचीच सवय झाली होती का तिला? स्वतःला पुन्हा विवाहितेच्या साजशृंगारात बघून... तो धक्का तर तिला सहन झाला नसावा?

की वपनाची ही विटंबना नको, म्हणून तिने कसले विष तर आधी घेतले नसेल ना? का बाकीच्या नातेवाइकांना जरी कृष्णाची ओळख पटली, तरी तिला ती पटली नव्हती? इकडे आड, तिकडे विहीर अशी अवस्था...

आईपुढे हे विचार मांडण्यात अर्थ नव्हता. आताच्या स्त्रीचे जीवन बदललेले होते. विचारसरणी बदललेली होती. तरीही मनात कुठेतरी असणारा कुंकवाचा करंडा...

झोपेने अंमल चढवला, तरीही मी सत्यभामेचाच विचार करत होते. ती आणि तो कुंकवाचा करंडा...

॥

पालवी

गेले कित्येक दिवस त्या वृक्षाच्या पानांना अशी गळती लागली होती. वारा आला की पाने भिरभिरत, टपटप खाली पडायची. बघताबघता तो वृक्ष आता उघडाबोडका झाला होता. शरपंजरी पडलेल्या म्हाताऱ्यासारखा भासत होता.

गेल्या पाच-सात वर्षांत थंडीचा असा कडाका पडला नव्हता, तसाच तो वृक्षही उघडाबोडका झालेला सीतेने कधी पाहिलेला नव्हता. गेली पाच-सात वर्षं हे झाड हेच सीतेचे घर होते. सीतेची सारी माहिती त्या झाडाला आणि त्या झाडाची सर्व माहिती सीतेला अशी परिस्थिती होती.

रस्त्याच्या कडेला जरा उंचवट्यावर असलेल्या या वृक्षाच्या सावलीत उन्हाळ्यात कसे थंडगार वाटायचे. याचा सीतेला अनुभव होता.

पावसाळ्यात याचाच आधार सीतेला होता. त्याच्या डेरेदार शेंड्यामधून पावसाचे थेंब ठिपकायचे नाहीत असे नव्हे. प्लॅस्टिकचे कापड बांधून आडोशाला सीता चूल पेटवायची. खाली तरट टाकलेले असायचे, त्यामुळे जमिनीतील ओल जाणवायची नाही. धूर ओकणाऱ्या चुलीमुळे ऊब यायची.

थंडीत समोरून येणारी सूर्याची किरणे जमीन तापवायची. रात्री मग ती जमीन घोंगडी टाकल्यागत उबदार भासायची. वरून पाने गळत असायची. त्या उबेत सीता आरामात झोपायची. कुशीत झोपलेली तिची पाच-सात वर्षांची पोर पण ढिम्म हलायची नाही.

फळं ना फुलं; नुसती सावली, आश्रय देणारा हा वृक्ष! पण त्या वृक्षाला तिची आणि तिला त्या वृक्षाची अगदी सवय झालेली होती.

त्या वृक्षाच्या बुंध्याशी किडूकमिडूक ठेवलेली तिची पेटी होती. ती कुठे ठेवायची हा प्रश्न तिला कधीच पडला नव्हता. पेटीत चोरण्यासारखे असे काहीच नव्हते. अगदी उघड्यावर पेटी टाकून ती गेली तरी चालण्यासारखे होते; पण त्या वृक्षाच्या आधाराने ती पेटी ठेवलेली होती म्हणून सीतेला निर्धास्त वाटायचे.

सीतेच्या पोरीला तर दुसरे घरच माहीत नव्हते. तिचा जन्मच या वृक्षाखाली झाला होता. सीतेच्या या धाकट्या पोरीचा जन्म, एक बालपण-या वृक्षाने जसे पाहिले होते तसेच एक आजारपण आणि कदाचित... आपल्या अस्थिपंजर झालेल्या नवऱ्याकडे सीतेने पाहिले आणि मनात आलेल्या विचारानेच ती शहारली. तेवढ्यात वाऱ्याचा झोत आला. पानांची गळती टपाटप सुरू झाली आणि हातातील काम टाकून वेड्यासारखी सीता पाहत राहिली... त्या वृक्षाकडे... उघड्या आकाशाकडे!

तिच्या पोरीने भराभर पाने गोळा केली. "बाय, घ्ये ही पानं जाळायला. लई थंडी वाजतेया." सीतेने मुकाट्याने पाने चुलीत सारली आणि रस्त्याकडे पाहत ती बसून राहिली.

रस्त्यापलीकडे जरा दूर असलेल्या पाच-सात मजली इमारतीत अजूनही हालचाल नव्हती. रस्त्याच्या कडेला असलेल्या हॉटेलात बस-डेपोमधील कंडक्टर, ड्रायव्हर्स चहाला जाताना दिसत होते. दुधाच्या बाटल्या घेऊन माणसे दूध सेंटरवर चालली होती.

उठून पेटीतील ॲल्युमिनियमचे भांडे काढून तिने चहाचे आधण लावले. मडक्यातील पाणी घेऊन जरा बाजूला जाऊन खुळखुळवून चूळ भरली. पुळकवणी चहा तयार केला. रात्री शिल्लक ठेवलेले तीन बनपाव पेटीतून बाहेर काढले. नवऱ्याच्या टमरेलात चहा ओतून एक बन त्याच्या पुढ्यात ठेवला. लगालगा चहा पिऊन पोरीचे बखोट धरून ती निघाली.

"जाऊ नगा हं कुठं, हितंच बसा." जाताना तिने नवऱ्याला नेहमीसारखे बजावले. हे झाड बसस्टॉपलगत होते. जाणारे-येणारे, चार-आठ आणे भीक तिच्या नवऱ्याच्या टमरेलात टाकायचे. त्यात त्याची विडीकाडी, चहापाणी व्हायचे.

सीतेला कामावर चहा मिळायचा. एखाददुसरी चपाती मिळायची. त्यावर दुपारपर्यंतचे भागायचे. दुपारी वृक्षाखाली तिचा मोठा मुलगा डबा आणून ठेवायचा. एका माणसाच्या डब्यात ही चौघेजण जे वाटणीला येईल ते खायची.

सीतेचे आयुष्य काही पहिल्यापासून असे नव्हते. पावसाळ्यात झाडाच्या पानांतून हळूच झिरपणाऱ्या पहिल्या सरीसारखे सुखद दिवस तिच्या थोडे तरी वाटणीला आले होते. उन्हाळ्यात झाडाच्या पानात संगीत गुणगुणणाऱ्या झुळकेसारखे दिवस होते ते. कडक थंडीत गरम चहाचे घुटके घ्यावेत तशी ऊब होती त्या दिवसांना. दुसरेपणावर तिला दिली होती, पण नवऱ्याच्या घरी तेव्हा साराच

खडखडाट नव्हता.

त्यावेळी तिच्या नवऱ्याला नोकरी होती. रोजची अन्नाची ददात कधीच पडली नव्हती. अंगावरच्या रोजच्या दोन साड्यांखेरीज एखादं लुगडं पेटीत असायचे. त्यावेळी एका मोडक्या चाळीत राहायला हक्काची खोली होती. चार भांडी होती. चार कच्च्याबच्च्या पोरांचे करून ती सुखात जगत होती.

नवऱ्याची नोकरी अचानक गेली. फंडाचा पैसा मिळाला, पण नवऱ्याची व्यसनं आणि रोजचा खर्च ह्यात तो पटकन सरला. मोठा मुलगा उनाड होता. दादापुता करून तिने त्याला एका दुकानात चिकटवले होते, म्हणून आता दोन घास तरी नजरेला पडत होते. मोठ्या पोरीच्या लग्नासाठी खोली विकून तिने पैसा गोळा केला होता. मधल्या दोन पोरांना आजोळी पाठवले होते. वयात आलेल्या दुसऱ्या पोरीची जबाबदारी नव्या जावयावर टाकून ती रस्त्यावर राहू लागली होती. दोन-चार भांडी; एक मोडकी ट्रंक, व्यसनी, आजारी नवरा आणि त्या वृक्षाखाली आल्यावर जन्मलेली पोरं असा हा संसार गेली सात वर्षं या वृक्षाखाली नांदत होता. वृक्षाच्या फांद्या पसरून दूर जाव्यात, तशी सारी पोरं पांगली होती. देशोधडीला लागली होती. कशीबशी गुजराण चालली होती. ओळखीने बाजूच्या इमारतीत धुण्याभांड्याचे काम मिळाले होते, म्हणून रात्री बनपाव तरी नजरेला पडत होता.

* * *

आपल्याच विचारात चाललेल्या सीतेने साताचा भोंगा ऐकला आणि झपाझप पाऊल उचलले.

ती गेली तेव्हा मेमसाब उठली होती. चहाचा वास स्वयंपाकभर दरवळला होता. वृक्षाला टोकी मारल्यावर चीक यावा, तशी त्या वासाने तिच्या तोंडाला लाळ सुटली.

खरकट्या भांड्यांची रास मोरीत होती. त्या आंबलेल्या अन्नाचा वास नाकात ओढून घ्यावासा वाटत होता. भांडी घासताघासता ताटात मिळालेली अर्धी चपाती, भात, भाजीचा लगदा तिने गोळा केला आणि कचऱ्याच्या डब्यात टाकायला जायचे म्हणून हळूच ते अन्न पोरीच्या वाडग्यात टाकले. पेंगुळलेली सीतेची पोर त्या अन्नाच्या वासाने खडबडून जागी झाली. कोपऱ्यात तोंड करून तिने ते अन्न मटकावून टाकले.

सीतेने आत येऊन भांडी धुवूनपुसून ठेवली. मोरी घासली. कपबशा साफ केल्या. सारे निमूटपणे खाली बघून!

मेमसाबने हाक मारली आणि सीता घाबरली. पोरीला दिलेले अन्न मेमसाबने

बघितले तर नसेल ना?

"जी मेमसाब," तोंडातल्या तोंडात सीता पुटपुटली. "चहा घे," मेमसाबने किटली पुढे केली आणि सीतेचा जीव भांड्यात पडला. आपला चहाचा कप तिने पुढे केला.

मेमसाबने नाकावर पदर धरला. "काय घाण येते गं! अंघोळ नाही का करत? इथं बाहेर बाथरूम आहे, तिथं अंघोळ करावी. स्वच्छ राहावे. रोज ओरडते, पण तुझे आपले तेच!"

तोंडावर ओशाळे हसू ठेवून सीता उभी राहिली. ओल्या पानांच्या धुरांमुळे चरचरल्यासारखे डोळे उगाचच पाणावले. घशात धूर भरल्यासारखा वाटला. अडखळत ती कसेबसे बोलली, "काल अंघोळ क्येली व्हती मी पर..." सांगावे की नाही म्हणून सीता थांबली.

झाडाची पानगळ झाली की, झाडे उघडीबोडकी होतात. एक साडीवाल्या बाईचे पण असेच असते. पण मेमसाबला हे कसे समजणार? साडी मागितली आणि काम गेले तर रात्रीचे बनपावही दृष्टीस पडले नसते. या पैशाची, नोकरीची तिला फार गरज होती. न बोलता तिने चटचट काम संपवले आणि ती घराकडे निघाली.

वाटेत शेजारी काम करणारी पोरगी भेटली. सीता तिच्याकडे पाहून नेहमी हसायची, पण ती पोरगी तिच्याशी कधी बोलत नसे. पण त्या दिवशी ती पोरगी थांबली. तिने सीतेच्या कामाची चौकशी केली. दोन महिने बदली काम करशील का असे त्या पोरीने विचारल्यावर सीतेच्या आनंदाला पारावार उरला नाही. आपल्या दुर्दैवाची कहाणी भडाभड सीतेने त्या पोरीसमोर गायली. त्या पोरीला काय कणव आली कोणास ठाऊक? आणखीही एक-दोन बदली कामे सीतेला द्यायचे तिने कबूल केले. इतकेच नव्हे एक पाचवार जुने लुगडेही तिने सीतेला दिले.

आपली दुर्दशा करणाऱ्या नवऱ्याला मनात शिव्या घालत सीता झाडापाशी आली आणि नवऱ्याची खोकल्याची उबळ पाहून द्रवली. तिने पटकन चहा बनवला. आणलेली चपाती त्याच्यापुढे ठेवली.

दुसऱ्या दिवशी सीता कामावर गेली ती मोठ्या उत्साहात. नेसूचे फाटके लुगडे स्वच्छ धुतलेले होते. रात्र त्या पाचवारी धडप्यावर काढता आली होती.

जुन्या मेमसाबचे काम आटपून ती नव्या घरी गेली आणि तेव्हापासून सीतेचे काय ग्रह पालटले कोणास ठाऊक? बऱ्याचजणी सुट्टीवर गेल्या आणि सीतेला चांगली सातआठ बदली कामे मिळाली. कुणाची भांडी, कुणाची धुणी, तर कुठे केरकचरा करता करता ती थकून जाऊ लागली. दुपारी मग ती पूर्वीसारखी त्या झाडाखाली जात नसे. कुठे चहा, कुठे जेवण, कुठे चपाती मिळे त्यावर तिचे आणि

पोरीचे पोट भरे. दुपारचा डबा नवरा आणि मुलगा फस्त करत. संध्याकाळी घरी जाताना चार घरचे उरलेसुरलेले मिळालेले अन्न असेच.

तिने मग पैशाची उचल केली. मुलीला फ्रॉक आणला. मोठ्या पोरीला खमिस शिवला. नवऱ्याचा फाटून चिंध्या झालेला शर्ट फेकून दिला आणि त्याच्यासाठी नवा शर्ट आणला. लग्नाच्या पोरीला पोलके शिवले. नवरा नोकरीवर असताना होती तशी सुबत्ता आली. आता कशाचीच ददात नव्हती. पगार झाल्यावर जुनी मेमसाब लुगडे आणून देणार होती.

हळूहळू तिच्या नवऱ्याचा खोकला कमी झाला. हातापायांची सूज उतरली. उन्हात झाडाला टेकून तो डुलक्या खात बसू लागला. शेजारच्या मोच्याशी हास्यविनोद करू लागला. सीतेच्या पोरीचे रडणे, हट्ट कमी झाले. सीतेच्या गालाचे खड्डे भरून निघाले. नवऱ्यावर चिडणारी, कुत्र्यासारखी पोरं जन्माला घातली म्हणून नवऱ्यावर कातावणारी सीता नवऱ्याला धडपणे देखू लागली. पूर्वी पोटात अन्न नसे तेव्हा सर्वजण ग्लानीत त्या झाडाखाली पडून असत. पोटात अन्न जाऊ लागले आणि नुसतीच पाचोळ्याची, पोरीची ऊब सीतेला पुरेना.

...पण भर उन्हाळ्यात वाऱ्याची झुळूक यावी, तसे हे फक्त दोन महिने टिकले. फेब्रुवारी उजाडला आणि भराभर सर्व नोकरमंडळी कामावर हजर झाली. एक-एक करीत सीतेची सारी कामं सुटली. फक्त जुने काम तेवढे उरले.

सीतेची गरिबी पाहून कुणी पोलकी, कुणी पोरीला फ्रॉक, जुने टिनाचे डबे, जुन्या चादरी, फाटकी अंथरुणे वगैरे वस्तू दिल्या.

दोन्ही हातांनी या वस्तू गोळा करताना उद्या ही कामं नाहीत, याचा सीतेला विसर पडला. त्या ओशाळ्या हास्यात तृप्तीची लाचारी पाझरत होती. बोलल्याप्रमाणे मेमसाबने लुगडेही आणले होते. सीतेला या लुगड्याचे फार अप्रूप वाटले होते.

तसे पाहिले तर हे लुगडे अगदी साधे होते. अवघे छत्तीस रुपयांचे होते ते. या लुगड्याहून चांगली झुळझुळीत, चकचकीत, हरतऱ्हेच्या रंगाची लुगडी, आकर्षक कापडं सीतेने दुरून अधाशीपणे कितीतरी वेळा न्याहाळली होती. त्या वस्तीत सारी श्रीमंत माणसे होती. त्यांचे चित्रविचित्र कपडे. त्यांना कसली आलेय पैशाची ददात! बाजूच्या ब्लॉकमधील मेमसाबला सीतेचे हे लुगडे दाखवताना सीतेच्या मेमसाबच्या स्वरात असलेली तुच्छता सीतेला क्षणभर जाणवली होती. तसे पाहिले तर सीतेचे हे लुगडे अगदी साधे, सुती होते. त्याला झगझगीत जरीची बॉर्डर नव्हती. पोत फारसा तलम नव्हता. फक्त एवढंच की, ते पाचवारी धडपं नव्हतं. ते पुरे नऊवार होते. चांगले लांब, रुंद होते. त्याचा रंग केशरी, लालसर होता. त्याला हिरवी किनार होती. जणू पानाआड दडलेला सोनचाफाच! त्या लुगड्याचा कोरा वास सोनचाफ्यासारखा तिच्या अवतीभवती मग सबंध दिवसभर दरवळत राहिला.

आपली सुटलेली कामे, उद्यापासून पडणारी अन्नाची भ्रांत, सारे सीता त्या नादात विसरली.

संध्याकाळी तिने मेमसाबकडून साबणाची वडी मागून घेतली. डोक्यावर घालण्यासाठी तेल मागून घेतले. डोक्यावरून अंघोळ केली. जुने लुगडे धुवून स्वच्छ केले आणि नवीन लुगड्याची घडी मोडली. ते लांबरुंद, नवे लुगडे गुंडाळल्यावर तिला खुदकन हसू आले. लुगड्याचा तो कोरा स्पर्श तिला गुदगुल्या करत होता. नव्या चोळीचा स्पर्श तिला सुखवत होता. फुटक्या आरशात स्वत:चे रूप पाहताना लहान मुलीसारखे अकारण हसू फुटले होते. कपाळावर कुंकू रेखाटताना तिला जुने दिवस आठवले.

मेमसाबला सांगून ती बाहेर पडली. सीतेला वाटले होते, की मेमसाब काहीतरी म्हणेल, मस्करी करील; पण मेमसाबचे लक्षच नव्हते. "नेसलीस का नवी साडी? चांगली दिसते." असे बोलायलाही तिला वेळ नव्हता.

मिळालेले सामान घेऊन सीता बाहेर पडली. ज्यांची बदली कामे सीतेने केली होती त्या पोरी वाटेत भेटल्या. कोणी नुसत्याच हसल्या तर काहींनी गप्पांच्या नादात तिच्याकडे लक्षच दिले नाही. मग तीच आपणहून त्यांच्याकडे गेली. पण नवीन लुगड्याबद्दल कुणी चकार शब्द काढला नाही. सीता मग आपणहून त्यांना म्हणाली, 'नवीन लुगडा घ्येतला. मेमसाबला आनायला सांगितला व्हता. काय करू? एकच लुगडा व्हता. कसं दिस काढायचं सांग?' सीताचं हे रोजचं गाऱ्हाणं होतं. त्यांनी तिच्याकडे दुर्लक्षच केलं. आपली अशी परिस्थिती आणणाऱ्या नवऱ्यावर चरफडत मग सीता रस्त्याला लागली.

रस्त्याने लोक येतजात होते, पण कुणाचेच सीतेकडे लक्ष नव्हते. नेहमीचा धोबी, पाववाला, भाजीवाला यांनी तिच्याकडे पाहिलेही नाही. पण आपल्याच नादात, खुशीत सीता चालली होती. अवतीभवती लुगड्याचा दरवळणारा कोरा वास, कनवटीच्या पाच-पन्नास रुपयांची ऊब उगाचच जाणवत होती तिला.

नेहमीच्या हॉटेलवरून जाताना माशाच्या कालवणाचा वास नाकात भरला. तिने थांबून ते खरेदी केले. समोर एक मनुष्य मटण पाव खात होता, न राहवून तिने मटणकरी खरेदी केली. पन्नास रुपयांची नोट त्या हॉटेलवाल्याला देताना सीता त्या लुगड्याच्या धुंदीतच होती. भांडी आणि पावाची चवड सांभाळत ती झाडाखाली आली.

तेव्हा तिन्हीसांजा टळून गेल्या होत्या. आजूबाजूच्या इमारतीत झुंबरासारखे दिवे झगमगाट करत होते. नवरा विडी ओढत झाडाखाली बसून होता. तिला पाहून तो मिशीतल्या मिशीत हसला.

"वा ! नवीन लुगडा दिसतंय." प्रथमच कुणीतरी आपुलकीने आपणहून तिला

छेडले होते. सीतेचा नवऱ्यावरचा राग मग कुठल्याकुठे पळाला. ती हसली. "कसं हाय? बरं दिसतंय नव्हं?" तिने उत्सुकतेने विचारले.

"बरं काय इचारत्येस? कोनचा तो सिनेमा? नाव नाय आठवत. पर त्यातील जयश्री गडकरवानी दिसत्येस तू! लई नामी! लई ग्वाड!" मग पोरीला जवळ ओढून त्याने तिच्याकडे पाहत तिचे मुके घेतले. "माज्या वटाचं डाळिंब फुटलं! सांग राघू, मी नाय कधी म्हटलं," ही लावणी नवरा गुणगुणत होता. आणि सीतेला आठवत होते जुने दिवस. "चला जावा!" आणि सीतेने लाजून चक्क मुरका मारला. मग नवरा उगाचच खो खो करून हसत सुटला. माश्यांचे कालवण आणि थोडे जास्त मटण त्याच्या पुढ्यात ठेवताना सीता म्हणाली, "खावा वाईच, लई खोकत ऱ्हाता रातचं."

"नगं. तू दिवसभर काम करत्येस, तूच खा. आज रातची माना खोकल्याची ढास नाय यायची सांगून ठेवता." आणि तो पुन्हा हसू लागला. हसताहसता लावणी गुणगुणू लागला. खोकू लागला. एकमेकांना आग्रह करत, गप्पांत जेवणं आटपली.

सीतेने खालची जागा साफसूफ केली. मिळालेली अंथरूणे घातली. मिळालेल्या फाटक्या चादरी पांघरायला ठेवल्या. पोरं पटकन झोपी गेली. पण नवरा-बायको कितीतरी वेळ जागी होती. जिकडे-तिकडे दिवे जळत होते. मधमाश्यांच्या पोवळ्यासारखी दिसणारी, खोल्यांना टेंगूळ आलेली मशिने चालू होती. त्यांचा आवाज त्या झाडाखालीही येत होता.

रस्त्यावर सामसूम झाली. बाजूच्या इमारतीतील दिवे विझले. लाल केशरी दिव्यांची उघडमीट करीत, गुरगुरत एक विमान त्या इमारतींना वेडावत निघून गेले. बाहेर थंडगार वारा होता. मेमसाबच्या घरातील मशीन बसवलेल्या थंडगार खोलीत गेल्यासारखे सीतेला वाटत होते. आकाशात ढग विखुरलेले होते. त्यात क्षयी माणसासारखे फिकुटलेले चंद्राचे बिंब होते, पण सीतेचे त्या कशाकडेच लक्ष नव्हते. तिच्या ओठांवर हसू होते. जयश्री गडकरसारखी ओठावर लावणी होती...

* * *

कालचे नवे चुरगळलेले लुगडे पाहून सीतेला काहीच वाटले नाही. चाफ्याचा गंध अजूनही तिच्याभोवती दरवळत होता.

असेच चार-आठ दिवस गेले. बघताबघता महिना सरला. धुवूनधुवून नव्या लुगड्याचा तजेला नाहीसा झाला आणि सीतेच्या जवळचे सारे पैसेही संपले. सीतेच्या तोंडावर आलेली तुकतुकी गेली. ओठांवर ओशाळे हसू पुन्हा ठाण

मांडून बसले.

पोरीचे रडणे, हट्ट वाढले. त्याने सीता कातावू लागली. अन्न कमी पडू लागले आणि मोठा मुलगा चिडू लागला. नवऱ्याचा खोकला वाढला. पायांना पूर्ववत सूज आली. सकाळी मेमसाबकडे मिळणारा चहा, उष्टे अन्न पाहून सीतेच्या जिभेला लाळ सुटू लागली. चहा, पावावर पुन्हा गाडी येऊन बसली. पोटातील आतडी उगाचच एकमेकांवर गुरकावू लागली आणि पोट दाबीत सारी त्या वृक्षाखाली पडून राहू लागली.

अन्न पुरेसे मिळेना, म्हणून की काय सीतेची प्रकृती ढासळली. दोन महिने त्या लुगड्यासाठी तिने मरेस्तोवर काम केले होते. ते आता तिला जाणवू लागले. सकाळी उठावेसे वाटेना. तोंडाची चवच गेली. मेमसाबच्या घरच्या चहाच्या वासाने तिला उमासे येऊ लागले. एकदा ताटात टाकलेली लोणच्याची फोड तिने तोंडात टाकली आणि उमासा थांबला.

कधी नव्हे ते मग तिने त्या दिवशी मेमसाबकडे लोणचे मागितले. मेमसाबने चमत्कारिक नजरेने तिच्याकडे पाहिले.

''माना नगं. नवऱ्यासाठी हवं !'' सीता पुटपुटली. पण मेमसाबच्या नजरेने ती पार हादरली. मेमसाबने दिलेले लोणचे घरी घेऊन जाताना तिचा उत्साह पार मावळला होता. हौसेने घेतलेले केशरी लुगडे अंगावर नकोसे वाटत होते. आंबटचिंबट खावेसे वाटणारी जीभ हासडून काढावीशी वाटत होती.

ती कशीबशी त्या झाडाखाली आली. पण नवऱ्याचे तिच्याकडे, तिच्या आजारी चेहऱ्याकडे लक्षच नव्हते. त्याची नजर होती तिच्या हातातील लोणच्याच्या बरणीवर. पोरीने आणि त्याने लोणचे आणि पाव मिटक्या मारत खाल्लं. सीतेच्या जिभेला पाणी सुटले होते, पण सीतेने लोणच्याकडे ढुंकूनही पाहिले नाही. गळून गेलेली ती त्या झाडाखाली पडून राहिली. वेड्यासारखी आता निष्पर्ण झालेल्या वृक्षाकडे पाहत राहिली. त्या उघड्याबोडक्या वृक्षाला जिकडेतिकडे वाळवी लागलेली होती. रात्रीच नव्हे तर आताही त्यातून माती खाली पडत होती. येत्या पावसाळ्यात तो वृक्ष कोसळणार यात शंकाच नव्हती. पण तरीही वाळवी फोडून एका फांदीला लालचुटूक पालवी आली होती. घशातील हुंदका मग तिच्या घशातच अडकला. अगतिकपणे, घाबरून ती त्या पालवीकडे, त्या वाळवी लागलेल्या जर्जर वृक्षाकडे पाहत राहिली!

౩౭

मोरपीस

सारे कसे अचानक ठरले होते. त्या दिवशी माहेरचा विषय निघाल्यावर तिच्या घशात आवंढा आला होता. डोळे स्वप्नाळू झाले होते. कोकणातील ते घर, तेथील लाल माती, नारळीची झाडे, विहिरीच्या पाण्याचा जिवंत स्पर्श, घराजवळचा खळखळाट करणारा ओढा, मधुमालतीचा मंदमधुर सुगंध, आंब्यावर असलेली कृष्णकमळीची नाजूक फुले, दाराजवळ असलेले जांभूळ, शेगटाची झाडे... एक-एक आठवणी मनात पिंगा घालू लागल्या. तिच्या मनाला एक अनावर ओढ लागली होती. डोळे किंचित पाणावले होते.

बहुधा ही गोष्ट यशवंतच्याही लक्षात आली होती.

सकाळी चहा घेताना निघालेला तिच्या माहेरचा विषय नाश्त्याच्या वेळीही चालू होता.

"चार दिवस सुट्टी येतेय. दोन दिवस मी सुट्टी घेतो. सोनालीची शाळा दोन दिवस बुडेल, पण या वेळी तुझ्या माहेराला जाऊच या, मीना."

"अरे, पण कुठे मद्रास, कुठे कोकण! सहा दिवसांत हे जमणार कसे?", हे बोलतानाही तिच्या स्वरात निराशा होती. माहेरी जाण्यात येणारी ही पहिली संभाव्य अडचण तिने स्वत:हूनच मांडली. उगाच मागाहून हे लक्षात आल्यावर निराशा नको.

हे असे निराश होण्याचे प्रसंग गेल्या चौदा-पंधरा वर्षांत अनेकदा आले होते. लग्न झाल्यावर यशवंताबरोबर ती एकदाच माहेरी गेली होती, मग कधीही कोकणात जाणे जमलेच नव्हते. प्रत्येक वेळी काहीतरी अडचण यायची. कधी

त्याला रजा नसायची. कधी टूर तर कधी रजा घेऊन ऑफिसकडून मिळणारे सुट्टीतील प्रवासी भाडे घेऊन दूरवर भटकणे व्हायचे. पुढे सोनाली लहान म्हणून माहेरी जाणे जमले नव्हते. पुढे सोनालीची शाळा. एक-एक बेडी उकलताच आली नव्हती. त्यात आई-बाबा भेटले नसते तर गोष्ट वेगळी! कुठल्यातरी लग्नकार्यानिमित्त मुंबईत त्यांची भेट व्हायची. एकूण काय माहेरी जाणे असे झालेच नव्हते.

लहानपण ज्या घरात काढले त्या घराची, त्या वातावरणाची, त्या छोट्याशा गावाची एक अनावर ओढ मनात दाटून यायची, तीही नुसत्या आठवणीने.

"जायचं ना?" त्याने पुन्हा विचारले.

"हो, पण... तुमची रजा... आयत्या वेळी कोणतीतरी मीटिंग येईल. तिकिटांचा घोळ... आणि हे सारे सहा दिवसांत उरकायचे!"

पण यशवंताने जायचेच ठरवले होते. तो कॅलेन्डर घेऊन तिकिटे केव्हाची, कशी काढायची त्याची आखणी करत होता. सोनालीलाही त्याने हे सांगून टाकले. आजीकडे जायचे, यापेक्षा दोन दिवस शाळा बुडणार, प्रवास या कल्पनेनेच बहुधा ती खूश होती.

कोकणात जायचा बेत म्हणजे अळवावरचे पाणी हे मीनाला माहीत होते. ऑफिसमधून थोड्या वेळातच घरी फोन येईल... जाण्याचा बेत रद्द करावा लागतोय म्हणून अजिजी... पण तरीही वाईट वाटून घ्यायचे नाही... मीनाने स्वतःला बजावले होते.

पण दुपारी फोन आला होता. सकाळी सहाच्या फ्लाईटने ती साडेसातपर्यंत मुंबईत पोहोचणार होती. सकाळची आठची कोकणात जाणारी बस मग सहज पकडता येणार होती.

आणि मग तिच्या मनाला पंख फुटले. आपण अचानक आलेलं पाहून आई-बाबांना होणारा आनंद, धावपळ. आलीये ती सुद्धा दोन दिवसांसाठी, एकीकडे आसू आणि दुसरीकडे हासू अशी त्यांची अवस्था... डोळ्यापुढे येणारी ही चित्रं आणि शेवटपर्यंत मनाला वाटणारी धाकधूक. आयत्या वेळी सारा बेत बदलणार तर नाही ना?

ती अशीच स्वतःत हरवलेली पाहून यशवंताने तिला चिडवलेही. "मीना मनाने केव्हाच कोकणात पोहोचली हं!"

मनाला वाटणारी ही धाकधूक, पण काहीही अडचण न येता ती सर्व विमानात बसली होती. पहिला टप्पा म्हणजे आता विमान वेळेवर पोहोचायला हवे आणि आठची एस.टी. मिळायला हवी की झालं! विमानातही तिच्या मनात हाच विचार होता.

यशवंत-सोनाली जवळजवळ होती. त्यांच्या गप्पा रंगल्या होत्या. मधूनच यशवंत तिच्याकडे पाहून मिस्कीलपणे हसत होता. गप्पा तिच्यावरून, तिच्या

भावुकपणावरून असणार हे ती जाणून होती. ती नुसती हसली.

एसटीत बसल्याशिवाय कोकणाचा, माहेरचा विचार करायचा नाही, असे तिने ठरवले होते; पण मन त्या घराभोवतीच घुटमळत होते. डोळ्यांपुढे तेच चित्र होते.

...आईला स्वप्नात पुढे घडणारे दिसते. आज आपण येत असल्याचे दिसले असेल तिला? त्या कल्पनेनेच ती स्वत:शी हसली. आपल्याच विचारात गुरफटलेली असताना तिला झोप लागली. ती जागी झाली ती एअर-होस्टेसच्या बोलण्याने. ती पुन:पुन्हा पट्टा बांधण्याची सूचना देत होती. मीनाने घड्याळ पाहिले. साडेसात वाजायचे होते. टॅक्सी वेळेवर मिळाली तर सव्वाआठची बस नक्की!

आणि म्हटल्याप्रमाणे ती अगदी वेळेवर बसस्टँडवर पोहोचली. मुंबईत पावसाची रिपरिप होती. रस्ते पार ओले झाले होते. पण तिचे तिकडे लक्षच नव्हते. स्टँडवर उभ्या असलेल्या एसटीज्. तिने तिथं उभ्या असलेल्या माणसाकडे दापोलीच्या एसटीची चौकशी केली.

"गाडी उभीच आहे अकरा नंबरच्या फलाटावर. सव्वाआठला ती सुटेल.''

मग लगबगीने त्यांनी एसटी गाठली होती. गाडीला गर्दी होती तरी जागा मिळाली. सामान जागच्या जागी गेल्यावर तिने सुटकेचा नि:श्वास सोडला होता.

मीनाची नजर एसटीत बसलेल्या प्रवाशांवरून फिरली. ओळखीचे कोणी नव्हते. इतकेच नव्हे तर पूर्वीच्या प्रवाशांच्या मानाने आताच्या प्रवाशांतही बराच बदल होता. मुंबईहून कांदा, खोबरे, मिरच्या घेऊन जाणारे गाववाले, सोन्याच्या लांब नथी घालणाऱ्या त्यांच्या बायका, केसात असणाऱ्या शेवंतीच्या वेण्या... लाल, पिवळ्या रिबिनी लावून वेण्या घातलेल्या त्यांच्या पोरीबाळी... पूर्वीचे हे असले प्रवासी.

आता पुढच्या बाकावर दापोलीच्या शेतकी कॉलेजात काम करणारे पाच-सहाजण होते. त्यात चक्क एक तामिळही होता. बहुतेक सारे पांढरपेशे मध्यमवर्गीय दिसत होते. त्यांच्या पुढच्या बाकावर मंडणगडला उतरणारे दोन मुस्लीम बसले होते. त्यांच्या मांडीवर असलेला टी.व्ही.– लहान पोराला सांभाळावे तसे ते त्याला जपत होते.

तिच्या शेजारच्या बाकावर एक मराठमोळे जोडपे बसले होते. बायको पाचवार हिरवी साडी नेसली होती, तर नवऱ्याच्या हातात त्या दिवशीचा लोकसत्ता आणि सिनेमा मासिक होते.

मागच्या बाकावर नजर गेल्यावर तेथे बसलेल्या दोन मुसलमान मुली तिच्याकडे पाहून हसल्या.

"खंयसून आलासा?'' त्यातल्या एकीने विचारले.

"मद्रास.''

"लई दूरवरून आलासा!" हेल काढीत चालणारे तिचे बोलणे...

"कुठे उतरणार तुम्ही, कोंडावर की फुरसांत?" त्या दोन जागी असलेली मुसलमान वस्ती.

"आमी हर्णैत जायचो. दापोलीत रिक्षा घेतली की तासात हर्णै..."

"रिक्षाने?" मीनाचे आश्चर्य पाहून त्यातली थोरली हसली.

"अवो! लई गाड्या झाल्यात. एसटीची वाट नाय बघावी लागत. रिक्षांची तर लाईनच असते! नही उस्मानभाई?"

...अशी बदललेली एसटीतील माणसे. मग दापोली तरी पूर्वीची कुठली राहिली असणार? एसटी सुरू झाली. आपल्याच विचारात गढून ती बसून होती. यशवंत, सोनाली हळूहळू पेंगत होते.

मीनाच्या मनात आले हा एसटीचा प्रवास कॉलेजात असताना आपण नेहमीच करायचो. पण तेव्हा अशी ओढ नव्हती. का ?

त्यावेळी अनेक गृहीत धरलेल्या गोष्टी असतात तसेच घरही होते. मग घरी गेल्यापासून भटकणे सुरू असायचे. मैत्रिणी, गप्पा, पुस्तकावरून चर्चा, सिनेमा, राजकारण, लव्हहिलवरचे फिरणे वाजतगाजत असायचे. बघताबघता सुट्टी संपायची की मग पुन्हा मुंबईत.

त्यावेळी प्रवासात येणारी मजा. बरोबरीची मुलं आणि मुली.

एसटी दणदणत असायची. विना दामले, हरीष मेहता, अरुण साळवी, प्रतिभा साने, बाबी... येणाऱ्याजाणाऱ्या गाडीवानांना, "जतन जावा रे!" करणारा एक नंबरचा वात्रट विना दामले...

मग प्रत्येक स्टँडवर कंडक्टरला घेऊन हॉटेलात जायचा की, गँगला उशीर होऊन एसटी चुकण्याचा संभवच नसायचा.

तो विना दामले दारू पिऊन कॅन्सरने वारला होता म्हणे! कधीतरी आईकडूनच हे कळले होते. Had he a soft corner for her? पण त्याने तर कधीच काही बोलून दाखवले नव्हते. तिचं लग्न झाल्यावर चार-पाच वर्षांनी त्याचे लग्न झाले होते. आणि आठ-दहा वर्षांतच... मन उगाचच हळहळले.

हरीष मेहता कुठल्यातरी बँकेत लागला होता. अरुण साळवी डॉक्टर झाला होता. प्रतिभा साने एका इंजिनिअरची बायको झाली होती नि बाबी एका चार्टर्ड अकाऊंटंटची पत्नी झाली होती. सारी चार दिशांना पांगली होती.

दापोलीला त्यातले किती आले असतील? त्यावेळी त्यांच्याही मनात कशी ओढ असेल? पृथ्वी सूर्यापासून अलग झाली तरीही त्याच्याभोवती फिरत राहते. मुलीला माहेराबद्दल वाटणारी ओढ अशीच तर नसते? आपण आपल्या ग्रुपमधील एखाद्या मुलाशी लग्न केले असते तर? मग दापोलीला कितीतरी वेळा आलो

असतो. मग हे आकर्षण असेच वाटले असते?...

एसटी सुसाट पळत होती. तिचे मन असेच भेलकांडत होते.

बाहेरचा प्रदेश तसा नवलाचा वाटत होता. पनवेलचे नाव वाचले आणि तिला आश्चर्यच वाटले. हा भाग मुंबईच्या उपनगरासारखा आता गजबजलेला होता. पूर्वीच्या त्या गावाचे ते बदललेले स्वरूप...

गाडी एसटी स्टँडवर थांबली. ''फक्त पंधरा मिनिटे,'' असे ओरडून कंडक्टर उतरलाही. एसटी स्टँडच्या बाहेरच्या बाजूला असलेले खोताचे हॉटेल. तिथं मिळणारा स्पेशल वडा. पूर्वी प्रवासात तो कार्यक्रम हटकून असायचा. आता तेवढा वेळही नव्हता आणि मधल्या मोठ्या आजारानंतर तिचं तेलकट खाणंही बंद झालं होतं.

यशवंताच्या मागून ती एसटी स्टँडवरच्या कॅन्टीनमध्ये शिरली. त्या दोघांनी वडा घेतला, तिने इडली-चटणी. चहा पिऊन ते येताहेत तोवर कंडक्टर घंटी देत होता.

''आली ना सर्व?'' विचारून कंडक्टरने घंटी दिली. एसटी जरा पुढे गेल्यावर एकाला आपला शेजारी नसल्याची आठवण झाली.

''अवो, आमचा शेजारी कुठं दिसत नाय,'' कंडक्टरने बस थांबवली. ''गाडी स्टँडवर असताना नव्हतं बोलायचं?'' तो तणतणला.

''कोण हो?''

एसटीत चर्चा सुरू झाली. ''चट्टर-पट्टर बुशशर्ट घातलेला.'' कुणीतरी माहिती पुरवली. ''च्या प्यायला उतरला?''

''पांढरा च्या नव्हं ना?'' कंडक्टरने चेष्टा केली. ''म्हंजे राहील रातसर इथंच, उतरली की मग येईल.''

''राहू द्या वो, चला तुमी...'' एक शहाणा. कंडक्टरने एसटी मागे घेतली. कुणीतरी त्याला शोधायला धावत मागे गेला. तेवढ्यातच तो येताना दिसला.

''काय राव?'' पुन्हा पांढऱ्या चहावरून विनोद झाला.

''अवो पायाला दोर बांधूनश्यान ठेवायचा. मंग एसटी सुरू झाली की आपसूक मागून येईल. 'एक अतिशहाणा... इति' आणि मग एसटीत पिकलेली खसखस.

एसटीतील ते ठरावीक जोक्स.

''छे, No, Nothing has changed here!'' ती स्वत:शीच पुटपुटली.

सुट्टे पैसे परत द्यायला कंडक्टर आला तेव्हा यशवंतने विचारले, ''किती वाजता एसटी पोहोचेल?''

''बाराला जेवायला नेतो घरी.''

''एवढ्या लवकर?'' तिने आश्चर्याने विचारले.

''आंबेतचा घाट झालाय ना? मधला रस्ता झाला तर आणखी अर्धा तास लवकर जाऊ.''

''म्हणजे बस कशेडी खवटीवरून आता जात नाही?''

''पेण, इंदापूर, मग वडखळ नाका, नंतर मंडणगड, मग दापोली...'' कंडक्टरने माहिती पुरवली.

''म्हणजे मग खेडही नाही लागणार का?'' ती स्वत:शीच पुटपुटली. सारेच बदलले होते. ओळखीच्या खुणा पटण्यापूर्वीच नाहीशा होत होत्या.

पेण सोडल्यावर लागलेले इंदापूर, मंडणगड सारेच तिला नवे होते. ती जराशी गप्पच होती. मंडणगड सुटले आणि एक्सप्रेस बसची साधी बस झाली. रस्त्यावर थांबलेले लोक हात करत होते आणि बस थांबून त्यांना घेत होती. मधूनमधून कंडक्टर विनोदांची पेरणी करत होता.

रस्ता बदलला होता तरी दृश्य तेच होते. पावसाळा संपायला आला होता. अजूनही बाहेर हिरवेगार होते. वाटेत दिसणारी केंबळ्याची घरं. वरती सोडलेल्या भोपळ्याच्या वेली, घोसाळ्याच्या वेली, रानफुले, घाणेरी आणि पाण्याच्या डबक्यातून दिसणारी छोटी छोटी कमळं...

तिच्या मनात आले, त्यांचा वास तोच असेल नक्की! आणि मग तिने स्वत:ला दटावले, एवढा भावुकपणा बरा नव्हे.

एसटी बैलगाडी तळावरून स्टँडवर कधी आली, ते तिला कळलेच नाही. पूर्वी डॉक्टरांची बाग, कोंड, फुरसं हे सर्व लागायचे. आढळणाऱ्या या खुणा. आताही कॉलेजमधून सुट्टीत घरी परतणाऱ्या मुलांच्या या अशाच काही खुणा असतीलही. आपल्याला मात्र त्या साऱ्या अपरिचित! पण दापोलीलाही कॉलेज झालंय, मग कोण कशाला आता उठून बाहेर जातंय?

बसमधून खाली उतरल्यावर तिची नजर इकडेतिकडे फिरली.

''काय ताई! बरा हाय न्हवं? सामान न्येयाचा ना?'' बसस्टँडवर नेहमी पुढे येणारा चकण्या शंकर... तो तर नव्हताच. ओळखीचा एकही चेहरा दिसत नव्हता. नीट निरखून पाहिल्यावर काही चेहऱ्यांत साम्य दिसत होते. पण हमखास नाव घेऊन सांगता नसते आले.

रिक्षाने ती निघाली. केळकरांचे हॉटेल अजूनही तसेच होते. नदीवरचा पूल मोठा केलेला होता. कल्पनेत असलेल्या त्या नदीच्या मानाने तो ओढा भलताच चिमुकला वाटत होता.

धूळ तशीच होती. आसरांचा पूल... त्या पलीकडे आता मात्र छोटे बंगले दिसत होते.

पुलावरून रिक्षा वळली. तिचे घर बरेच पडके, मोडके वाटत होते. तिने

दक्षिणेतून आणलेले नारळाचे वृक्ष मात्र बरेच मोठे झाले होते.

दाराजवळच रिक्षा थांबली. आता तो रस्ता डांबरी झाला होता. कवाडी उघडून ती दाराशी आली. दाराजवळच्या मधुमालतीची जागा आता पांढऱ्या झुपकेदार गुलाबाने घेतली होती. बाहेरची उघडी पडवी आता बंद केलेली होती.

बाबा बाहेर पान कुटीत बसलेले होते. खलबत्ता तसाच टाकून ते लगबगीने उठले. त्यांची कृश मूर्ती...

''अहो ! कोण आलंय पाहिले का?'' त्यांचे डोळे आनंदाने लुकलुकत होते. तेवढ्यात आई डोकावली.

''अगं बाई, मीने तू! सकाळी स्वप्नात दिसलीस.'' मीना आईच्या पाठोपाठ आत जाताना हसली.

हातपाय धुण्यासाठी ती बाहेरच्या पडवीत गेली. आता तिथं डोण नव्हती. डोणीतील थंडगार पाण्याऐवजी ॲल्युमिनिअमच्या पिंपातील उबदार पाणी पायावर घेताना तिला कसेसेच वाटले.

घरात शिरताच हे करीन, ते करीन असे मनाशी तिने ठरवले होते. पण काही न करता ती निमूटपणे आईच्या मागोमाग स्वयंपाकघरात शिरली. आई सोनालीचे कौतुक करण्यात दंग होती. पाट मांडून ती तिथंच बसली होती. आता तिथं चुली नव्हत्या, आता चक्क गॅसच्या शेगड्या होत्या.

''गॅस घेतलास?''

''लाकडे, गोवऱ्या... तो धूर आता सोसवतही नाही आणि हे सर्व मिळतंय तरी कुठं? रॉकेल मिळतानाही पंचाईत होते. मग आपला घेतला गॅस.''

आल्याआल्या विहिरीचे कातळाचे गोड पाणी प्यायची तिची इच्छा होती, पण घरात नळ आलेला होता.

''विहिरीचे पाणी....''

पण तिला पुरे बोलू न देताच आई म्हणाली, ''नको बाई! विहिरीला फारसा उपसा नाही. नळाचेच पाणी पी.'' पूर्वी विहिरीच्या जिवंत झऱ्याच्या पाण्याचे कौतुक करणारी आई... मीना पाहतच राहिली.

चहा आटपल्यावर मग मात्र ती बाहेर सटकली. विहिरीजवळ आता चुलाणा नव्हता. जवळ असलेले पत्र्यालगतचे पेरूचे झाड मात्र मायेने तिच्याकडे पाहत होते. पलीकडे असलेल्या आंब्याच्या झाडाला ते कुजबुजत काही सांगत होते. पूर्वीचे शेवग्याचे झाड मात्र आता तिथे नव्हते. तिथे छोटे नव्याने लावलेले रोप होते. बिट्टी, जास्वंदी होत्या; पण त्या ओळखीच्या वाटत नव्हत्या. घराजवळच्या कोपऱ्यातली जांभूळ होती तिथंच होती. आपल्या टपोऱ्या डोळ्यांनी ती तिच्याकडे पाहत होती. पलीकडे असलेल्या फणसाच्या झाडाने फांद्या हलवून तिचे स्वागत केले, तेव्हा

तिला जरा बरे वाटले.

अंघोळी, जेवणं आटोपली. दुपारी झोप झालीच नाही. कोणी ना कोणी तरी येत होते. ओळखीची, पूर्वीची कर्ती-सवरती, ज्यांचा आधार वाटायचा अशी माणसे म्हातारी झाली होती. काही काळाच्या उदरात गडप झाली होती. ती म्हातारी माणसे आपल्या थिजल्या डोळ्यांनी आधारासाठी आपल्याकडे पाहाताहेत, असा चमत्कारिक भास मीनाला होत होता.

संध्याकाळी ती सर्व फिरायला बाहेर पडली. पावले आपोआप लव्हहिलकडे वळली होती. पूर्वीचा हा नेहमीचा शिरस्ता होता.

दापोली बदलली होती. नदीपलीकडे असलेले शिवाजीनगर... युनिव्हर्सिटीचा कॅम्पस आणि पलीकडची जुनी दापोली... दस्तुरीकडे वळून ती लव्हहिलच्या रस्त्याला लागली आणि पाहतच राहिली. तिथं झालेली किसानभवनची प्रचंड इमारत...

या लव्हहिलवर जाणाऱ्या सुरेख पाऊलवाटा आता काळाच्या उदरात गडप झाल्या होत्या. येथे प्रेमप्रकरणं घडली होती, जडली होती, काही सफल झाली होती, काही असफल... त्याच त्याच पाऊलवाटेने तरीही तरुण-तरुणी गेले होते आणि आता? तिथं रूक्ष किसानभवनची इमारत झाली होती.

सोनालीने आग्रहच केला म्हणून ती पुढे निघाली होती. तिथं असणाऱ्या कुंपणालगतच्या कुसरीच्या वेली, देव्हारीची झाडे, कुडाची पांढरी फुलं, काजूची-आंब्याची झाडे कुणाचाच मागमूस नव्हता. सारे आखीवरेखीव होते. वर ऑफिसमध्ये हेल काढत बोलणारे दोघेतिघे साऊथ इंडियन्सही होते, तर कँटीनमध्ये चक्क उडुपी होता.

तेथे तिला थांबवेचना. एका सुंदर जागेची झालेली अशी विल्हेवाट...

"तू सांगायचीस ती शिंत्र्यांची गुलाबाची बाग पुढेच आहे ना, मम्मी?"

"तिथं जाण्यात अर्थ नाही. तिथं मुंबईच्या सचिवालयासारखी शेतकी कॉलेजची भव्य इमारत झालेय," बाबा म्हणाले.

ती न बोलताच परत फिरली. ओळखीची खूण, माणसे पाहण्यासाठी तिची दृष्टी भिरभिरत होती. काहीशा निराशेनेच ती परत फिरली.

घरी जाताहेत तर शेजारच्या भाभी येऊन बसल्या होत्या. मुकुंदभाई केव्हाच वारले होते. भाभीच्या कपाळावर असणारे चांदीच्या रुपयाएवढे कुंकू. मीनाला एकदम भाभींची आई आठवली. आता भाभी तशाच दिसत होत्या. तिने एक सुस्कारा सोडला. तिच्याबरोबरीच्या भाभींच्या मुली. गप्पा चालल्या होत्या. भाभींचा मुलगा रमेश भाभींना बोलवायला आला आणि मीना पाहतच राहिली. पूर्वी दांडगाई करून बरोबरीच्या मुला-मुलींना मारणारा रमेश एकदम मवाळ वाटत होता. केस पिकले होते, दातही पडले होते. चाळिशीचाच, पण म्हातारा वाटू लागला होता तो.

इकडचेतिकडचे बोलताना संध्याकाळ झाली. जेवणं आटोपली. पूर्वी त्या घरात जाणवणारी रातकिड्यांची किरकिर, बेडकांचे आलाप... झाडांवरचे काजवे... आज काहीच नव्हते. मधेच एखादी स्कूटर फुरफुरत जात होती तेवढीच. डोळ्यांच्या ओलावलेल्या कडा... कधीतरी तिचा डोळा लागला.

सकाळी आईबरोबर ती मारुतीच्या देवळात गेली. तोच जुना रस्ता, बाजार आळीतून ती देवळाकडे वळली. पूर्वी शाळेतून दर शनिवारी मारुतीला फेरी व्हायची. कल्पनेतील देवळापेक्षा ते देऊळ मोठे वाटत होते. आठवणीतील इतर वास्तू लहान वाटत होत्या आणि हेच तेवढे...

पण तिने काही विचारण्यापूर्वीच तिची आई म्हणाली, "तो गानूंचा बाळ, मेहतांचा सुभाष अशी मुलं फॉरिनला आहेत. त्यांनी देणग्या दिल्या आणि देऊळ मोठे केले."

देवळातून ती नाक्यावर आली. तेव्हा मेठांच्या दुकानातून आईला हाक आली.

"काकू, बरं आहे ना?"

मेठाभाईंसारखा चेहरा, अंगलट... मीना गोंधळून पाहतच राहिली.

"मीना ना? मी जगन, ओळखलं नाहीस?"

"किती बदललास! लक्षातच येईना!" तिच्या बोलण्यावर तो हसला.

"तुम्ही माहेरी येतच नाही. ओळख राहणारच कशी मग? तुझी मुलगी कुठे आहे?"

"मातीत खेळून घेतेय!" लहानपणी जगनची आणि तिची असलेली मैत्री, बैलगाडी करून खेळणे... दोघेही हसली.

"उद्या सकाळी येतो. आहेस ना?" तो मग गिऱ्हाईकांत गुंतला आणि तीही निघाली. बाजारआळीत बदल झाला होता पण कुठेतरी अशी ओळखीची खूण सापडत होती आणि तिला बरे वाटत होते.

ती परतली तेव्हा सोनाली खेळत होती. वाड्यात असलेल्या प्राची, वैभवशी तिची गट्टी जमली होती. हातावर पाणी पडल्यावर ती पुन्हा तिकडेच वळली. यशवंत बाबांशी गप्पा मारत होता. मीना आईबरोबर माजघरात गप्पा मारत होती, म्हणजे आई सांगत होती आणि ती ऐकत होती.

संध्याकाळी शाळेकडे फिरायला जायचे ठरले. तेव्हा बळजबरीने तिने सोनालीला बरोबर घेतले.

नदीपात्रावर पावसाळ्यात बांधला जाणारा साकव... साकवावर उभ्या राहून तिच्या मैत्रिणी वाहत्या पाण्यात पट्ट्या टाकायच्या आणि खोल पाण्यात उभी राहून ती त्या पकडायची. ती जागा तिने दाखवली. तेथून दिसणारी त्यांच्या घराची माडी... दादाने एकदा तिला असे खेळताना तेथून पाहिले होते आणि मग झालेली शिक्षा.

शाळेची चढण एकदाची संपली. मग लागलेले ग्राऊंड, ड्रॉईंग क्लास, शाळेजवळची विहीर, मागचा रस्ता सारे तसेच होते.

तिचा तिसरीचा वर्ग... त्यांचा टॉम्या कुत्रा तिच्यामागून आला, की तो कुठे बसायचा ती जागा... सारे तिने लेकीला दाखवले....

एस.एस.सी. झाल्यावर जड मनाने घेतलेला शाळेचा निरोप... केलेले वायदे... सारे आठवत होते तिला.

संध्याकाळ झाल्यावर ती परतली. खाली उतरतेय तर दाराजवळच भांबे मास्तर भेटले. ते गणित शिकवायचे. ते दिसताच ती थांबली. तिने नमस्कार केला.

"मीना ना तू?" त्यांनी विचारले. पूर्वीही त्यांना चष्मा होता, पण आता मोतीबिंदूमुळे काचा जाड वाटत होत्या. तिने यशवंत, सोनालीची ओळख करून दिली. तिला गणिताची आवड लागली होती ती त्यांच्यामुळेच.

"काय करत्येस तू?" त्यांनी विचारले. गणित घेऊन ती एम.ए. झाली होती. पण काही करत नव्हती. अधूनमधून लेखन चालू होते. दोन-तीन पुस्तके प्रसिद्ध झाली होती.

अपराधीपणे ती म्हणाली, "मी लिहिते थोडं-फार."

तिला वाटले होते, मास्तर रागावतील, तुझ्याकडून फार अपेक्षा होत्या असे म्हणतील. पण उलट ते कौतुकाने म्हणाले, "वाचतो तुझं, चांगलं लिहितेस. आपले विद्यार्थी नावारूपाला आले की, बरं वाटतं."

ते निरोप घेऊन पुढे गेले तरी ती विचारात दंगली होती. "गणित सोडून या लेखनाच्या प्रांतात काय पडलीस?" असे म्हणायचे सोडून त्यांनी केलेले कौतुक.

आकाशात मधेच ढग यावेत, तशी मनाची बदलणारी भावना.

त्या तीन दिवसांत वारंवार हे असेच घडले होते.

आई-बाबांचा निरोप घेताना वाईट वाटले होते. ते तसे नेहमीच वाटायचे. पण मनात असलेली हरवल्याची भावना...

मद्रासला ती परतली, तरी ती भावना तशीच कायम होती. ताजेतवाने वाटण्याऐवजी मनावर आलेली ही काजळी... हरवल्याची भावना.

घरी आल्यावर रोजच्या जीवनक्रमाची सुरुवात झाली. यशवंतचे ऑफिस, सोनालीची शाळा, प्रवासातील कपड्यांची साफसफाई, सामान आवरणे.

एक दिवस सोनाली दुपारी घरीच होती. ती सोनालीच्या बॅगेची साफसफाई करत होती. अनेक वस्तू आत पडल्या होत्या. दगड, फांद्या, गुलबक्षीच्या बिया...

मीनाने बॅगेला हात लावताच सोनाली धावत आली.

"अगं, कशाला हे सारं?"

''राहू देना मम्मी!''

''अगं पण...''

''त्या गुलबक्षीचे झाड लावणार आहे मी आणि तो दगड आठवणीसाठी आणलाय मी, तशाच त्या फांद्याही...''

सोनालीच्या बॅगेत सापडणाऱ्या वस्तू, विश्वदर्शन व्हावे तशी आश्चर्यचकित होऊन मीना पाहत होती. बिट्ट्या, दगडावर घासले की, चटका लावणाऱ्या बिया... पावसाळ्यात कुजून नुसत्या शिरा उरलेली पाने...

मीना हसतेय, असे पाहून सोनालीने तिच्या गळ्यात हात टाकले.

''हे जमवलेस तरी कधी?''

''तू आपली त्या निरनिराळ्या आज्यांशी गप्पा मारत असायचीस, तेव्हा मी, वैभव आणि प्राची खूप खेळत होतो. त्यांनी मला दिले हे सारे.''

''तू रागावणार नाहीस ना? आजीकडच्या विहिरीच्या पत्र्यालगतच्या पेरूच्या झाडावरही त्यांच्याबरोबर मी चढले होते. तो वैभव खूप चांगला आहे गं! तो दगड आहे ना, तो मी मुद्दाम आणलाय. त्या दगडाने मी आणि वैभवने आंब्याच्या झाडांवर नावं कोरलीत आमची. आमची मैत्री अशीच कायम राहावी यासाठी!''

सोनालीच्या प्रत्येक वाक्याबरोबर मीनाचा चेहरा उजळत होता.

''बरं, ही कॉमिक्स तर उचल.'' आणि ती उचलताना त्यातून एक मोरपीस बाहेर पडले.

''मम्मी! हे मोरपीस आहे ना...'' सोनाली उत्साहाने सांगत होती. ''हे पुस्तकात तसेच ठेवायचे, म्हणजे मग त्याला आणखी पिसं फुटतात.'' सोनाली स्वप्नाळूपणे आजीकडचे दिवस आठवत होती.

त्या बालपणात सापडलेले आणि सापडत जाणारे मीनाचे बालपण... Nothing has changed.

मीना मग तेवढ्याच उत्साहाने म्हणाली, ''हो ना! आणि मग पुस्तकातून अख्खा मोर बाहेर येतो आणि तो आपला सवंगडी बनून आपण सांगितलेले सारे ऐकतो, हो की नाही?''

मम्मीला हे सारे कसे माहीत! म्हणून आश्चर्याने बघणाऱ्या सोनालीच्या डोक्यावर टपली देऊन मीना खुदकन हसली. तिने ते मोरपीस अलगद आपल्या गालावर फिरवले.

त्या मोरपिसाच्या स्पर्शाने धुळीची पुटे चढलेले, कोळिष्टके आलेले ते गाव, त्या जुन्या माणसांच्या थिजलेल्या डोळ्यांतील भीती, सारे नाहीसे झाले होते. सारे पुन्हा पूर्ववत चकचकीत वाटत होते. सोनालीचा दंड पकडून मीना खळखळून हसत होती.

જી

तिघी

आऊटहाऊसच्या सोप्यात बसून मुलीचे केस विंचरत असताना वत्सलाबाईंची नजर रोजच्यासारखी फाटकाबाहेर असलेल्या मोटारीकडे गेली. घरमालक भय्यासाहेब घाईघाईने मोटारीत जाऊन बसलेले दिसले. आज त्यांना बराच उशीर झालेला दिसत होता. फाटकावर ओठंगून सुमनताई त्यांना काहीतरी सांगत होत्या. तेवढ्यात झटकन मोटार सुरू झाली आणि सुमनताईंचे बोलणे अर्धवटच राहिले. पण रोज सुमनताई अगदी मोटारीपर्यंत जाऊन यजमानांना काय सांगत असतात, असा प्रश्न आज वत्सलाबाईंना पडला नाही.

आज सकाळपासून वत्सलाबाईंचे धड कुठेच लक्ष नव्हते. आपल्याच नादात त्या वावरत होत्या. केस विंचरत असताना मुलगी मधेच उठून गेली होती. भूगोलाचे पुस्तक शोधीत असलेल्या धाकट्याची आणि तिची जुंपलीच होती. सर्वांत धाकटी वर्षभराची मुलगी मुतली होती आणि त्यात हात थापटत बसली होती. एस.एस.सी.ला असलेल्या त्यांच्या मोठ्या मुलाने शेवटी तिला बाजूला केले, बाजूचे पोतेरे पायाने त्यावर फिरवले आणि तो पुन्हा अभ्यासाला बसला, तरीही वत्सलाबाई तशाच बसून होत्या.

गेले आठ दिवस अधूनमधून फडफडणारा उजवा डोळा आता सारखाच लवत होता. कदाचित वाताने असेल, म्हणून वत्सलाबाईंनी हातातील बांगडी उजव्या डोळ्याला लावली, तरीही डोळा लवण्याचे थांबेना. मग त्यांनी मंगळसूत्राची वाटी डोळ्याला लावली. फडफडणे जरा कमी झाले. काहीशा संशयाने त्यांनी हातातील झिजून गोट झालेल्या, हिणकस सोन्याच्या बांगड्याकडे पाहिले. नवीन बांगड्या

करायचे, असे त्यांच्या मनात हजार वेळा आले होते, पण जमले नव्हते खरे!

अभ्यास करत असलेल्या थोरल्यावर वत्सलाबाईंची नजर स्थिरावली. अजून पाच वर्षं कळ काढायला हवी होती. थोरल्याचे शिक्षण होऊन तो एकदा चांगल्या नोकरीला लागला की सारे कष्ट संपणार होते. मुलगी भीतभीत केस विंचरून घ्यायला पुन्हा पुढ्यात बसली. उजवा डोळा पुन्हा एकदा फडफडला. ''कार्टे! छपन्नवेळा कशाला उठून जात्येस? परीक्षा म्हणून नाचत होतीस, म्हणून तापलेला तवा तसाच टाकून उठून आले. महिन्याचा शेवट आलेला पैसा, वस्तू पुरवाव्या लागतात मला; तुम्हाला जाण आहे का त्याची?'' असे बडबडत वत्सलाबाईंनी एक सणसणीत धपाटा पोरीच्या पाठीत घातला. ती रडायला लागलेली पाहून मोठ्या मुलाने घाई केली, ''ए! आटप हं लवकर. नाहीतर मी जाईन पुढे. आज पहिला तास सायन्सचा आहे.''

गावातील घर सोडून भय्यासाहेबांच्या बंगल्याच्या आऊटहाऊसमध्ये राहायला आल्यापासून तिन्ही मुलं शाळेला बरोबर जायची. विठ्ठलरावांनाही लवकर बाहेर पडायला लागायचे.

गावाबाहेर जरा दूर- एवढी गैरसोय सोडली, तर नवीन जागा छान होती. आऊटहाऊसची एकच एक खोली, पण बाहेर पत्र्याची शेड होती. प्रशस्त अंगण होते. मिरचीचे झाड किंवा चार अळूच्या काड्या लावल्या तर 'नको' म्हणण्याइतकी मालकीण कद्रू नव्हती. नळ, बाथरूम, संडास स्वतंत्र होते.

''बंगलेवाली मालकीण मिजासखोर असेल की काय? अडल्यापडल्याला, दुखल्याखुपल्याला मग कोण शेजार? श्रीमंत घरमालकाच्या शेजारामुळे आपल्या मुलांच्या मागण्या वाढतील की काय?'' राहायला येण्यापूर्वी वत्सलाबाईंनी या काळज्या केल्या होत्या. पण भय्यासाहेब आणि सुमनताई दोघेही चांगली होती. सुमनताईंना तर शेजार हवाच होता, माणसे हवी होती. त्या मिळूनमिसळून राहायच्या. सकाळ, संध्याकाळ आऊटहाऊसकडे त्यांची एखादी खेप व्हायचीच.

मुलीची वेणी घालून झाली. किरकिरणाऱ्या धाकटीला पदराआड घेऊन वत्सलाबाई तेथेच बसून राहिल्या. सगळे आटपून मुलं शाळेत जायला निघाली, तेव्हा त्या थोरल्याला म्हणाल्या, ''अरे, ती आतली खुर्ची बाहेर आणून ठेव,'' सुमनताई माळ्याला कामासंबंधी काही सूचना देत होत्या, पण तरीही पाच मिनिटे उभ्याउभ्याने त्या वत्सलाबाईंकडे डोकावणार हे ठरलेलेच होते.

एके काळी सुमनताईही अशाच बेताच्या परिस्थितीतून गेलेल्या होत्या. तेव्हा त्यांची मुलं लहान होती. तीही अशीच अवतीभवती असायची. धंदा बेताचाच होता, त्यामुळे भय्यासाहेबही बऱ्याच वेळा घरी असायचे. सुमनताईंना ते दिवस आठवले. त्या वेळी घरात असाच गोंधळ, पसारा असायचा. पण त्यावेळी आयुष्याला एक

गंमत होती. हिवाळ्यात येणाऱ्या उन्हाच्या तिरिपेसारखी त्या दिवसांना असलेली ती प्रेमाची ऊब. प्रेमाच्या भरभक्कम पायावर तेव्हा घर उभे होते.

आता घरात पैसा आला होता, त्याबरोबर भय्यासाहेबांचे घराबाहेर राहणेही वाढले होते. मिळणाऱ्या तुटपुंज्या सहवासात पूर्वीची गंमत नव्हती. मुलेही मोठी झाली होती. आपापल्या आयुष्यात दंग होती. पैशामुळे त्यांचेही आयुष्य बदलले होते. कॉलेज, गॅदरिंग, सोशल ॲक्टिव्हिटीज, ट्रिप्स, सिनेमा, नाटके, मित्रमैत्रिणी, क्लब यात सुमनताईंना स्थान नव्हते.

गावातील भरवस्तीतील जागा सोडून त्या नवीन बंगल्यात आल्यावर प्रत्येकाला निमित्तच मिळाले होते. कॉलेज दूर पडते म्हणून मुलगा, मुलगी लवकर बाहेर पडायची. धंदा तेजीत म्हणून भय्यासाहेब जे सकाळी बाहेर पडायचे ते रात्री यायचे. नवीन जागेची सर्व घडी नीट लागेपर्यंत सुमनताईंना तसे काही जाणवले नव्हते. पण मग, उशिरा का होईना एकदाची स्वयंपाकाला बाई मिळाली होती. घरकामाला मोलकरीण मिळाली. बागकामाला माळी मिळाला. घरकामाला पूर्वीचा गडी होताच. सुमनताईंना मग हळूहळू असे काहीच काम उरले नाही. मोकळ्या जागेत हुंदडणाऱ्या टॉमीकडे बघत किती वेळ काढणार? बंगल्यातील शांतता त्यांना खायला उठे. नवीन जागेत त्या पार कंटाळल्या.

पूर्वीची जागा म्हणजे ब्लॉक होता. शेजारी पटकन जाता यायचे. दारात उभे राहून गप्पा करता यायच्या. येथे सर्व नवीन ओळखी. मुद्दाम उठून कोणाकडे कसे जायचे? शेजार हवा, सोबत हवी म्हणून मग त्यांनी आऊटहाऊस भाड्याने दिले होते.

भाडेकरू मिळाला होता तोही मनासारखा. विठ्ठलराव कचेरीत हेडक्लार्क होते. बेताच्या परिस्थितीमुळे असेल, वत्सलाबाई दबून असायच्या. दोन्ही माणसे गरीब होती, सालस होती. बिऱ्हाडात चार मुले होती; आऊटहाऊस निनादत असायचे. हल्ली त्यामुळे सुमनताईंना एकलेपण जाणवत नसे. एखादी फेरी आऊटहाऊसकडे टाकली की, सुमनताईंना पूर्वीचे ते दिवस आठवायचे आणि बरे वाटायचे. शेजारापरी शेजार मिळाला होता. रिकाम्या आऊटहाऊसचे भाडे येऊ लागले होते आणि गरज पडेल तेव्हा हक्काची सोबत मिळाली होती.

येथे तुझे-माझे, चुरस असला प्रकार नव्हता की, मिजास नव्हती. उरलेसुरलेले दिले तर त्याचे कौतुकच व्हायचे. घरात सर्वांनी आपल्याच नादात अन्न चिवडलेले असायचे, त्यामुळे पदार्थ चांगला झाल्याची पावती सुमनताईंना मिळायची ती शेजारून. काही काम सांगितले की, वत्सलाबाईंची मुलं ते काम हौसेने करायची. एखादे लिमलेट किंवा फ्रीजचे थंड पाणी दिले की, मुलं खूश! विठ्ठलरावांच्या शेजारून भय्यासाहेबांची मोटार धूळ उडवत गेली तरी फारसे बिघडत नसे. लहर असली आणि भय्यासाहेबांनी लिफ्ट दिली, तर विठ्ठलरावांना धन्य वाटायचे. "आज

तुझ्या मोटारीने, तर उद्या माझ्या मोटारीने.'' असली भानगड येथे नव्हती. सुमनताई आपल्या या भाडेकरूच्या निवडीवर बेहद्द खूश होत्या.

सुमनताईंशी थोडेसे इकडचे-तिकडचे बोलल्यावर वत्सलाबाई म्हणाल्या, ''गेले आठ दिवस सारखा उजवा डोळा लवतोय. वाताचा असेल म्हणून सोनं लावलं तरी थांबला नाही. सुचतच नाही आज त्यामुळे. काळजीच वाटतेय!''

'पैसा असो वा नसो, काळज्या कुणाला सुटल्या आहेत?' असे सुमनताईंच्या मनात आले, पण सुमनताई बोलल्या नाहीत. एक तर श्रीमंतीबरोबर आलेल्या विवंचना वत्सलाबाईंना सांगण्यात फारसा अर्थ नव्हता. बरे, राजूच्या उनाडक्या, नापास होणे, पैसे उधळणे यासंबंधी बोलावे, तर घराची अब्रू रस्त्यावर मांडण्यासारखे होते. बोलायचेच म्हटले तर तसे विषय बरेच होते, सुमनताई तरीही काही बोलल्या नाहीत. उलट वत्सलाबाईंचीच त्यांनी समजूत काढली. सुमनताई तेथून उठणार तेवढ्यात सीता परटीण आली आणि ते बोलणे तेवढ्यावरच थांबले.

धुतलेल्या कपड्यांचे बोचके सीतेने अलगद अंगणात ठेवले. मळक्या कपड्यांची झोळी खाली ठेवली. कुंकू जाणार नाही, अशा बेताने डोक्यावरच्या चिंबळीला तोंड पुसले आणि कनवटीचा पानसुपारीचा बटवा काढून फतकल मारून ती अंगणात बसली. पानाला चुना लावून तंबाखू घालून सीतेने पान तोंडात कोंबले. तेव्हा वत्सलाबाईंनी नेहमीसारखी चेष्टा केली, ''कमाल आहे सीते! पाहावं तेव्हा तुझं आपलं तोंड चालू!'' यावर सीता नेहमी हसायची, पण आज कसा तो तिला फटकन रागच आला, ''मंग काय! चाय देताव? पान थुपून टाकतो बघा. भूक तान समद्यावर आमची आपली तंबाखूची गोली. तुमच्यावानी हाय व्हय!'' यावर वत्सलाबाईंना गप्पच बसावे लागले. महिन्याच्या शेवटच्या दिवसांत तीन कप जास्त चहा करणे त्यांना शक्यच नव्हते. चहा-पावडर संपत आली होती.

सीताने बोचके सोडले. इस्त्री केलेल्या विठ्ठलरावांच्या पँटी न बोलता काढून ठेवल्या. गयावया नाही की उशिराचे कारण नाही. मग मात्र वत्सलाबाई म्हणाल्या, ''किती उशीर हा सीते?''

त्यावर सीता शांतपणे म्हणाली, ''मंग? तुमचे दोन कपडे द्याया आठ आणे खर्ची करून येऊ व्हय?''

सीता आणखी काही तणतणणार, तेवढ्यात सुमनताईंनी तिला फैलावर घेतली. ''वा! बरीच आहेस की गं! त्यांचे एकट्यांचेच कपडे होते का? आमचे नव्हते? आताच सांगून ठेवते, कपड्यांना आठ, फार तर दहा दिवस; त्याहून उशीर होणार असला तर मी दुसरे कोणीतरी पाहते!''

मग मात्र सीतेचा स्वर खाली आला, ''ताई, वयनी, रागावू नगा. घरात

कटकटी हायत. पोरगा मटका खेलतो. नव्हरा दारू पितो. पोरगी सासरी जाया मागत नाय. एकला धाकला आन मी! दोघंच धंदा बघतुया. ह्या वक्ताला झाला वाईच उशीर; पुढच्या वक्ताला झाला तर दमडा नाय घ्येयाची, मंग झालं?''

वत्सलाबाईंनी आणून दिलेले शर्ट सीतेने उलटसुलट करून पाहिले. ''वयनी, कपडे मानेवर गेल्यात व्हं, नायतर पुना आपलं सीतेवर यायचं! ह्या वक्ताला आठ दिसांत.'' असे हसतहसत सांगून सीता उठली, मग सुमनताईही उठल्या आणि वत्सलाबाई झरझर कामाला लागल्या.

वत्सलाबाई संध्याकाळचे काम आटपून जरा बसताहेत तोवर मुले शाळेतून आली. बंगल्यातून ऐकू येणारे नवीन रेकॉर्डचे स्वर ऐकून मुले तशीच घोटाळली. बंगल्यात राजूचे मित्र जमले होते. हास्यविनोद, गप्पा चालल्या होत्या.

तेवढ्यात सुमनताईंची नीता आणि तिच्या मैत्रिणी फिरायला बाहेर पडल्या. त्या मुलींच्या फॅशनेबल आणि चित्रविचित्र कपड्यांकडे आपल्या मुली टक लावून पाहत आहेत हे वत्सलाताईंना दिसले. थोरलाही गाणी, गप्पा ऐकत उभा असलेला दिसला आणि वत्सलाबाई चिडल्याच. ''चला बघू, घरात. खाणं ठेवलंय ते घ्या आणि अभ्यासाला लागा.'' मग मात्र मुलं निमूटपणे घरात आली.

दिवेलागणी झाली. विठ्ठलरावांची वाट पाहून मुलं पेंगुळली. वत्सलाबाईंनी त्यांची जेवणं उरकली. थोरला अभ्यासाला बसला आणि त्या दारातच वाट पाहत बसल्या.

आज भय्यासाहेबही आलेले दिसत नव्हते. सुमनताईही व्हरांड्यात येरझारा घालत होत्या. भय्यासाहेब असे रोजच उशिरा यायचे, पण विठ्ठलरावांना उशीर व्हायचे काहीच कारण नव्हते.

बंगल्यातून फोन करून बघावा, म्हणून थोरल्याला सांगण्यासाठी वत्सलाबाई वळणार, पण त्यांचे शब्द तोंडातल्या तोंडात राहिले. बंगल्याच्या दारात दोन मोटारी थांबल्या. बरीच मंडळी बंगल्यात गेली. वत्सलाबाई चरकल्या. तेवढ्यात जुन्या चाळीतील पाध्येकाका आणि ऑफिसमधले एक-दोन जण आऊटहाऊसकडे येताना दिसले.

''हे आले नाहीत अजून!'' वत्सलाबाई घाबऱ्याघुबऱ्या स्वरात म्हणाल्या.

''तेच सांगायला आलोय, वहिनी! भय्यासाहेबांच्या मोटारीने विठ्ठलराव येत होते. अपघात झालाय. भय्यासाहेब दगावलेच; विठ्ठलरावांना बराच मार लागलाय! आपल्याला ताबडतोब निघायला हवं.''

आपण हॉस्पिटलमध्ये कशा आलो, बरोबर कोण होते, कशाचीच शुद्ध वत्सलाबाईंना नव्हती. विठ्ठलरावांजवळ त्यांना नेण्यात आले. पण विठ्ठलरावांना शुद्ध होतीच कुठे? डॉक्टर धावपळ करत होते. रक्त देणे सुरू होते. विठ्ठलरावांच्या

हातापायाला, नाकातोंडाला नळ्या जोडलेल्या होत्या. सकाळी धडधाकट असलेल्या विठ्ठलरावांना त्या स्थितीत पाहून वत्सलाबाईंचा धीरच खचला. त्या देवीला नवस बोलल्या. तिने कुंकू शाबूत ठेवले, तर खणानारळाने तिची ओटी भरायचे ठरविले त्यांनी.

अपघाताची बातमी कळली आणि वत्सलाबाईंचा भाऊ, बहीण गावाहून धावत आली. विठ्ठलरावांचा भाऊ आला. आठ-दहा दिवस धावपळीतच गेले. पण विठ्ठलरावांच्या प्रकृतीला उतार पडेना. हिंडणेफिरणे एवढ्यात शक्यच नव्हते, पण त्यांना बोलताही येत नव्हते. नुसते आपले टुकटुक बघत असायचे. भावाने डॉक्टरना त्यासंबंधी विचारले आणि डॉक्टरनी जे सांगितले ते ऐकून सारेच हादरले. विठ्ठलरावांच्या मणक्याला मार लागला होता. त्यांना आता हालचाल अशक्यच होती. वाचाही गेली होती. अशा स्थितीत पैसे भरत हॉस्पिटलमध्ये ठेवण्यात काही अर्थ नव्हता, असे डॉक्टरांचे म्हणणे पडले. वत्सलाबाई तर बधिरच झाल्या. या स्थितीत निर्णय घेतला तो त्यांच्या नातेवाइकांनी. त्यांनी विठ्ठलरावांना घरी आणले.

सुमनताईंचे तर सौभाग्यच हरवले होते. उलट घरातून बाहेर पडताना आणि हॉस्पिटलमध्येही, ज्या कुंकवासाठी वत्सलाबाई नवस बोलल्या होत्या ते त्यांना मिळाले होते, पण हे असे लोळागोळा होऊन! सुमनताईंच्या सांत्वनाला जायला हवं होतं, पण कोण कोणाचे सांत्वन करणार! वत्सलाबाईंची बहीण बडबडत राहायची, "कुठून दुर्बुद्धी झाली आणि गावातून इथं आलीस बायो! त्यांची मोटार नडली आपल्याला! त्या बंगलेवालीचे काय, नवरा गेला तरी गडगंज पैसा आहे! आपलंच कठीण!" वत्सलाबाईंना हे समजत होते. नातेवाइकांची वाढलेली वर्दळ सोडली तर बाकी बंगल्यातील व्यवहार रोजच्यासारखेच सुरू होते. पण जे घडले त्याबद्दल सुमनताईंना बोल लावावा, हे वत्सलाबाईंना पटत नव्हते. त्या स्वत:च्याच दुर्दैवाला दोष देत राहायच्या. इतकी स्वस्त जागा आणि अशी मदत करणारी मालकीण तरी कुठे मिळणार होती? अपशकुनी ठरवून सुमनताईंनी आपल्याला घालवून लावले नाही, हेच नशीब होते!

हळूहळू वत्सलाबाईंचे नातेवाईक जायला निघाले. प्रत्येकाने पैशाची थोडी फार मदत केली. दिराने जरा जास्त पैसे दिले. पण मुलांच्या जबाबदारीबद्दल तो हात झटकून मोकळा झाला. भावाने महिन्याचे जिन्नस आणून टाकले. विठ्ठलरावांच्या विम्याची रक्कम मिळण्याची व्यवस्था केली. विठ्ठलरावांची पूर्ण आणि अर्धपगारी रजा संपल्यावर मिळणाऱ्या निवृत्तिवेतनाची व्यवस्था केली. मोठा मुलगा सज्ञान झाल्यावर कचेरीत त्याला लावण्यासंबंधी आश्वासन मिळवले आणि जमले तेवढे सर्व व्यवहार सुरळीत लावून वत्सलाबाईंचा भाऊ, बहीण बाहेर पडली. अखेर त्यांनाही त्यांचे संसार होतेच की!

घरातील रोजची कामे करताना वत्सलाबाई मधेच विचार करत उभ्या राहायच्या. पेन्शनचे पंचाहत्तर आणि विम्याचे पैसे बँकेत गुंतवले, तर मिळणारे व्याजाचे पन्नास-साठ रुपये; या सव्वाशे रुपयांत कसे भागायचे? त्यांना काही समजत नव्हते. त्यांनी भांड्यांसाठी असलेली मोलकरीण काढून टाकली. मशिन घेऊन शिवण केले, तर पाचपन्नास रुपयांपेक्षा जास्त मिळकत होणे शक्य नव्हते. हॉटेलातून डाळिंब्या सोलायला आणणे, काज-बटणे करणे, डांगर आणून पापड लाटणे यात काय कमाई होणार? थोरल्याचे शिक्षण सोडून त्याला कामाला लावणे, एवढा एकच मार्ग वत्सलाबाईंपुढे होता. विचार करून त्यांचे डोके फुटायची वेळ आली होती. विठ्ठलरावांपुढे त्या डोळे कोरडे करून जायच्या, पण तरीही चेहरा रडवेला दिसायचाच. विठ्ठलरावांच्या डोळ्यांना गळती लागली, की आवरायचे म्हटले तरी रडू फुटायचे.

एक दिवस दोघं अशी रडत असतानाच मुले शाळेतून आली आणि मग तीही रडू लागली.

आपल्या खोलीतून सुमनताईंना हे दिसत होते. आऊटहाऊसमधील बोलणी कानावर येत होती. "आई, काळजी करू नकोस! माझी एस.एस.सी. झाली की, मी दुकानात कामाला लागतो. वय भरलं की बाबा, मी तुमच्या जागी जातो. सर्व ठीक होईल आई! बाहेरून मला कॉलेज शिक्षणही करता येईल. पण आई, तू उभी रहा गं. नाहीतर या सर्वांना घेऊन मी एकटा काय करू?"

वत्सलाबाईंचा थोरला केवढा समजूतदार आहे; नाहीतर आपला राजू! आता तर त्याला कोणाचा धाकही नाही. पुन्हा उनाडक्या, पैसे उडवणे सुरू झाले आहे. प्रेमाच्या पायावर उभे असलेले ते घर, त्यांना वाटणारी परस्परांची काळजी, माया... सुमनताईंना त्या मोडकळलेल्या, तरीही उभ्या असलेल्या घराचा हेवा वाटला. भय्यासाहेबांच्या मृत्यूमुळे येऊन पडलेली जबाबदारी आणि आपल्या संसारातील उणिवा जाणवून त्यांना रडूच फुटले.

बंगल्यातून मोलकरीण आणि स्वयंपाकीणबाई आऊटहाऊसकडे गेलेल्या सुमनताईंना दिसल्या. अपराधी नजरेने वत्सलाबाईंच्या मुलांनी एकदा बंगल्याकडे पाहिले आणि तोंडात बोळा कोंबावा तशी ती रडतारडता गप्प झाली. पण सुमनताईंना तरीही बरे वाटेना. त्या शांत घरामुळे त्या जास्तच अस्वस्थ झाल्या. आपल्या मोटारीतून विठ्ठलरावांनी प्रवास केला नसता तर, कदाचित.... त्या विचारांनी सुमनताईंना उगाचच अपराधी वाटू लागले. रात्री त्यांना धड झोपही येईना.

दुसऱ्या दिवशी सुमनताई उठून आऊटहाऊसकडे आल्या. पूर्वीसारख्या बाहेरच्या खुर्चीवर न बसता प्रथम त्या आत डोकावल्या. वत्सलाबाई न बोलता बाहेर येऊन

बसल्या. दोघींनी एकच क्षण एकमेकींकडे पाहिले आणि दोघी हताशपणे बसून राहिल्या. आता या क्षणी तरी दोघींच्या मनात एकमेकींबद्दल राग नव्हता; होती काय ती सहानुभूतीच. सहानुभूतीच्या या धाग्याने शब्दांचे काम केले होते.

मग एकाएकी वत्सलाबाई रडू लागल्या. स्वत:चे दु:ख आवरताआवरता सुमनताई त्यांची समजूत घालू लागल्या. "रडू नका... मी आहे ना! काही काळजी करू नका..."

"त्यांच्यासाठी जीव तुटतो हो! त्यांचे हालही पाहवत नाहीत... कधीकधी वाटतं, त्यापेक्षा... मुलांसमोर, ह्यांच्यासमोर दु:खही करता येत नाही...."

सुमनताई उठून वत्सलाबाईंजवळ बसल्या. त्यांचा हात हातात धरून त्या कितीतरी वेळ तशाच बसून राहिल्या होत्या.

सीता परटीण फाटकातून आत शिरताना दिसली. तेव्हा दोघी जरा सावरल्या. सुमनताई ज्या कामासाठी आल्या होत्या ते तसेच राहिले होते. मग त्या हळूच वत्सलाबाईंना म्हणाल्या, "स्वयंपाकीणबाईंना आजपासून काढून टाकलं. पैसे देऊन वर आणखी कटकट कोण सोसणार? पण माझ्याच्याने एकटीने नाही होणार सर्व. विचारीन, विचारीन म्हणत होते... तर तुम्ही याल का मदतीला? मात्र सकाळी सहालाच या. राजू हल्ली लवकर जातो."

"आमच्यावर तुमचे डोंगराएवढे उपकार आहेत!" म्हणत वत्सलाबाईंनी डोळ्यांना पदर लावला.

सीतेने नेहमीप्रमाणे बोचके अंगणात टाकले. खांद्यावरची झोळी खाली ठेवली आणि मग ती आऊटहाऊसच्या दरवाजातून आत डोकावली. क्षणभर घुटमळली आणि मग पदराने डोळे टिपताटिपता म्हणाली, "नगं रडू, वयनी! भोग आपला. त्याला काय करायचा? चिप ऱ्हावा..."

डोक्यावरची चिंबळ टाकून सीता अंगणात बसली. आणि मग जरा वेळाने स्वत:शीच बडबडल्यागत पुटपुटू लागली, 'माना कलल्याला लई दिस झालं,पर येऊ कोनच्या तोंडाने! म्या लई कलवललो घरात. सायब, काय मराया झाला व्हता? ताई, तुमचा ह्यो असा, आन वयनीचा भोग बघा! कशात बाबाचा जीव अडकलाय, देवालाच ठावा!" बोलताबोलता सीता एकदम गप्पच झाली. बराच वेळ तशीच बसून राहिली.

समोरच्या झाडावर बसून कावळा करकरत होता. "कशाला करकरताय रं, मेल्या!" बसल्या जागेवरून धोंडा मारून सीतेने त्याला हाकलला. "कपड्यांचा निमित्त करून यायचा म्हनतुया, पर माजं बी कुठं धड हाय! थोरल्याला वायला घातला. न्हवऱ्याला बी सोडलं. पंचासमक्ष सारं ठरलं. न्हवऱ्याला रोजचा म्या दोन रुपये द्यायचे. बाकी संबंध नाय. पोरीला बी घोवाकडं धाडली परवाच्या रोज. धाकला

आन मी धंदा करतुया आता. मास्नी एक ठावा हाय, जो म्होरां येईल तां निस्तरायचां. बसून भागतां व्हय! माजा नव्हरा धडधाकट हाय, पर काय उपयोग सांगा!'' कपाळावर येणारा कुंकवाचा ओघळ, कुंकू पुसणार नाही अशा बेताने सीतेने पुसला आणि ती कसंनुसं हसली.

तिघीही मग आठवणीत बुडून तशाच बसून राहिल्या. जरा वेळाने सीताच उठली. तिने बोचके सोडले. वत्सलाताईंनी धुवायला दिलेले विठ्ठलरावांचे शर्ट देताना तिने त्यांच्याकडे बघायचे टाळले. ती उठली, बंगल्याकडे चालू लागली. वत्सलाबाईंनी डोळ्यांना पदर लावलेला दिसला. क्षणभर सुमनताई घुटमळल्या आणि न बोलता तशाच सीतेच्या मागून निघाल्या. डोळे पुसतापुसता पाठमोऱ्या त्या दोघींकडे वत्सलाबाई पाहतच राहिल्या.

सुमनताईंच्या अंगावर नेहमीसारखी परीटघडीची साडी होती. गळ्यात बारीकशी सोन्याची चेन होती. कपाळावर कुंकवाची टिकली होती. जोडीदाराच्या मृत्यूने चेहरा जरा ओकाबोका झाला होता तेवढाच फरक; बाकी त्यांच्यात, त्यांच्या घरात कसलाच फरक पडलेला नव्हता. त्यांची राहणी पूर्वीसारखीच होती. दयाळू वृत्तीही बदललेली नव्हती.

सीतेमध्ये तर काहीच बदल झाला नव्हता. गळ्यात मंगळसूत्राची त्रिपेडी तशीच होती. कपाळावर रुपयाएवढा कुंकवाचा टिळा तसाच होता आणि तरीही व्यसनी नवऱ्याला ती तशीच सोडून बसली होती. उनाड मुलालाही तिने दूर केले होते. सीता हिंमतवान खरीच! डोक्यावरचे भलेमोठे ओझे ताठपणे वागवत ती सुमनताईंच्या पुढे ठामपणे चालली होती. दोन टोकाला असणाऱ्या त्या दोघी आता अगदी एका रेषेत चालल्या होत्या.

मग एकदम वत्सलाबाईंच्या मनात आले, आपल्या कुंकवाला कसली शोभा राहिली आहे? बुडत्याचा पाय खोलात तशीच गत. त्यापेक्षा सुमनताईंप्रमाणे...

विठ्ठलरावांच्या खोलीतून कण्हल्याचा आवाज आला. वत्सलाबाईंनी मांडीवरच्या मुलीला खाली ठेवले, त्यांच्या पायाला मुंग्या आल्या होत्या तरी धडपडत, ठेचाळत त्या विठ्ठलरावांकडे धावल्या.

विठ्ठलरावांच्या डोळ्यांना लागलेली पाण्याची धार त्यांनी आपल्या पदराने पुसली. आपल्या मनातील विचार त्यांना कळले का? अपराधी भावनेने त्या रडत रडत म्हणत राहिल्या, ''नाही हो! माझं चुकलंच. काय दळभद्री मी!''

लुकलुक पाहणाऱ्या विठ्ठलरावांच्या तोंडात त्यांनी चार चमचे दूध घातले. आपल्या पदराने त्यांचे तोंड पुसले आणि त्यांच्या केसांवरून हात फिरवत त्या बसून राहिल्या.

संध्याछाया

काळासारखा अथांग, गूढ समुद्र समोर पसरलेला होता. भरती असली की, रगेल-रंगेल माणसासारखा हा समुद्र मस्त-चुस्त असायचा. लाटा बेदरकारपणे किनाऱ्यावर आदळत असायच्या. पण ओहोटी वळली की, किनारा उघडाबोडका व्हायचा. म्हाताऱ्या माणसाच्या कातडीसारख्या वाळूवर चिरम्या पडायच्या. किनाऱ्यावर वाळूत एकमेकींना समांतर अशा वक्ररेषा निर्माण व्हायच्या. कुठेतरी साचलेले चुळकाभर पाणी मधूनच वाहत, समुद्राकडून येणाऱ्या लाटेला मिळण्याचा प्रयत्न करायचे.

मलबार हिलवरील झगझगत्या इमारती, बॅक बे रेक्लमेशनवरील साचेबंद इमारती, ओबेरॉय शेरेटॉनमधील लखलखाट, एअर इंडियाच्या इमारतीवरील निऑन लाईट्स, मधूनच दिसणारे फॉरिनर्स, त्यांना सतावणारी भिकाऱ्यांची पोरं...

संध्याकाळच्या त्या ठरावीक वेळी, नरिमन पॉईंटवरील या सर्व कोलाहलात, ठरावीक बाकावर ते वृद्ध गृहस्थ नेहमीच बसलेले असत.

कुणाला यायला उशीर होई. कुणी लवकर आलेला असे. नरिमन पॉईंटची ठरावीक फेरी आटपली, की ती मंडळी त्यांच्या त्या आवडत्या बाकावर बसत.

त्यांच्यात तसे काहीच साम्य नव्हते. परस्परांची ओळख कधी आणि कशी झाली, हे पण त्यांच्यापैकी कुणाला आठवत होते की नाही देव जाणे!

एकच साम्य त्या पाचही जणांत होते... म्हातारपण! सायंकाळची ही चौपाटीची फेरी, हे परस्परांना भेटणे, सुखदुःखाच्या गप्पा करणे हा आता नुसताच विरंगुळा राहिला नव्हता, ती गरजेची गोष्ट बनली होती. न चुकता ते येत होते. गावी जायचे झाले तर परस्परांना सांगून जात होते.

बँक क्लार्क वझ्यांना रिटायर व्हायच्या सुमारास कुठे वरची जागा मिळाली होती. दोन मुलगे, दोन मुली. मुलींची लग्ने झाली होती. मुलगे होतकरू, मिळवते होते. काळजी करण्यासारखे आता त्यांच्या जीवनात काहीच उरलेले नव्हते. तरी वझ्यांच्या जिवाला टोचणी होती. मुलगे एकोप्याने राहत नव्हते. त्यांचे पटत नव्हते.

पाटील धंदेवाला माणूस होता. वय झाले तरी धंद्याची सूत्रे त्यांनी अजूनही स्वतःच्या हातात ठेवली होती. पाटलांची धडाडी मुलांच्या अंगात नव्हती. पाटलांना हेच फार दुःख होते.

साराभाई हे कॉन्ट्रॅक्टर. पैसा त्यांनी अमाप केला होता. परिवार मोठा होता. नातवंडे कॉलेजात शिकत होती. पण तरीही साराभाई काळजीत होते. आपल्या मागे आपल्या अपंग मुलाचे कसे होईल ही त्यांची चिंता होती.

मेघाणी स्वतः डॉक्टर, पण हार्ट अॅटॅकपासून बचावले नव्हते. त्यांना व्यवसायातून निवृत्त व्हावे लागले होते. ते सर्वांत जास्त कंटाळलेले होते. सदैव कशामागे तरी धावणाऱ्या माणसाचे हातपाय बांधून ठेवावेत तसेच त्यांचे झाले होते. प्रॅक्टिस त्यांच्या जावयाने ताब्यात घेतली होती. दवाखान्याची, हॉस्पिटलची त्यांना काळजी नव्हती. पण जावयाची अनेक प्रेमप्रकरणे, भानगडी कानावर येत होत्या. ते त्यामुळे अगदी कावून गेले होते.

त्यातल्या त्यात सुखी होते दारुवाला. त्यांनी लग्नच केले नव्हते. बाई-बाटलीचा नाद तरुणपणी चिक्कार केला होता. पण हल्ली जीवनाचा एकाकीपणा त्यांना जाणवत होता. इतर चौघे संसाराच्या सुखदुःखाच्या गप्पा मारीत असले की, त्यांची सुखदुःखे पाहून ते मनातून हळहळत.

साराभाई, मेघाणी, दारुवाला कुलाब्याला राहत. वझे गिरगावात. इतर चौघांसारखी त्यांच्याजवळ गाडी नव्हती, पण ते सर्वांच्या आधी येऊन त्या बाकावर बसलेले असत.

''केम टांट्या? क्यारे आव्यो?'' मेघाणी, साराभाई, दारुवाला ही मंडळी गाडीतून उतरताच वझ्यांकडे अशी चौकशी करत. वझ्यांना घरी 'तात्या' म्हणतात हे त्यांच्याच बोलण्यावरून यांना कळलेले होते.

''अमणा अमणांच. जयीनी आवज्यो.'' तात्या या तिघांना नरिमन पॉईंटला हात लावून यायला सांगत. पाटील घाईगर्दीने येताना दिसले की, ते त्यांना सांगत, ''आताच ती मंडळी गेली पुढे. झपाझप गेलात तर भेटतीलही.'' आणि ते चौघे येईपर्यंत तात्या समुद्राकडे पाहत बसत.

ते चौघे परत आले की, न चुकता एअर इंडियाची नवी जाहिरात बघत. एखादी चांगली जाहिरात असली तर कौतुक करीत. सामान्य जाहिरात असली, की 'कूका असताना जाहिरात किती दर्जेदार असत' त्याचे वर्णन करत. आठवत असलेल्या जाहिराती परस्परांना ऐकवीत. गप्पांचा ओघ वळत वळत हल्लीचे राजकारण,

मुंबईची परिस्थिती, गरिबी याकडे वळे.

युनिसेक्समुळे आलेले सारखे ड्रेसेस, त्यावरून आपली झालेली फजिती दारुवालाने अनेक वेळा ऐकवली होती. "अरे! साला मने तो खबरच नथी पडी," अशी सुरुवात होई आणि दारुवाला तीच गोष्ट पुन:पुन्हा सांगे. पहिल्या वेळी सर्वजण पोट धरधरून हसले होते. मग सवयीने हसत आले होते.

दारुवाला तसा होता गमत्याच. बोले मजेशीर. त्याच्या त्याच त्याच गप्पा ऐकताना कधी कंटाळा येत नसे. दारूमुळे झालेले गोंधळ, हिलस्टेशन्सवर मजेसाठी नेलेल्या पोरींच्या गमती तो खुलवून खुलवून सांगे.

डॉ. मेघाणी हॉस्पिटलमध्ये आलेल्या कठीण केसेस, केलेली अवघड ऑपरेशन्स, पेशंट्स वगैरे गोष्टी ऐकवीत. त्यांचाही स्टॉक बहुतेक संपला होता.

साराभाईंचे लक्ष इन्कमटॅक्स कसा चुकवायचा, पोरे धंद्यात पुढे कशी येतील याकडे असे. ते निवृत्त झाले होते तरी त्यांच्या मागच्या या विवंचना सुटल्या नव्हत्या. अपंग मुलाचीही काळजी होती. त्यांनी सारखी पिरपिर केली की, दारूवाला त्यांना चापी, "तू तो साला पैसानीच वात कर. तारो पैसो, मारो पैसो. तमे बनिया लोग बिजी कई वात करताच नथी!"

साराभाई मग गप्प बसे.

पाटलांच्या बोलण्यात, वागण्यात अजूनही आत्मविश्वास होता. पण तेही तक्रार करत. धंद्यात त्यांचे डोके जेवढे चाले, तेवढे मुलांचे चालत नाही, ही त्यांची तक्रार होती.

इन्कमटॅक्स, हल्लीचे राजकारण, धंद्याची होणारी कुचंबणा यावरून गप्पांचा ओघ मग घरगुती विषयांकडे वळे.

वझे गप्प बसलेले असले की, दारुवाला विचारी, "टांट्या, तू कशाला वार्ता नाय करते?" तात्या नुसते हसत. गप्पांच्या ओघात सी.डी. देशमुख गव्हर्नर असतानाच्या गप्पा ते ऐकवत. तात्यांचे विषयच निराळे होते. त्यामुळे ते या व्यापारी वर्गात हिरीरीने बोलू शकत नसत. पण कौटुंबिक, जिव्हाळ्याचे विषय निघाले की, तात्यांची वाणी रसाळपणे सुरू होई.

दारिद्र्यात काढलेले दिवस, पत्नीची झालेली कुचंबणा, तरीही न डगमगता तिने केलेला संसार, इहलोक सोडून जाताना तिला वाटणारी तात्यांची काळजी, मुलांची तात्यांवर असलेली माया याचे वर्णन चौघेजण शांतपणे ऐकत. तात्यांकडे फारसा पैसा नाही, पण तात्या भाग्यवान खराच, असे त्यांना मनातून वाटे. पत्नीच्या मृत्यूचे वर्णन करताना तात्या नेहमी 'यथा काष्ठम् च काष्ठम् च' हा श्लोक म्हणून दाखवीत. त्याचा अर्थ समजावून सांगत. जन्म, मृत्यू हे पाण्यावरच उमटलेले तरंग, ही ज्ञानेश्वरीतील उपमा सांगताना रंगून जात आणि बाकीची मंडळी तल्लीन होऊन

ऐकत राहत आणि म्हणूनच मग गरज पडली, तर ते चौघे तात्यांचा सल्ला घेत.

एकदा तात्यांनी पाटलांना सरळ सांगितले होते, "अहो! धंद्याचा वृक्ष तुम्ही लावलात. त्याला आलेली फळं तुम्ही पाहिलीत, चाखलीत. आता छोटी रोपटी खाली रुजतात की नाही हे बघणं आपलं काम नव्हे!" साराभाईंना त्यांच्या अपंग मुलावरून ते असेच समजावीत. परमेश्वराकडे जाताना लक्ष्मीचा काही उपयोग नाही याची जाणीव करून देत. डॉ. मेघाणींचे ब्लडप्रेशर तात्यांच्या बोलण्याने उतरे. जावयाच्या लंपटपणाची ते तक्रार करू लागले की, तात्या त्यांना म्हणत, "अरे! जाऊ दे. तुझ्या मुलीला तो नीटपणे वागवतो ना? तिला तर त्याने टाकलं नाही ना? काही माणसांची सेक्सची भूकच अशी दांडगी असते. सोडून दे."

लोकांना उपदेश करून ते थांबले नव्हते. दोन्ही मुलांचे पटत नाही हे पाहून दोघांत त्यांनी आपल्या पैशा-अडक्याची वाटणी केली होती. आपल्या पश्चात त्यांनी वेगळे राहावे अशी व्यवस्था केली होती.

त्या पाच म्हाताऱ्यांत तात्या सर्वांचा आधार होते. तात्यांचे हे तत्त्वज्ञान निदान तेवढ्यापुरते तरी सर्वांना पटायचे. रोजच्या अशा गप्पा रंगायच्या आणि परस्परांचा निरोप देत-घेत, दुसऱ्या दिवशीच्या भेटीचे आश्वासन घेत मंडळी आपापल्या घरी जायची.

पण एक संध्याकाळ अशी उगवली की, नेहमी सर्वांच्या आधी उगवणारे तात्या आलेच नाहीत. कुलाब्याची त्रिमूर्ती आली. चर्चगेटवरून पाटील आले.

"आजे टांट्या नथी आव्यो?" दारुवाल्याने प्रत्येकाच्या मनातील चुळबुळीला बोलते केले. नरिमन पॉईंटला हात लावून ते चौघे परतले, तरी नेहमीच्या बाकावर तात्यांची स्वारी नव्हती.

काही अडचण असेल, किरकोळ आजार असेल अशी मनाची समजूत चौघांनी केली. पण चौघे बेचैन होते. रोजच्यासारख्या गप्पा रंगत नव्हत्या. चौपाटीवरील गर्दीकडे पाहत, चुळबुळत चौघे बसून होते. नेहमी परस्परांचा निरोप घेताना थट्टेखोर दारुवाला बजावी, "साला! भगवानने घरे जावानूं होय तो फ्रेंड्सना इन्फर्मेशन करी नी पछी जावानूं हां!" पण दारुवालाही त्या दिवशी मूक होता.

दोन-तीन संध्याकाळ अशाच गेल्या आणि ते चौघे धास्तावले. चौघांनाही तात्यांच्या घराची फारशी माहिती नव्हती. पाटलांमुळे बाकी तिघांची तात्यांशी ओळख झाली होती. पण पाटलांनाही तात्या असेच चौपाटीवर भेटलेले होते. ते काय माहिती देणार? बोलण्याच्या ओघात तात्या धन मॅन्शनमध्ये खाडिलकर रोडला राहतात एवढीच माहिती कळलेली होती.

त्या दिवशी डॉक्टर मेघाणींच्या गाडीने चौघांनी गिरगाव गाठले. धन मॅन्शन शोधून काढून तात्यांची चौकशी करत ते एका अंधाऱ्या चाळीत शिरले. या अशा

जागेत तात्या इतकी वर्षं कसा काय जगला, याचेच सर्वांना आश्चर्य वाटत होते. तात्यांचे घर म्हणजे दुसऱ्या मजल्यावरील शेवटच्या दोन डबलरूम्स होत्या. घर आतून मात्र व्यवस्थित होते.

सामान बेताचेच होते. घाबरत, "काय ऐकू येईल?" या धास्तीने चौघे दाराजवळ पोहोचले. एका तरुण बाईने त्यांना घरात घेतले. ती बहुधा तात्यांची सून असावी. तात्या बिछान्यावर पडलेले होते. त्यांची कुडी गादीत दिसत नव्हती. आधीच त्यांची प्रकृती बेताची होती. त्यात चार दिवसांच्या या आजारात ते भलतेच अशक्त झाले होते. पण त्यांची मुद्रा टवटवीत होती. मित्रांना पाहून त्यांनी क्षीण हास्य केले आणि ते दारुवाल्याला म्हणाले, "भगवानने घरे जावानूं टाईम आवी गयो!"

कुणाला काय बोलावे ते सुचेना. औषधपाण्याची चौकशी करताच तात्या म्हणाले, "औषध, इंजेक्शन्स हे व्याप आता कशाला? एवढा खर्च मला परवडणारही नाही."

"कमाल करत्ये, तात्या तू? आमी एवढा फ्रेंड्स कशाला मग?" असे म्हणून डॉ. मेघाणी थांबले नाहीत. ते खाली गेले. जवळच्या दुकानातून त्यांनी हॉस्पिटलला फोन लावला. अँब्युलन्स मागवली आणि तात्यांचे न ऐकता त्यांना घेऊन ते चौघे हॉस्पिटलवर गेले. डॉक्टरांच्या ताब्यात तात्यांना देऊनच ते चौघे परतले.

मग रोज चौपाटीला आल्यावर एअर इंडियाच्या जाहिरातीकडे कोणाचेच लक्ष जाईनासे झाले. ते परस्परांना विचारीत, "कसं आहे तात्याचे?" तात्यांची प्रकृती हाच मग गप्पांचा विषय झाला. तात्यांना सुरुवातीला उतार पडला, पण त्यांनी दोन दिवसांत सर्वांनाच घाबरवले. ऑक्सिजन देणे सुरू झाले. तात्या मरणार याबद्दल चौघांची खात्री झाली.

नेहमीप्रमाणे दारुवाला म्हणालाही, "एक सीट खाली थयी जसे एवूं लागे छे खरुं!" दारुवाला असे म्हणाल्यावर प्रत्येकाच्या मनात एकच विचार होता! अशा सीट्स रिकाम्या होत होत ते बाक एक दिवस ओस पडणार! त्यांच्या मनात मग भलभलते विचार येत. आता गप्पा रंगत नव्हत्या. परस्परांकडे तात्यांची चौकशी करून झाली की, ते चौघे समुद्राकडे बघत बसत. जड मनाने परस्परांचा निरोप घेऊन निघून जात.

तात्यांनी मित्रांना आधी असे घाबरवले आणि अचानक तात्यांच्या प्रकृतीस उतार पडला. तात्यांना आराम वाटू लागला, ते बरे होऊ लागले आणि ते चौघे खुलले. रोज तात्यांची चौकशी करून झाली की, पुन्हा गप्पा रंगू लागल्या. निरोप घेताना, 'सी यू टुमारो' म्हणून शेकहँड होऊ लागले.

तात्यांनी बरे व्हायला चांगला महिना घेतला. अधूनमधून मंडळी जात. तात्यांना फळे, औषधे देऊन येत. तात्यांना मग एक दिवस हॉस्पिटलमधून डिस्चार्ज

मिळाला. तात्या घरी गेले. त्यांचे हे सधन मित्र मग ठरवून तात्यांच्या घरी जात, चौकशी करून येत. चौपाटीला संध्याकाळी एकत्र आल्यावर तात्यांच्या सुधारलेल्या प्रकृतीची माहिती परस्परांना सांगत. फुलून बोलत, गप्पा रंगत.

मेघाणींची गाडी मूळपदावर आली आणि त्याच त्याच ऑपरेशन्सच्या कथा ते ऐकवू लागले. साराभाई पैशाची चिंता व्यक्त करू लागले. पाटील पोरांच्या नावाने चरफडू लागले. बाई, बाटली, युनिसेक्सवरचे तेच तेच जोक्स दारुवाला ऐकवू लागला. तात्यांच्या बऱ्या होण्यामुळे चौघांची रुळ बदललेली गाडी पुन्हा मार्गावर आली होती.

आणि एक दिवस अचानक, जसे यायचे बंद झाले होते तसेच अचानक पावसाळ्यातील भुईछत्रीसारखे तात्या पुन्हा बाकावर उगवले. कोट, कानटोपी, स्कार्फ गुंडाळलेली त्यांची त्या ठरावीक बाकावरील मूर्ती त्या चौघांनाही दुरूनही ओळखली.

त्यांना पाहून मेघाणी, पाटील आनंदले. साराभाईंनी हस्तांदोलन केले, तर पपेटी असल्यागत दारुवाल्याने त्यांना मिठीच घातली. "साला, साला" असे पुन:पुन्हा म्हणत त्यांची पाठ थोपटली.

सर्वांनीच त्यांच्या प्रकृतीची पुन:पुन्हा चौकशी केली. अशक्तपणावर घ्यावी लागणारी औषधे, टॉनिक, पौष्टिक अन्न याबाबत डॉ. मेघाणींनी सल्ला दिला. मित्रांचे हे प्रेम पाहून की काय, तात्यांच्या डोळ्यांत नकळत अश्रू उभे राहिले.

तात्या बरे होऊन परत आले की, अनेक गोष्टी करायच्या ठरवल्या होत्या त्यांनी. तात्या परत आला म्हणून त्याच्याकडून पार्टी घ्यायची, असा दारुवाल्याचा बेत होता. साराभाई ड्रिंक घेत नसत, ते भेलपुरी, कुल्फी, पाणीपुरी यावर खूश होते. प्रत्येकाने काही ना काही ठरवलेले होते, पण आज कोणीच तो विषय काढीना. तात्यांचा आजार, अशक्त प्रकृती हे तर याचे कारण होतेच; पण तात्यांच्या खोल गेलेल्या डोळ्यांतील भाव पाहून ते गप्प झाले होते. तेथे गांभीर्य होते, कधी नव्हे ती भीती होती.

ते पाचजण आज कित्येक दिवसांनंतर पुन्हा एकत्र आले होते. पण तात्यांची प्रकृती, आजार यावरून गप्पा पुढे सरकेचनात. नेहमीचे विषय येईनात. त्यात रंगावे असे त्यांना वाटेना. ओढूनताणून विषय काढले, तर बिघडलेल्या मोटारीसारखी गत होई. इंजिन जरा वेळ धडधडे आणि पुन्हा बंद!

बराच वेळ गप्प बसलेल्या तात्यांना दारुवाला म्हणाला, "टांट्या, सारू छे ना? साला, एवुं जावानूं कई गडबड नथी करवानूं हां! तू तो गेलास बी आन् वापीस बी आलास. आता सांग नी. काय हाय तिथं, काय नाय. तारो अनुभव बोल नी."

अज्ञाताच्या अर्ध्या वाटेवर जाऊन आलेल्या तात्यांच्या काय भावना होत्या, मनाची काय स्थिती होती, हे जाणण्याची इच्छा प्रत्येकालाच होती. पण तात्या? ते नेहमीप्रमाणे बोलत नव्हते. तो विषयच काढत नव्हते. नेहमीचे त्यांचे तत्त्वज्ञान, साधुसंतांचे दाखले- सारे सारे संपुष्टात आले होते.

एखादा भलामोठा दांडगा कुत्रा बाजूने गेल्यावर लहान मुलाने आईचा हात गच्च पकडावा, अगदी तसेच तात्या मित्रांची संगत, ते नेहमीचे बाक, ते चिरपरिचित वातावरण याला चिकटून बसल्यासारखे भासत होते.

सूर्य उगाचच रेंगाळल्यासारखा वाटत होता. एखाद्या पिरपिऱ्या म्हाताऱ्याप्रमाणे पुन:पुन्हा एक दिवस संपल्याची खूण पटवून देत होता आणि ते चौघे मोठ्या आशेने तात्यांकडे पाहत होते. अर्ध्या वाटेवर जाऊन आलेले तात्या काहीतरी दिलासा देणारा अनुभव सांगतील म्हणून वाट पाहत होते.

पण तात्यांची कुठे समाधी लागली होती देव जाणे!

बघताबघता मावळत्या सूर्याचा लालसर प्रकाश नाहीसा झाला. समुद्रावर एक गूढ अंधाराची छाया पसरू लागली. त्या अंधाराला पाहून तात्या शहारले आणि सर्वांचा थरकाप उडाला. तात्यांचे लक्ष आपल्या मित्रांकडे गेले. मघाच्या त्यांच्या प्रश्नाचे उत्तर द्यायलाच हवे होते. त्यांनी घसा खाकरला. आता काहीतरी तत्त्वज्ञान, अनुभव ऐकायला मिळणार म्हणून मित्रांनी कान टवकारले, सर्व सावरून बसले.

पण तात्या बोलले नाहीत. ते खाली वाकले. थरथरत्या हातांनी त्यांनी एक छोटा दगड उचलला. उन्हापावसात असलेला, थंडीवारे अनुभवणारा, पृथ्वीवरची रंगेल दुनिया बघणारा, चिरपरिचित वातावरणात असलेला तो दगड त्यांनी समुद्रात भिरकावला आणि ते खाली बसले. त्यांचे अवघे शरीर थरथरत होते. अपराधी मुद्रेने खाली मान घालून तात्या बसून राहिले.

ते पाचजण तेच होते. ते बाकसुद्धा बदललेले नव्हते. ठरावीक टिपेला पोहोचलेले, संध्याकाळच्या वेळचे चौपाटीवरील वातावरणसुद्धा तेच होते. पण...

इतके दिवस गूढ असलेला तरी परिचित वाटणारा तो समुद्र आज अपरिचित, भयानक भासत होता. समुद्रावरून येणारी गार वाऱ्याची झुळूक, कुणीतरी थंडगार बर्फाचे पाणी ओतल्यासारखी हुडहुडी भरवीत होती. तो थंडगार स्पर्श नकोसा वाटत होता. पण तो अटळ होता.

कुणी कुणाकडे बघत नव्हते. कुणी कुणाशी बोलत नव्हते. कुबडी हरवलेल्या लंगड्यासारखी सर्वांची स्थिती झाली होती. एखाद्या आंधळ्यासारखे इतके दिवस चाचपडणे चालले होते. पण हाती असलेल्या मोडक्या काठीचाही आधार एकाएकी हरवला होता. बऱ्याच वेळानंतर अगदी नाइलाजाने ते उठले आणि मरगळलेल्या आवाजात एकमेकांना म्हणाले, 'सी यू टुमारो !'

प्रवाह

संध्याकाळचे पाच वाजून गेले होते. बाल्कनीत रेंगाळणारी उन्हे केव्हाच आरपार निघून गेली होती. मशीनवर दुपट्ट्यासाठी कापडाचे तुकडे जोडीत असलेल्या सुमनताईंचे तिकडे लक्षच नव्हते. खोलीभर कापडाचे लहान-मोठे तुकडे पडलेले होते. शिवून तयार झालेल्या कपड्यांचे एक बोचके बाजूला पडलेले होते. शिवणाच्या नादात खोलीत अंधार आलाय, हेही त्यांना जाणवले नव्हते. दारातून डोकावत नलुताईंनी हाक मारली नसती, तर त्या तशाच शिवत राहिल्या असत्या. नलुताई आल्या म्हणजे आता अर्ध्या तासाची निश्चिंती! आता मुलाच्या, सुनेच्या चहाड्या होतील. त्याच्या संसारात आपली कशी कोंडी होते त्याचे रसभरित वर्णन होईल. माई देवळातून यायच्या आत आता कसले शिवण पुरे होतेय? हा विचार त्यांच्या मनात आलाही. पण अगदी नाइलाजाने सुमनताईंनी शिवण थांबवले.

"वा! बरीच तयारी चाललेय नातवंडासाठी, केव्हा यायची, रूपा तुमची?"

डोळ्यावरचा घरंगळणारा चष्मा सावरीत सुमनताई म्हणाल्या, "सातवा लागलाय आता. मागच्या आठवड्यात यायची होती, पण सुधीर आजारी झाले. आता बहुतेक उद्या येईल."

"मुलगी म्हणजे मनातील कढ टाकायला केवढा आधार असतो, नाही हो सुमनताई?"

आज सासवा-सुनांचे पुन्हा वाजलेलं दिसतंय. बटनांची डबी शोधत असताना सुमनताईंच्या मनात हा विचार आलाच. पण त्यांनी काही विचारण्याआधीच नलुताई म्हणाल्या, "खरंच सुमनताई, हल्ली मला काही कळेनासंच झालंय. संसार, संसार

आपण म्हणतो, पण त्याला अर्थ तरी काय आहे हो? माझेच बघा ना! घरात काम करते, सून नोकरीला जाते म्हणून नातवंडांचं करते; पण असेच केले नाही, तसेच केले नाही हे खापर येतेच. सुना आल्या की, मुलगे त्यांचे होतात. मग आपण रिकाम्या त्या रिकाम्याच. त्यापेक्षा हल्ली वाटते, मुलगी बरी. जावयाच्या रूपाने मुलगा मिळतो. तुमचेच पहा ना! रूपाचा मियाबिबीचा संसार म्हणजे उद्या नातवंडं सांभाळण्याची जबाबदारी तुमच्यावरच येणार. आमच्या सुनेसारखे 'हे केले नाही, ते केले नाही.' म्हणायलाही कोणी नाही. विरंगुळ्याप्रमाणे विरंगुळा अन् पुन्हा उद्योगही."

सुमनताईंच्या मनातले नलुताई बोलल्या, तरी सुमनताई त्यावर काहीच बोलल्या नाहीत. नलुताईंच्या सुनेने, मुलांचे घरात फाजील लाड होतात, म्हणून मुलांना क्रेशमध्ये टाकले होते. 'मुलगी ती मुलगी आणि सून ती सून. पैसा असला तर सुना पडतील उपयोगी. पण मायेची मुलगीच.' असे सांगायचे, त्यांच्या ओठांशी आले होते. पण उगाचच बोलून नलुताईंना कशाला दुखवा, म्हणून त्या गप्प बसल्या. थोडा वेळ अशाच गप्पा झाल्या. झालेले शिवण नलुताईंनी पाहिले आणि बोलताबोलता त्या म्हणाल्या, "हे काय, कुंची नाही केलीत?"

"शिवणार आहे. माईलाच विचारून शिवायला हवी."

"बोलण्याच्या नादात विसरलेच! आहेत कुठे माई?" पण तेवढ्यात माईच घरात शिरल्या. कपाळावर असलेला बुक्क्याचा टिळा...

नलुताई समोर होत्या तरी माई न बोलताच आत गेल्या. माईंच्या कपाळावर उठलेली सूक्ष्म आठी... तऱ्हेवाईकपणाच करत्ये हल्ली माई... सुमनताईंच्या मनात आले. संध्याकाळचे निमित्त करून नलुताई उठल्या. तेव्हा माई बाहेर आली.

"अगो सुमन! किती वेळ शिवण शिवत्येस? बघ हो, जास्त श्रम करू नको. तुला हल्ली झेपत नाही. मागच्यासारखी चक्कर करायला लागली की मग पंचाईत! रूपा बाळंतपणाला यायची आणि नेमके तुझे अंथरूण... मला काही त्या रूपाचे करता नाही यायचे, बायो! भारी मिजासखोर आहे!" आपले मिचमिचे डोळे पदराच्या शेवाने टिपताना माई शेवटचे वाक्य हळूच पुटपुटल्या. रूपाबद्दल काही बोलले की, आपल्या लेकीला राग येतो हे माईंना ठाऊक होते. जरा वेळ तसाच गेला. तरी मशीन थांबण्याचे लक्षण दिसेना. मग माई कंटाळल्याच. 'संपणार तरी केव्हा तुझे शिवण? जळ्ळं मेलं पोट. अल्सर आहे ना! खाल्ले नाही वेळेवर की, लागले दुखायला."

"तुला हवं असलं तर कपभर दूध घे. शिवण थोडेच आहे ते पुरे करत्ये. सुधीरचा निरोप आलाय. उद्या रूपा यायची आहे." दुपट्याला नवीन भर जोडीत, सुमनताईंनी माहिती पुरवली.

"त्या रूपाचे काही सांगू नको. उद्या आली म्हणजे म्हणायचे! सातव्यात येता येता बाळंतपणाला टेकल्यावर हजर व्हायची. ह्या हल्लीच्या पोरी, माया नाही,

माहेरची ओढ नाही. रूपाला तर नवऱ्याशिवाय दुसरे कोणी दिसत नाही.''

''काहीतरी काय बोलत्येस, माई? सातवा टेकताच हजर व्हायची होती; पण सुधीर आजारी झाले. घरात एकेकट्या ह्या मुली. नवऱ्याला कुणावर टाकून येणार? लग्न झाल्यापासून दर पंधरा दिवसांनी खेप घालते रूपा. चुकलेय कधी? माझ्याशिवाय तिला कुठे चैन पडतंय? लग्नाला वय मोठे झाले तेव्हा वाटले होते संसारात पार रंगून जाईल. पण अजूनही वागणे पूर्वीसारखेच आहे. येथे आली की पंधरा दिवसांचे लाड करून घेते. रेडिओ काय लावील, हिंडायला काय जाईल, रात्रीची वाचत काय बसेल. मागच्या वेळेला सकाळी नऊला उठली; मग घाईगर्दीने अंघोळ आटपून कशीबशी ऑफिसला पळाली.''

''आता तर काय? भरले सरलेली म्हणजे इकडची काडी तिकडे करणार नाही!'' मशीनच्या खडखडाटात माईंचे हे बोलणे सुमनताईंना मात्र ऐकू गेले नव्हते. माई कंटाळून मग त्या कापडाच्या तुकड्यात तशाच फतकल मारून बसल्या.

हातातील पुरे करून सुमनताईंनी काम थांबवले.

गझनीच्या कापडाकडे त्यांचे लक्ष गेले आणि त्या माईंना म्हणाल्या, ''याची कुंची बेतून ठेव. मला आता आठवत नाही. हिरव्या सॅटिनच्या कापडाची पायपिन लावणार आहे. गोंडेही तयार आहेत. तू बेत, मी भराभर शिवते.''

''अगो! ही कसली लगीनघाई तुझी? काय आज बाळंतपणाला टेकलेय का ती? दोन महिने अवकाश आहे अजून. उठ बघू नाहीतर पाठीत दुखायला लागेल.'' माई जरा रागावल्याच. यापुढे ही उठणार. त्यापुढे जेवण बनवणार. जेवायला आठ वाजून जातील. रात्र झाली, अवेळ झाली की, आपल्याला पचत नाही हे नको का हिने ध्यानात ठेवायला?

माईंचा राग बघून सुमनताईंनी आवरते घेतले. माईला जेवणाशिवाय दुसरे सुचतेच काय म्हणा! पण शिवण नको व्हायला? पहिलटकरीण येणार! तिच्यापुढे का शिवण शिवायचे? रूपाच्या वेळी माईने तरी आपल्याला कुठे काय दाखवले होते? आता डाळ-तांदूळही निवडून ठेवायला हवेत. रोजचे, बारशासाठी आणि पुढे घरात लहान मूल म्हणून. दोन-तीन महिने मग काही करता येणार नाही. त्यात रुपाच्या वळणावर मूल गेलं तर रात्र रात्र हरिजागर हे ठरलेलेच!

आणि सुमनताईंच्या डोळ्यांपुढे इवल्या इवल्या नाजूक हातापायांचा, गुलाबी गोबऱ्या गालांचा सुरेख नातू उभा राहिला. त्याचे काळेभोर जावळ, धारदार नाक, हसताना विलग झालेली लालचुटूक जिवणी सारे दिसले. इतकेच नव्हे तर त्यांना पाळण्यात झोपलेल्या नातवाचे रडणेही ऐकू आले. कल्पनेच्या राज्यात त्या पार हरवल्या होत्या.

''उठत्येस ना!'' माईंच्या या शब्दाने त्या भानावर आल्या. मशीनवर हात ठेवून

त्या उठल्याच. पण बराच वेळ पाय मुडपून बसल्यामुळे पायांना मुंग्या आल्या होत्या. कशाबशा त्या कॉटवर टेकल्या.

"बघ! धरला ना पाय? तरी मी सांगत होते. नातवंडं काय आम्हालाही झालीच की! पण तुझी मुलखावेगळी तयारी."

मग मात्र सुमनताई चिडल्याच.

"मुलखावेगळी काय तयारी केली गं? आज तीस वर्षांनी घरात लहान मूल जन्मणार, मग तयारी नको करायला? रूपाच्या वेळी तूसुद्धा केली होतीसच की!" हल्ली हे असे खटके मायलेकीत नेहमीच उडायचे.

"अगं हो, पण जावयाचे मूल..." आणखीही बरेच काही माईंना सांगायचे होते. 'पाण्याचा प्रवाह मागे वळून पाहत नाही. तो पुढेच धावतो. तू नाही का? रूपा आली, की तुम्ही दोघी गुलुगुलू गोष्टी करत बसता. मग माई नको असत्ये तुम्हाला. तुझे, रूपाचे मी काय कमी का केले लहानपणी?" पण हे सारे त्या बोलू शकल्या नाहीत.

"माई! आज तुला निक्षूनच सांगते, असले काही माझ्या मनात भरवू नकोस. हल्ली मुलगा, मुलगी असला फरक कोणीच मानत नाही. दोन्ही सारखीच. मुलींना सासरी जावेच लागते. पण रूपाला माझी काळजी आहे. समजा रूपाच्या पाठीवर झालेला मुलगा आज जिवंत असता, तर त्याने आणि त्याच्या बायकोने मला विचारलेच असते याची काय शाश्वती? सुना म्हणजे लोकांच्या मुली. लाखांनी पैसे दिले, इस्टेट, वस्तुवाणी, दागिने दिले तर विचारतील, कौतुक करतील. माझ्यासारखे असे फुकट स्वतःच्या आईलाही नाही विचारणार!"

सुमनताई असे रागाने बोलल्या, पण त्यांचा सारा उत्साहच मावळला होता. माई हल्ली असेच काही बडबडायची आणि त्यांच्या उत्साहावर पाणी सोडायची. पणतू होतोय, म्हणून कौतुक करणे बाजूलाच राहिले होते.

कॉटवरून त्या उठल्या, लंगडतच त्यांनी मशीनभोवतीचे कपडे आवरले, पसारा आवरला आणि माईंकडे न पाहताच त्या स्वयंपाकखोलीत शिरल्या.

भात-भाजी करताना त्यांनी मधेच दूध तापवले. 'आता उद्यापासून जास्तच दूध घ्यायला हवं. गरोदरपणी जास्त दूध पिणे चांगले. गंगालाही धुण्यासाठी लावायला हवी. रूपाचे नेहमी हे ढीगभर कपडे पडतात. पुढे मग अंगाला लावायला बाई ठेवायला हवी. हल्ली म्हणे, दर खूप वाढलेयत. पण खर्चाकडे मुळीच बघायचे नाही!' मनात असे विचार चालले होते, पण माईंजवळ अशी कुरबुर झाली, की त्यांना वैतागच यायचा.

आज खरं म्हणजे कुंची कापून शिवायची ठरवली होती त्यांनी. पाळण्यासाठी तयार केलेल्या चिमण्यांना मणी लावायचे होते. कपडे ठेवण्यासाठी पाळण्याला

लावायचा बदकाचा नमुना आणायचा होता. पण एक तर पायाला रग लागली होती आणि आता इच्छाही उरली नव्हती.

न बोलताच जेवणं आटपली. मागचे आवरून त्या बाहेर आल्या, तेव्हा नवनाथांची पोथी उघडून माई वाटच पाहत बसलेल्या होत्या. नेहमीप्रमाणे सुमनताईंनी एक अध्याय वाचला आणि त्या गादीवर पडल्या. 'उद्या रूपा येणार, पुढे घरात लहान मूल म्हणजे हे पारायण बंदच करायला हवे.' मग झोपताना त्यांच्या मनात हाच विचार घोळत राहिला.

सकाळी त्यांना जाग आली तेव्हा पाठीची रग थांबली होती. नेहमीप्रमाणे लोळत न बसता त्या झटकन उठल्या. नेहमीपेक्षा जास्त पाणी भरून ठेवून त्या स्वयंपाकाच्या तयारीला लागल्या.

रूपाला आवडणारी फ्लॉवरची भाजी, खमंग काकडी, गुलाबजाम असा साधाच बेत होता. रूपा आल्यावर ती बाहेर आणि आपण स्वयंपाकखोलीत असे व्हायला नको म्हणून त्यांनी सर्व तयारी करून ठेवली. माईसाठी मुगाचे वरण लावावे का? काही नको. खाईल आज यातलेच. नेहमीची शिवलीलामृताची पोथी वाचायलाही आज वेळ नाही...

सर्व जेवण तयार झाले. पोळ्या करायच्या तेवढ्या बाकी होत्या. मग त्या गॅलरीत येऊन उभ्या राहिल्या. शेजारणीशी गप्पा मारताना त्यांचे अर्धे लक्ष जिन्याकडे होते.

कपड्यांची बॅग घेतलेले सुधीर जिना चढून येताना दिसले. त्यांच्या मागे हॅन्डबॅग घेतलेली रूपा दिसली. सुमनताईंनी अर्ध्या वाटेवर जाऊन तिच्या हातातील बॅग घेतली. आजूबाजूला माणसे नसती तर त्या म्हणाल्याही असत्या, 'अगं ! जरा हळू चालावे आता!' रूपाचे मूल अजून जन्माला यायचे होते, पण आतापासून त्याच्याबद्दल अपरंपार माया-प्रेम त्यांना वाटत होते.

चहा झाला. खिचडीच्या बशा घेऊन सुमनताई बाहेर आल्या. रूपाने बशी तशीच त्यांच्या हातात दिली. "आई, खिचडी नको बाई!"

"पोळ्या व्हायच्यात. जेवायला वेळ आहे अजून! घे खाऊन थोडी."

"पण नकोच. आम्ही आताच हॉटेलमधून डोसे खाऊन आलोय."

"वा! चांगलं आहे. तू यायचीस म्हणून सकाळपासून ही खपतेय. घे थोडी तरी. म्हणतात ना, आयजीचा जीव बायजीवर आणि बायजीचा जीव..."

सुमनताईंनी खिचडीची बशी झटकन माईंच्या हातात सारली, म्हणून बोलणं तेवढ्यावरच थांबलं. पण तरीही सुमनताईंना वाटत होते माईंनी एवढेही बोलायला नको होते. त्यांनी माईंकडे रागाने पाहिले, पण माई लपालपा खिचडीचे गोळे

भरण्यात गुंगल्या होत्या. जावई रागावले नव्हते, एवढं नशीबच म्हणायचे!

रूपाजवळ थोड्याशा गप्पा मारून सुमनताई घरात कामाला आल्या. रूपा कॉटवर आडवी झाली. तिच्या बाजूला खुर्ची ओढून जावई पेपर वाचीत बसले. स्वयंपाकखोलीत पोथी वाचत बसलेल्या माईंनी एक-दोनदा नजर बाहेर टाकली. त्या नजरेचा अर्थ सुमनताईंना कळत होता. माईंच्या मनात आहे तसे मदतीचे नव्हे, पण तरीही रूपाने उठून घरात यावे, हा डबा उघड, तो उघड करीत हिंडावे असे त्यांनाही वाटत होते. पण रूपाच्या नवऱ्याशी गप्पा रंगल्या होत्या. दुपारीही हीच तऱ्हा. संध्याकाळी सुधीर जायला निघाले, तेव्हाही त्यांना बसस्टॉपवर सोडण्यासाठी रूपा झटकन आवरून बाहेर पडली.

सुधीरना निरोप देताना सुमनताई म्हणाल्या, "आता रोज जेवायला इकडेच या. असं म्हटलं असतं, पण आमची जागा लहान म्हणून प्रश्न पडतो."

सुधीर रूपाकडे पाहून हसले. मग रूपाच म्हणाली, "अगं आई! हे इथं राहणार? जन्मापासून ब्लॉकमध्ये वाढलेत. येथील संडास, लहान खोल्या, ई ग बाई, मलाही याचा कंटाळा येतो. मी चार-पाच महिने इथं कसे काढणार आहे कुणास ठाऊक!"

रूपाचे हे बोलणे माईंनी उचललेच, "मग वयाची सत्तावीस वर्षं कशी काढलीस इथं?"

"अगं माई, असं काय करत्येस? माणसाला चांगल्या गोष्टींची सवय चटकन लागते."

माईंचे बोलणे आणखी लांबण्याआधीच सुमनताई रुपाला म्हणाल्या, "बाहेर जात्येस ती जा, पण लवकर ये हो! आता पूर्वीसारखी नाहीस तू."

पाठमोऱ्या रूपा-सुधीरकडे ती दोघे दृष्टीआड होईपर्यंत त्या पाहत राहिल्या. माईंच्या बोलण्याचा आणि सारखे खाण्याचा त्यांना रागच आला होता. तिला देवळात जायचेय की नाही, याचीही चौकशी न करता भाजीची पिशवी घेऊन त्या बाहेर पडल्या.

वाटेत भेटलेल्या शेजारणींना, मैत्रिणींना, रूपा बाळंतपणाला आल्याची बातमी त्यांनी दिली. तसे पाहिले तर रूपाला दिवस गेल्यापासूनच त्या हरखून गेल्या होत्या. रुपा आणि जावई दोघे नोकरी करणारे म्हणजे नातवंडं आपल्याकडेच सांभाळायला ठेवतील, अशी अंधुक आशा त्यांना वाटत होती. प्रत्यक्ष रूपाजवळ त्यांनी विषय काढला नव्हता. मूल जन्माला येण्याआधी उगाचच कशाला चर्चा करायची? रूपानंतर झालेल्या आणि उपजत गेलेल्या मुलाच्या आठवणीने अजूनही त्यांचे मन चरकायचे. तेव्हापासून कोणत्याही गोष्टींचे बेत करायचे नाहीत, हा धडा त्या शिकल्या होत्या. रूपाच्या लग्नानंतर अनंतरावांच्या झालेल्या मृत्यूने हा धडा

त्यांनी पुन्हा गिरवला होता. त्यावेळी केलेले भारत सफरीचे बेत, मजेत उर्वरित आयुष्य घालवण्याची उमेद... सारेच संपले होते!

'घरात नवीन मूल येणार आणि कसल्या दु:खद आठवणीत बुडत्येस?'' त्यांनी स्वत:लाच बजावले. रूपाच्या आवडती भाजी खरेदी करायची या विचारातच त्या मार्केटमध्ये शिरल्या. पण भाजी कोणती घ्यायची हे ठरेना. रूपाला आवडणारी भाजी माईला चावणारी नव्हती. 'जाऊ दे, रोज रोज काय माईचे बघायचे?' असा विचार करून त्यांनी गवारीच्या शेंगा आणि भोपळी मिरच्या घेतल्या आणि त्या लगबगीने घरी आल्या. रुपा परत आली असली तर आपण घरी नाही, म्हणून पूर्वीसारखीच रागवायची उगाचच.

पण त्या घरी आल्या तरी रुपाचा पत्ता नव्हता. स्वयंपाकही फारसा करायचा नव्हता. सारे सकाळचेच शिल्लक होते. रुपाला आवडणाऱ्या भोंगी मिरच्या त्यांनी परतून घेतल्या. आणि जिन्याकडे नजर लावून त्या पेटाऱ्यावर बसल्या. तेवढ्यात माईंनी त्यांना हाक मारली.

''कुंची बेतायची होती ना! दे कापड.''

''अगं पण...''

पण सुमनताईंचे बोलणे माईंनी पुरेही करू दिले नाही. ''रूपा, एवढ्यात मुळीच येत नाही. नवऱ्याबरोबर गेलेय ना? म्हणजे तासाची निश्चिंती! दे कापड.''

माईंच्याकडून हे काम करून घ्यायचे होते. नाइलाजाने सुमनताईंनी तिच्यापुढे कापड ठेवले. ती सांगेल तशा रेषा मारताना मधेच त्या जिन्याकडे पाहात होत्या. न जाणो, रूपा टपकली तर?

कुंची बेतून झाली. ती शिवायला घेण्याचा माईंचा आग्रह चालला होता. पण कापड गुंडाळून ठेवून त्या उठल्या आणि रुपाची वाट पाहत बसल्या. सात झाले, साडेसात झाले. माईंचा घरातून आग्रह चालला होता...

''अगो! जेवून घे. गुरुवार तुझा, नुसत्या खिचडीवर आहेस. पित्त होईल. आधीच ब्लडप्रेशर वाढते तुझे.''

हिलाच जेवायला हवं असेल. सारखे खाणे म्हणजे काय? सुमनताईंना माईंचा रागच आला. भरलीसरलेली पोर बाहेरून यायचीय आणि आपण आधीच जेवून घ्यायचे ?

त्या रागाने माईंना म्हणाल्या, ''तुला वाढू का आधी? भूक लागली असली तर तू जेवून घे हो आधी! मी ती आल्यावरच बसणार.''

''माझ्या पोटावर राक्षस नाही आला. म्हणे तुला वाढते! करा काय वाट्टेल ते. तू तरी काही कमी हट्टी नाहीस,'' माई चिडून जपाची माळ घेऊन बसल्या.

रूपा आली आठ, साडेआठपर्यंत. सुमनताई काळजीच्या स्वरात म्हणाल्या,

"अगं, अशा दिवसांत तिन्हीसांजा, रात्री-बेरात्री भटकणं बरं नव्हे. तुझ्या घरी सांगायला कोणी नाही, पण लक्षात ठेव आणि चालणे तरी किती भरभर गं तुझे!"

माई उठून आतल्या खोलीत गेल्या. जेवणाचे मांडताना त्या बडबडत होत्या, "तिला आहे उपवास, पुन्हा ब्लडप्रेशर. जेव म्हटलं तरी हट्ट्यासारखी बसून राहिली. नवऱ्याबरोबर भटकताना आई जेवणासाठी खोळंबून बसली असेल, याचा तरी तू विचार करायचा होतास !"

जेवताना माई बोलत नव्हत्या. जेवायला उशीर झाला की, त्यांचे पित्त खवळायचे. सुमनताई आणि रुपाच्या गप्पा चालू होत्या. जेवणं गप्पांत आटपली. रोजच्या रिवाजाप्रमाणे नवनाथांची पोथी काढून माई बसल्या. पण आज पोथीत सुमनताईंचे लक्ष नव्हते. आता दोन-चारच अध्याय उरले होते. ते संपले की मग... पण त्या काहीच बोलल्या नाहीत. रोज यापुढे पोथी वाचायला वेळ होणार नाही, ही सबब माईला कशी सांगायची याचाच विचार त्या झोपताना करत होत्या.

रोजचे पूर्वीसारखेच धावपळीचे जीवन मग सुरू झाले. त्यांचे कंटाळवाणे जीवन आता पार बदलून गेले होते. रोज रूपाच्या आवडीची भाजी करायची. ती ऑफिसला गेली की शिवण, निवडणे आटपायचे. संध्याकाळी रूपाच्या आवडत्या भाज्यांसाठी मार्केट पालथे घालायचे. संध्याकाळी तिला सुधीरबरोबर हिंडून घरी यायला उशीर झाला की, काळजी करायची. रात्री गादीवर पडण्याआधीच डोळे मिटायला लागायचे त्यांचे.

नवनाथांची पोथी संपल्यावर त्या माईंना म्हणाल्याही, "आज शेवटचा अध्याय संपला. मला हल्ली थकायला होतं. पोथी तुला वाचायची असली, तर स्वयंपाकघरात बसून तू वाचत जा." आणि त्या दिवसापासून रात्रीची पोथी बंद झाली होती. दिवस भरगच्च उगवत होते, मावळत होते. आपले ब्लडप्रेशर, अशक्तपणा सारे त्या विसरल्या होत्या. दोन महिने कसे भर्रकन गेले.

आणि दोन महिन्यांनंतर त्यांना हवा होता तसाच दिवस उगवला. रूपाला मुलगा झाला. त्याचे गुणगान, त्याचे वजन, रूपाला झालेला त्रास याचे साग्रसंगीत वर्णन करताना दिवस अपुरा पडू लागला. हॉस्पिटलच्या खेपा संपल्या. बाळबाळंतीण घरी आली. बारसे थाटात झाले. घरात बऱ्याच वर्षांनी झालेले मूल... सुमनताईंना वेळ पुरत नसे.

बाळाचे सारे सुमनताईच करायच्या. तो उठला का ते बघ. त्याची दुपटी बदल. त्याला झोका काढ. पाणी पाज. दुधाची बाटली हॉस्पिटलपासूनच लागलेली होती. डब्याचे दूध मोजून तयार कर, ग्राईप वॉटर, टॉनिक घाल. अंघोळीचे पाणी फार गरम नाही ना यावर लक्ष ठेव. दृष्ट काढ, बाळाची कामे संपतच नसत. थोडासा उरला वेळ बाळाला मांडीवर घेऊन बसण्यात जाई.

रोज संध्याकाळी सुधीर यायचे. रुपाही आता हिंडूफिरू लागली होती. महिना

झाला. बाळाला डॉक्टरला दाखवण्यासाठी दोघं एकदा हॉस्पिटलला गेली. दोनतीन तास मोडले. आल्याआल्याच रुपाच्या हातातून बाळाला घेत सुमनताई म्हणाल्या, ''कुठं गेलं होतं माझं सोनं,'' घरात बाळ दोन-तीन तास नव्हता तर त्यांना सुनेसुने झाले होते. बाळाला मांडीवर घेऊन मग त्या बराच काळ बसून राहिल्या.

रुपाला कशावरून राग आला होता का सुधीरनी कान भरले होते, राम जाणे! ती जरा चिडूनच म्हणाली, ''आई, सारखी त्याला मांडीवर घेऊन बसत जाऊ नको. अशी सवय लागली की, घरी गेल्यावर मला जड जाईल. तिथे कोण आहे त्याला सारखे उचलून घ्यायला?''

रूपाचं आणि सुधीरचं काही बोलणं झालं होतं का? त्या धास्तावल्याच. मन उगाचच विषण्ण झाले, हुरहुरत राहिलं. बाळ, बाळंतिणीच्या गडबडीत पूर्वी दिवस कसा जायचा समजत नसे. पण त्या दिवसापासून आज ना उद्या हे संपणार ही जाणीव त्यांना सदैव बोचत राहिली.

बाळ रडवा होता, म्हणून असेल, बाळाने फारसे बाळसे घेतले नव्हते. सुधीर आले की, रूपाची आणि त्यांची यावरून चर्चा चालायची. घरी गेल्यावर त्याला तिथल्या तबेल्यातील म्हशीचे दूध चालू करायचे, असे बेत रंगत असत. वरच्या दुधावरचे मूल कसे बाळसे घेणार? पण हे सांगून थोडेच पटणार? सुमनताई गप्प बसत.

बाळाला चिल्ड्रन स्पेशालिस्टकडे नेण्याचे ठरले, तरीही त्या बोलल्या नाहीत. डॉक्टरनी काही औषधे दिली. दोघांचे समाधान झाले होते. दिलेली औषधे घालताना सुमनताईंच्या मनात यायचे, ''किती हा सुधीरचा घायकुतेपणा! रूपाला मीच नव्हते का वाढवले? खाण तशी माती आणि चण तशी कुथी,'' पण सुधीरला हे थोडेच ऐकवता येणार होते? त्या गप्प बसल्या तरी माई थोड्याच बसणार? त्यांनी एकदा ऐकवलेच त्यांना... ''हो ना! आम्ही काय पोरं वाढवल्येत? आम्हाला काय समजणार? मी पडले एक अडाणी, पूर्वीची बाई. पण तुझ्या आईलाही समजत नाही, नाही गं रूपा?''

त्या दिवशी सुधीर जरा घुश्श्यातच बाहेर पडले. एवढ्याशा कारणावरून बिनसायला नको म्हणून सुमनताईंनी त्यांची समजूत घातली.

बाळ दीड महिन्याचा झाला. त्या दिवशी रूपाची बाळंतपणाची रजा संपली. आता दोन दिवस ऑफिसला जाऊन ती पुन्हा रजेवर जायची होती.

दोन दिवस तेही आठ तास आई-आजीवर मूल टाकून जायचे होते. पण बाळाला सोडून जाताना रूपाचा जीव घुटमळत होता, डोळे पाण्याने डबडबले होते.

''अगं, असे काय करत्येस रुपा? आम्ही त्याच्या कोणीच नाही का?'' पण

जेव्हा पुन:पुन्हा बाळाच्या दुधाच्या, पाण्याच्या आणि औषधांच्या वेळा ती सुमनताईंना समजावून सांगू लागली त्यावेळी माई चिडल्याच. "अगं, इतके दिवस तीच बघत होती ना? हल्लीच तू करत्येस त्याचे. तू घोडी एवढी वाढलीस ती तिनेच वेळा सांभाळल्या होत्या म्हणून, वेळा तिला समजावून देत्ये म्हणेना!"

सुमनताईंच्या मनातले माई बोलली होती. पण त्या समजुतीने रूपाला म्हणाल्या, "जा, तू नको काळजी करू."

पहिल्या दिवशी संध्याकाळी अभिमानाने त्या रूपाला म्हणाल्या, "मुळीच रडला नाही बघ."

कपाळाला आठ्या घालीत रूपा म्हणाली, "सारखा मांडीवर घेऊन बसली असशील, मग कशाला रडतोय? या नसत्या सवयी मला जड जातील. आता उद्या ऑफिसचे जाणे संपले, की बाळाचे सारे मी करणार आहे. सुधीर म्हणतो तशी सवय केली नाही तर घरी गेल्यावर पंचाईत व्हायची."

सुमनताई त्यावर काहीच बोलल्या नाहीत. त्यांचे डोळे डबडबले. माई आपल्या मिचमिच्या डोळ्यांनी हे पाहताहेत हे लक्षात आल्यावर त्या उठून स्वयंपाकघरात गेल्या.

जसजसे दिवस जाऊ लागले तसतसे सुमनताईंना जडच जाऊ लागले. आज, उद्या, परवा बाळ कधीतरी जाणार हे ठरलेलेच होते. बाळाचे हसणे, हुंकारणे, कुशीवर वळणे - बाळावर त्यांचा जीव जडला होता. रुपा, बाळ यामुळे वेळ कसा जायचा हे समजत नसे. रोजच्या उठण्याबसण्याला अर्थ आला होता. आता माईंचे बोलणे, पिरपिर यापेक्षा बाळाचे रडणेही सुसह्य वाटायचे त्यांना. बाळ, रुपा घरी गेल्यावर मग? रुपाला जमेल का सर्व करायला? तिची धांदल तर नाही ना उडणार? आधीच प्रकृती बेताची आहे. आजारी पडली नाही म्हणजे मिळवलं. ही दोघं गेल्यावर वाटणीला येणारा रिकामा दिवस, त्याची आठवणही त्या मनात आणायच्या टाळायच्या.

बाळाला कुठे ठेवायचे, कसे सांभाळायचे यावरून सुधीर-रुपाचे चालणारे संवाद त्या न बोलता ऐकत राहत. बाळाला सांभाळण्यासाठी सुधीरची आई गावावरून बाई पाठविणार होती. सुमनताईंना मनातून वाटे, 'बाळाला येथे ठेवायचे रुपाच्या कसे मनात येत नाही? तिची अडचण सुटेल आणि मलाही विरंगुळा होईल.' त्या हे बोलल्या नव्हत्या, पण मनातून बाळाला सांभाळणारी बाई येऊ नये म्हणून नवस बोलल्या होत्या. पण आल्या-गेल्याला मात्र त्या सांगत, 'सुधीरच्या गावाहून बाई येणार आहे. ती सांभाळील नातवाला. माझ्याच्याने का आता लहान मुलाचे होणार आहे? अशक्तपणा, ब्लडप्रेशर, पुन्हा माईचे करायचे; यात वेळ कुठून आणू? रुपा असतानाची गोष्ट वेगळी आणि ती नसताना वेगळे.'

माई पुटपुटायच्या, "हो! माहीत आहे. घरात असून तरी रुपा काय करते?"

सुमनताई बाहेर गेल्या की, बाळासाठी रोज नवे खेळणे, नवी वस्तू त्या आणीत. तो जायचा म्हणून त्याचे लाड करीत. रुपाने नको म्हटले तरी त्या बाळाचे करीत राहत. बाळाचे करताना माईंचे धडपणे होत नसे. माई चिडायच्या, बडबडायच्या; पण सुमनताई लक्षच देत नसत.

एक दिवस सुधीर आले तेव्हा त्यांचा चेहरा सुकला होता. रुपा आणि ते बराच वेळ गॅलरीत हळूहळू बोलत उभे होते. सुमनताई चहा करायला गेल्या तरी त्यांचे लक्ष बाहेर होते. रुपा आत आली तीही काळजीत होती.

"का गं? काय झालं?" सुमनताईंना राहवेना.

"बाईचे नाही जमत. आजच गावाहून पत्र आलंय." सुमनताईंना मनातून आनंद झाला. पण चेहरा निर्विकार ठेवत त्या म्हणाल्या, "मी आधीच तुला सांगणार होते. बायाबापड्यांच्या नादी कशाला लागायचे? मी उपाय सुचवू का? बाळाला इथं ठेव. आठ दिवसांनी तू येत जा."

"पण आई, त्याच्याशिवाय आम्हाला नाही चैन पडायचे."

"मग बघा बाई काय ते!" सुमनताईंनी ताणून धरले नाही. आता रुपा कुठे जाते? ती नोकरी सोडणे शक्यच नव्हते. बाळाला इथं ठेवण्याशिवाय मार्गच नव्हता.

चार दिवस पुन:पुन्हा रुपाने तोच विषय घोळला आणि भवति न भवति होऊन बाळाला त्यांच्याकडे ठेवण्याचे ठरले. आता बाळाच्या निमित्ताने रुपाही शनिवार, रविवार येणार होती.

त्या दिवसापासून त्या आल्यागेल्याला सांगत सुटल्या होत्या, "रूपाची अडचण आहे. बाळाला बघायला बाई मिळत नाही. बायाबापड्यांवर पोरं ठेवून ती थोडीच वाढतात? त्याला माया लागते. राहील इथंच, करीन मी कसेबसे."

सुमनताई खुशीत होत्या. रुपा कोमेजली होती. आणि माई सुमनताईंना पुन:पुन्हा बजावत होत्या, "जावयाचे पोर आणि हरामखोर. माझे ऐक, या भानगडीत पडू नकोस."

एक दिवस सुमनताई चिडल्याच, "सारखे काय माई हे लावलायंस? असले काही बोलू नको हं! तुझे वेळच्या वेळी झालं म्हणजे झालं ना?"

सुधीरचे आणि रूपाचे बाळाला ठेवण्यावरून बहुधा काहीतरी बिनसले होते. ते चार-आठ दिवसांनी कधीतरी यायचे. एक दिवस ते जरा खुशीत दिसले. सुमनताईंचा जीव खालीवर होत होता. बाहेर रूपाच्या आणि सुधीरच्या गप्पा, हास्यविनोद बरेच दिवसांनी रंगले होते. बाई मिळाली तर नसेल ना?

रूपा घरात आली तेव्हा तिचा चेहरा खुलला होता. त्यांच्या खांद्यावर डोकं

घुसळीत ती म्हणाली, ''आई! बाळाचा प्रश्न मिटला. आता बाळाला घेऊनच जाणार मी. आमच्या घराजवळच एक क्रेश निघालाय, तेथे ठेवणार मी बाळाला. बाई चांगल्या आहेत. माझी काळजी मिटली.''

''बरं झालं बाई! म्हणजे तुझ्या जिवाची ओढाताण नको.'' असे वरकरणी सुमनताई म्हणाल्या, पण मनातून त्यांना वाटत होते, काहीतरी घडावे आणि क्रेशचे जमूच नये.

पण दोन दिवसांनी सुधीर आले ते क्रेशचे पैसे भरूनच. मग मात्र सुमनताई पार गडबडल्या. मग त्यांनी नवीनच सुरू केले, ''अगं! कशाला एवढंसं पोर क्रेशमध्ये ठेवायचे! ती बाई कशी असेल कोणास ठाऊक! ती का बाळाचे मायेने करणार? चांगले इथं ठेवायचे होते...''

त्यावर रूपा स्पष्टपणे म्हणाली, ''मी बोलणार नव्हते, पण सारखी तुझी भुणभुण चाललेय, म्हणून सांगते. सुधीरला बाळाला इथं मुळीच ठेवायचे नव्हते. तुझ्या आणि माईच्या अति लाडाने बाळ बिघडून जायचा,'' असे त्याचे स्पष्ट मत आहे.

ह्यावर बोलण्यासारखे काही नव्हतेच. सुमनताई गप्प बसल्या. रूपाला जेमतेम दोन महिनेच होत होते. अजून महिनाभर तरी बाळ बाळंतीण राहणार होती. पुढची बात पुढे, सुमनताईंनी मनात असा विचार केला.

सुधीर येतच होते. घराला रंग लावण्यावरून रूपाची आणि त्यांची चर्चा चालू होती. रूपाला आता घराचे वेध लागले होते. ती सुधीरना पुन:पुन्हा बजावायची, ''रंगाच्या वेळी गुलाबाच्या रोपट्यांना जपा हं!'' रंगाचे काम चालू असेपर्यंत ती काळजीतच होती. सामानाची मोडतोड होणार नाही ना? वस्तुवाणी लंपास केल्या जाणार नाही ना? मधेच ती बाळाला म्हणायची, ''आता आपल्या घराला रंग लावायचा. बाळ येणार म्हणून बाबा किती तयारी करताहेत! घरी गेल्यावर आईला त्रास नाही हो द्यायचा.''

रंगाचे काम चालू होते, त्या चार-आठ दिवसांत सुधीर आलेच नव्हते. एकदोनदा रूपाच जाऊन आली होती. त्या भेटीत त्यांचे काय ठरले, कुणास ठाऊक? पण एक दिवस बोलताना ती म्हणाली, ''आई, मी तीन महिने होईपर्यंत नाही राहत. यांचे जेवणाचे हाल होताहेत.''

''अगं, पण तान्हं मूल! तू ओली बाळंतीण, कसे जमणार सर्व तुला?''

''इश्श! करीन तसेच आणि महिन्यानंतर तरी करणारच आहे की! हा गुरुवार चांगला आहे. त्या दिवशी सुधीर न्यायला येणार आहेत!''

''म्हणजे सारे ठरवूनच आली आहेस म्हण ना! आईला सांगायचे तरी कशाला बायो! नवरा आला की निघायचे.'' माई बडबडल्या.

गुरुवारी रूपा निघेपर्यंत सुमनताईंना मनातून उगाचच वेडी आशा वाटत होती

की, सुधीर-रूपा आपल्याला आठ-दहा दिवस येऊन राहण्याचा, सर्व लावून देण्याचा आग्रह करतील.

त्या मधूनमधून रूपाला विचारीत, "आता गेलीस की केव्हा येशील?"

"आता ना! बाळाचे बघावे लागेल. अगदी पूर्वीसारखे नाही जमले तरी अधूनमधून येईनच."

रूपा जायला निघाली. सुमनताईंनी बाळाला हृदयाशी घट्ट धरले. त्यांच्या तोंडून शब्द फुटत नव्हता. जायला निघालेली रूपा त्यांना हळूच म्हणाली, "तुलाही नेली असती बरोबर, पण माईचे नाही जमायचे. सोवळंओवळं, पुन्हा कटकट."

त्यांचा निरोप घेऊन रूपा निघून गेली. जड मनाने सुमनताई बराच वेळ बसून राहिल्या. येणारे-जाणारे रूपाच्या जाण्यावरून काही म्हणाले की त्या सांगत, "ज्याचे लेकरू त्याच्याकडे सुखरूप गेले, की आपण सुटलो." पण त्यांचे मन आतून आक्रंदत होते. हाच आपला मुलगा जिवंत असता तर......

घरातील शांतता जीवघेणी, असह्य वाटत होती. बाळाच्या आठवणीने डोळे भरून आले होते. डोळ्यांतील आसवे त्यांनी हळूच टिपली. विमनस्कपणे त्या बसून राहिल्या होत्या.

रोज ही वेळ किती धांदलीची असायची. बाळंतिणीचे खाणे, संध्याकाळच्या जेवणाची तयारी, बाळाचे दूध, मार्केटमधून भाजी आणणे, हजार कामे. पण आज करायला काहीच काम उरले नव्हते.

बसल्याबसल्या त्यांचे मन रूपाच्या घरी पोहोचले होते.

रूपा घरी पोहोचली असेल. दुधाची वेळ, बाळ रडत असेल. भाजीपासून सर्व तयारी करायला हवी तिला. त्यात सुधीरना पोळ्या लागतातच. बाळाला सांभाळून रूपा हे सर्व कसे करील? धांदल उडेल बिचारीची! बाळाला रडवणार तर नाही ना? बाळाला इथं ठेवलं असतं तर! म्हणजे अधूनमधून तीही आली असती... पुन:पुन्हा मनात येणारा हा विचार...

विचारात गढून त्या बसल्या होत्या. त्यांना वेळेचेही भान नव्हते. आतून माईंच्या हाकांचा सपाटा सुरू होता, "अगो सुमन! बायो बसून काय करत्येस! आज गुरुवार. रूपा जायची म्हणून सकाळी धड फराळाचे केले नाहीस. ब्लडप्रेशर वाढेल तुझे. इतके दिवस कामे केलीस आता आजारी पडलीस म्हणजे?"

सुमनताईंनी तरी दुर्लक्षच केले. नळावर नलुताई येताना दिसत होत्या. सुमनताईंना वाटत होते की रुपाबद्दल त्या काही बोलतील, विचारतील. पण त्या तशाच पुढे गेल्या. त्यांचे तांबारलेले, सुजलेले डोळे... आज पुन्हा सुनेशी नलुताईंचे वाजले होते की काय? नलुताईंची सून वेगळे बिऱ्हाड करणार असे कानावर आले होते.

पण त्यांनी नलुताईंना काहीच विचारले नाही. त्या तशाच बसून राहिल्या.

आतून माईंचा ओरडा चालूच होता, "अगो! करत्येस ना जेवण लवकर? जळ्ळं मेलं पोट! ते दुखायला लागते. माझे मेलं राहो. पण तुझा गुरुवार..." माईंचे तेच तेच बोलणं...

सुमनताई उठून स्वयंपाकघरात गेल्या. त्यांनी दाणकन तांदळाचा डबा उघडला. डाळ घेतली. माईंना भूक लागली की, अगदी राहवत नसे. सारखी आपली खा खा म्हणजे काय? वेळकाळसुद्धा समजू नये म्हातारीला?

रागाने उठून त्या जेवण शिजवू लागल्या. घरात काम करताना त्यांचे मन मात्र रुपाच्या संसारात पोहोचले होते. तिची उडणारी धांदल... मनातून त्यांना सारखे वाटत होते की, आज माईंची जबाबदारी नसती तर आपण सहज त्यांच्याकडे गेलो असतो म्हणजे मग...

त्यांचे लक्ष सहज बाहेर गेले. नळावरून परत फिरणाऱ्या नलुताई जड पावलांनी चालल्या होत्या.

बाल्कनीतील सार्वजनिक दिवा आज लागलेला नव्हता. चाळीतील दारे, खिडक्यांतून येणारे उजेडाचे पट्टे बाल्कनीत रेंगाळत होते.

घराघरातून कोलाहल होता, गडबड होती. मधूनच रेडिओ, टी.व्ही.चे स्वर कानावर येत होते. कुठे मुलांची रडणी, कुठे हास्यविनोद, मोठ्यांची बोलणी चालली होती. चाळीतील गोगट्यांची रेखा आणि विजापुऱ्यांचा संदीप अंधाराचा फायदा घेऊन कबुतरांसारखी परस्परांभोवती रुंजी घालत उभे होते. आतून माई जेवणासाठी ओरडत होती...

पण सुमनताईंचे तिकडे लक्षच नव्हते. घराघरातून, दरवाजातून येणारा उजेडाचा पट्टा, त्यापुढे असलेला अंधाराचा पट्टा, उजेडाच्या प्रवाहाच्या पट्ट्यातून जाणाऱ्या नलुताई... सुमनताईंची नजर त्यांच्यावर खिळलेली होती. जिन्याच्या बोळकंडीच्या अंधारात नलुताईंची मूर्ती नाहीशी झाली, तरीही सुमनताई वेड्यासारख्या पाहतच होत्या... घराघरातून बाल्कनीत रेंगाळणारे ते अंधार, उजेडाचे पट्टे...

डोळे

एक होती मुलगी. तिच्या आईसारख्या बोलक्या डोळ्यांची, वयानं नुसतीच वाढलेली. तारुण्याचे सोनेरी, रंगीबेरंगी, आकर्षक पंख तिला लाभलेच नव्हते. गुलाबी गहिऱ्या, चिवट धाग्यांचे जाळे विणणाऱ्या तारुण्याने तिच्याकडे कधी ढुंकूनही पाहिलं नव्हतं. त्या जाळ्यात गुंतून उगाचच पंखांचा फडफडाट करणं मग दूरच राहिलं. तरुण वयात सर्वांजवळ असतात तशी गुलाबी, गहिरी मोहक स्वप्नंच तिच्यापाशी नव्हती, तर स्वप्नांच्या उंबरठ्यावर डोकावणारा जादूगार कोठून येणार?

अगदी बालपणीही तोंडाचं बोळकं पसरून ललिताला हसताना कोणी कधी पाहिलेलं नव्हतं, तर तारुण्यात उगाचच खुदकन येणारे हसू तिच्या चेहऱ्यावर कुठले आढळणार? तिच्या चेहऱ्यावर हास्याचे स्नायूच नव्हते जणू! कसेबसे एकेरी दोन-चार शब्द ललिता अडखळत बोलायची. अशा परिस्थितीत भावगीतांच्या, फिल्मी गाण्यांच्या लकेरी तिच्या तोंडून कशा ऐकू येणार? लहानपणापासून ती होती अशी विकलांग... तारुण्याची जाणीव झालेले, गोंधळलेले व्यक्तिमत्त्व तिच्या वाटणीला येणारच कोठून?

तिच्या या अवस्थेची कारणमीमांसा तऱ्हेतऱ्हेने केली जायची. कोणी म्हणत व्हिटॅमिन इंजेक्शनचा ओव्हरडोस झाला. कुणी म्हणत मूल नको, म्हणून तिच्या आईने घेतलेल्या औषधांचा हा असा परिणाम झाला होता. कोणी म्हणत ललिताच्या वेळी गरोदरपणी आई पडली, मेंदूला फटका बसल्यामुळे ललिता अशी झाली. कारण काही असो. उत्तर एकच होते– ललिताची विकलांगता!

हकीम झाले, वैद्य झाले, बडेबडे डॉक्टर झाले. जादूटोणा, भूतखेत, सारे

उपाय झाले, पण ललिता आपली तशीच राहिली. नुसती वयाने वाढत राहिली.

तारुण्य म्हणजे जादूगार! ललिताच्या मोठ्या बहिणी, त्यांच्या मैत्रिणी, ललिताच्या बरोबरीच्या मुली सर्वजणी ज्यावेळी ह्या जादूने भारलेल्या होत्या; तारुण्याने वेडावलेल्या त्या पोरींचं हसणं, खिदळणं आजूबाजूच्या तरुणांवरून परस्परांना चिडवणं ज्या वेळी चालायचे, त्यावेळी ललिता आपली मोठेमोठे डोळे करून कुठेतरी पाहत बसलेली असायची. कुणाचा बांधा, कुणाचा गौर वर्ण, कुणाचे डोळे तर कुणाचे लांबसडक केस ह्यावरून आकर्षित झालेले ते तरुण एकमेकांना या पोरींवरून बातम्या द्यायचे, चर्चा करायचे, पण ललिताकडे असे कोणाचे कधी लक्षच गेले नव्हते.

ललिताकडे लोकांचे लक्ष जायचे नाही असे नव्हे. सकाळ, संध्याकाळ मोलकरीण ललिताचा हात धरून तिला फिरायला घेऊन जायची तेव्हा बसूंच्या ललिताला पाहून लोक हळहळायचे. 'बिचारी', 'नशीब एकेकाचे,' ही अशी बोलणी जरी कानावर आली तरी ललितेला काही समजत नसे.

गावात आलेला एखादा पाहुणा तेवढा चौकशी करायचा, ''कोणाची रे ही मुलगी ?''

''रेल्वेतील बसूंची.''

कानावर आलेले हे शब्दही ललितेच्या गावी नसायचे. बहिणींसारखा अंगावर मूठभर मांस येण्याचा प्रश्नच नव्हता. पण स्वत:च्या या अवस्थेबद्दल दुःख वाटण्याइतकीही समजूत ललितेला नव्हती.

आपले फेंगडे पाय बदकासारखे फताक फताक टाकीत मोलकरणीच्या आधाराने ती चाललेली असली की, लोकांचे लक्ष तिचा कृश देह, वेडेवाकडे पडणारे पाय याकडे जायचे. कोपरात बाक आलेले हात पाहून लोक हळहळायचे. त्या हाताच्या लांबसडक, निमुळत्या, सुरेख बोटांकडे कुणाचेच लक्ष नसायचे. ललितेच्या तोंडातून गळणारी लाळ, नाकातून येणारा शेंबूड, आजारामुळे फिकटलेला चेहरा पाहून लोकांना शिसारी यायची. त्या चेहऱ्याला सौंदर्य प्राप्त करून देणाऱ्या, विलक्षण बोलक्या, भावदर्शी डोळ्यांचे कौतुक कोणालाच कधी वाटले नव्हते. पण ललितेच्या आईला मात्र ललितेची लांबसडक, निमुळती बोटं अन् भावदर्शी बोलके डोळे यांचे फार कौतुक होते.

डोळे माणसाचे रहस्य बोलतात. डोळे सारे काही सांगतात. विचार, विकार, सुखदुःख, वेदना. डोळे म्हणजे दुसरा आरसाच. साधासुधा नव्हे, मनाचे गूढ उकलणारा! ललितेच्या आईला ही जाणीव ललिता लहान असल्यापासून झाली होती. जिच्या डोळ्यावरूनच आई हवं-नको ओळखायची, दुखलंखुपलं समजायची.

ललितेकडे पाहताना आईला फार अपराधी वाटायचे. ललितेच्या वेळी आपण

औषधोपचार करून घेतले नसते, तर ही मुलगीही आपल्या इतर चार मुलांसारखी व्यवस्थित झाली असती, ही आईच्या मनाला खंत होती. ललितेच्या वेळी आपण पडलो होतो. ललितेला लहानपणी व्हिटॅमिन इंजेक्शन्सचा ओव्हरडोस झाला होता हे सारे ती माऊली ललितेच्या वाढत्या वयाबरोबर विसरली. तिच्या मनात सदैव उरली होती, एक स्वत:बद्दलची अपराधाची भावना!

ललितेच्या आईला ललिता एकटीच मुलगी असती तर आई सदैव तिच्याभोवतीच राहिली असती. पण ललितेला दोन मोठे भाऊ, दोन मोठ्या बहिणी होत्या. ललितेच्या वेळी म्हणून तर आईने औषधोपचार करून घेतले होते आणि हे प्राक्तन पुढे ठाकले होते. ललितेच्या पाठीवर जरी पोरांची रांग थांबली होती तरीही पाच मुलं! रेल्वेतील कारकुनाचा बेताचा पगार, त्यात सर्वांचे भागवणे... ललितेच्या लहानपणी पैशांची फार चणचण त्या माऊलीला जाणवायची.

घरचं, मुलांचं करण्यात ललितेच्या आईचा सारा वेळ तेव्हा खर्च व्हायचा. पण तरीही वेळात वेळ काढून ती ललितेचे करायची. त्या लोळागोळा असलेल्या जिवाच्या डोळ्यात कधी कारुण्य, तर कधी अगतिकता आढळायची. कधी भूक तर कधी वेदना जाणवायची. क्वचित समाधानही दिसायचे. लहानपणी इतर मुलांसारख्या ललितेच्या शरीराच्या हालचाली नव्हत्या, की शरीराची प्रगती नव्हती; पण डोळे सारे बोलायचे, सांगायचे.

ललितेच्या हृदयाची ही स्पंदने आईशिवाय कुणालाच कधी कळली नव्हती. दारातील कुत्र्यालाही लोक आंजारतात, गोंजारतात, कौतुक करतात; पण ललितेच्या वाट्याला तेवढेही कौतुक कधी आले नव्हते. ललितेच्या बापाने, भावंडांनी लहानपणी तिचे केले होते ते निव्वळ कर्तव्य म्हणून...

लहानपणी जेव्हा ललितेवर उपचार चालू होते तेव्हा सर्वांना थोडी आशा वाटली होती. तिने नुसता हातपाय हलवला तरी आशेची बोलणी होत असत. पण ललितेत काहीही फरक पडणार नाही असे थोड्यांच दिवसात सर्वांच्या लक्षात आले होते आणि मग तिचा आजार ही नेहमीचीच गोष्ट झाली होती... अडगळीतील नेहमी असणाऱ्या झुरळासारखी...

आपल्या घरात इतर घरांपेक्षा काही वेगळे आहे याची जाणीव मग इतर भावंडांना उरली नव्हती. ती वाढत होती शरीराने, बुद्धीने. कुणी शाळेत तर कोणी कॉलेजात दंग होती. अभ्यास, मित्रमैत्रिणी यात रंगलेली होती. भावंडांची ही तऱ्हा होती, तर ललितेचा बाप ऑफिस, प्रमोशन, पैशाचे व्यवहार यात गुंतलेला होता. कुटुंबाच्या या मेळाव्यात सांदीकोपऱ्यातही ललितेला स्थान नाही याची खंत फक्त ललितेच्या आईला होती.

संसारात गढून गेलेल्या आईचे सारे लक्ष सदैव असायचं ललितेकडे. घरातील

कामे आणि ललितेचे करताना जिवाची तारांबळ उडाली की तिच्या मनात यायचे, की ही फक्त आपल्या एकटीच्याच जिवाची खंत का? हे फक्त आपल्या एकटीचेच प्राक्तन कसे? ही आपलीच जबाबदारी कशी? दैवाला, स्वत:ला दोष देत असताना एखादेवेळी भलतेसलते विचार मनात यायचे तिच्या. ललिता एकटक पाहत असताना दिसली की, आई त्या बोलक्या डोळ्यांकडे पाहण्याचे टाळायची. ललितेला आपल्या मनातील विचार समजले नसतील ना म्हणून तिला जास्तच अपराधी वाटायचे. मग ती माऊली आवेगाने ललितेला जवळ घ्यायची. त्या लाळ गळणाऱ्या तोंडाचे, त्या बोलक्या डोळ्यांचे चुंबन घ्यायची. ललितेला होती अशी आई आणि आईला होती अशी एक लेक– 'ललिता'.

सकाळी सर्वांचीच घाई. ललितेकडे लक्ष द्यायला कुणालाच वेळ नसायचा. इतर मुलांचे आटपले की, आई ललितेकडे जायची. ललिता आता मोठी झाली होती. पण तरीही आईला यायला कधी उशीर झाला तर ललिता गादीवरच प्रातर्विधी करून ठेवायची. आई येते तर खोलीभर घाण सुटलेली असायची. पलंगावर त्या घाणीत पडलेली ललिता आईकडे बघत राहायची. ललितेच्या डोळ्यातील अगतिक भाव, तिचे हलणारे ओठ, गळणारा मुखरस पाहून आईचे हृदय हेलावायचे. भराभर ती कामाला लागायची.

आई ललितेला धरून बाथरूममध्ये न्यायची. तिला धुवायची, पुसायची. तिला अंघोळ घालायची. तिला चांगले कपडे घालायची. तिचे पावडर-कुंकू करायची. तिच्या दुबळ्या हातात आरसा धरून तिला रोज तिचा चेहरा दाखवायची.

पुढेपुढे आईने एखादेवेळी आरसा दाखविला नाही तर ललितेचे डोळे मूकपणे आरसा मागायचे. आरसा आईने धरलेला नसला तर आरसा पडायचा, फुटायचा. काचा विखरायच्या आणि एकटक अपराधी नजरेने ललिता त्याकडे पाहत राहायची. निदान आईला तरी तसे वाटायचे.

ललितेला सारे समजते, उशिरा का होईना सर्व जाणवते, हे आईचे बोलणे लहानपणापासून ते अगदी मोठी होईपर्यंत ललितेची भावंडे ऐकत आली होती. त्यांना ते पटत नसे, पण ती काही बोलत नसत आणि ललितेचे वडील यात लक्षच घालीत नसत. कधीकधी आई यामुळे दु:खी व्हायची, तर कधी आईला वाटायचे या इतर माणसांशी ललितेची एवढी जवळीक निर्माण झालेलीच नाही, तर त्यांना हे काय समजणार?

एखादी वस्तू हवी असली की, त्या वस्तूचा पाठलाग करणारे, एकटक त्या वस्तूकडे पाहत राहणारे ललितेचे डोळे आईला दिसायचे. एखादा चुकार शब्द ललितेच्या तोंडून बाहेर पडायचा तो फक्त आईलाच समजायचा. एखादी वस्तू हवी असली की, तोंडातून अस्पष्ट, कण्हल्यासारखा निघणारा स्वर, ललितेचे भिरभिरणारे

डोळे यावरून बऱ्याच वेळापूर्वी पाहिलेल्या वस्तूसाठी तो हट्ट आहे हे फक्त आईलाच जाणवायचे.

ललितेचा मूकपणा, विकलांगता यामुळे लहानपणीही तिच्यापासून भावंडे दूर दूरच राहिली होती. लहानपणीही त्यांनी तिला कधी आपल्याबरोबर खेळायला घेतले नव्हते. आईने आग्रहच केला तर कुरबुरत भावंडे तिला बाहेर घेऊन जायची आणि एखाद्या खांबाजवळ बसवून ठेवायची. खेळताना त्या खांबाचे अस्तित्व विसरले जायचे, तसे ललितेचेही! मोठेपणीही थोड्याफार फरकाने हाच प्रकार घडला होता. भावंडांच्या शाळा, कॉलेज, अभ्यास, मित्रमैत्रिणी यात ललितेला कोठेच स्थान नव्हते.

म्हणून की काय जरा मोठी झाल्यावर ललिता एखाद्या दिवशी कण्हल्यासारख्या सुरात रडत सुटायची. तिला मग काही पसंत पडायचे नाही. त्या दिवशी ती जेवणही घेत नसे. बळजबरीने तोंडात काही घातलं तर ते जसेच्या तसे ती थुंकून टाकायची.

असे धुमसणे मग बराच वेळ व्हायचे. थकली भागली की ती गुपचूप पडून राहायची. बऱ्याच वेळाने आई जवळ गेली की, आईला ललितेच्या डोळ्यात पशूंच्या मनात मालकाबद्दल ओढ दिसते तशी ओढ दिसायची. क्वचित अपराधी भाव दिसायचा. आईचे हृदय वात्सल्याने भरून यायचे आणि ललिता अगदी कुक्कुल बाळ असल्यागत आई ललितेचे पापे घ्यायची, तिला आंजारा-गोंजारायची.

पण एक दिवस ललितेचे हे धुमसणे कशासाठी असावे त्याचा अंदाज आईला आला. ललितेच्या डोळ्यांत कशाबद्दल आसक्ती आहे, ते आईनेच ओळखले. ललितेच्या मोठ्या बहिणींना मात्र वाटले की, हे सारे आईच्या मनाचे खेळ आहेत. पण आईने मानले नाही. ललितेच्या बहिणी कॉलेजात गेल्यावर आईने त्यांचे नेलपॉलिश, आरसा, लिपस्टिक, कुंकू, पावडर आणि तऱ्हतऱ्हेचे कपडे घेतले आणि ललितेचा तिच्या बहिणींसारखा थाटमाट केला. ललितेची गळणारी लाळ, नाकातून डोकावणारे शेंबडाचे मोती याकडे आईचं लक्षच नव्हतं. लेकीच्या चेहऱ्यावर पसरलेले समाधान फक्त आईला जाणवले होते. त्या दिवसापासून आईने आपल्या दोन्ही मुलींसारख्या सर्व वस्तू ललितेसाठीही आणल्या होत्या आणि दोन्ही मुलींसारखाच ललितेचा थाटमाट ती करू लागली होती.

ललितेच्या लहानपणी शक्य झाले नव्हते, पण आता मोठेपणी ललितेची आई सारखी ललितेच्या अवतीभवती असायची. खरं म्हणजे ललितेचे करायला चोवीस तासांची एक मोलकरीण ठेवलेली होती; कारण आता पैशाची सुबत्ता होती. निवृत्तीच्या मार्गावर असलेला ललितेचा बाप चांगल्या हुद्द्यांवर होता. त्याचा पगार भरपूर होता. ललितेचे मोठे दोन्ही भाऊ बाहेरगावी चांगल्या नोकरीत होते. पण

ललितेची आई मोलकरणीवर अवलंबून राहत नसे. मोलकरणीला दुसरे काम देऊन ललितेचे सर्व ती करायची. मातेच्या ममतेनं मुलीचे दुसरे कोण करणार म्हणा!

पण एक दिवस ललितेची अशी चाकरी करत असताना आई दचकली. ललिता अचानक बोलू लागली असती, तरी एवढा विस्मय आईला वाटला नसता एवढा विस्मय ललिता मोठी झाली म्हणून आईला वाटला. निसर्गाने नको तिथं जाणवून दिलेले त्याचे अस्तित्व पाहून आई बावरली, गोंधळली आणि शेवटी विचार करत बसून राहिली. तर एकदा तिला वाटले, यापुढे आपली लेक सुधारेलही. मनातून मात्र आता ती धास्तावलेली होती.

निसर्गनियमांबरोबर बंधने येतात. चांगल्या मुलींनाही आईला जपावे लागले होते. त्यात ललिता विकलांग! तिला जास्तच जपावे लागले होते. ललिताच्या शरीरात हळूहळू फरक पडला होता, पण तिची अवस्था मात्र दोनचार वर्षांच्या बालकासारखीही नव्हती. विचार करून आईचे डोके फुटायची वेळ यायची. दररोजच्या दैनंदिन कार्यक्रमात महिन्याच्या या निसर्गनियमाच्या कामाची पडलेली भरही ती माऊली निमूटपणे सोसत राहिली.

काळ कोणासाठीही थांबत नाही. तो धावतच होता. त्याबरोबर ललितेची इतर भावंडंही पुढे गेली होती. अशीच एकापाठोपाठ ललितेच्या दोन्ही बहिणींची लग्नं झाली होती. त्या सासरी गेल्या होत्या. भावांची लग्नं होऊन नोकरीच्या गावी संसार थाटून ते राहिले होते. ग्रहमालिकेतील एक-एक ग्रह सुटून स्वतंत्र व्हावा, अगदी तशीच ललितेची इतर भावंडं मोठी होऊन आईपासून दूर गेली होती. राहता राहिली होती एकटी ललिता.

ललितेच्या बारीकसारीक हालचाली, ललितेच्या बोलक्या डोळ्यांत उमटणारे भाव आईला समजायचे. भावंडांची अनुपस्थिती ललितेला जाणवते का हे जाणण्यासाठी आईचे सारे लक्ष ललितेच्या डोळ्यांकडे असायचे. ललितेच्या भावंडांची आलेली पत्रं ती ललितेला वाचून दाखवायची. ललितेला सारे समजले आहे असे त्या बोलक्या डोळ्यांवरून तिला वाटायचे, मग आई ललितेचे जास्तच लाड करायची. तिचा थाटमाट उडवायची. तिच्या पायांना आलता लावायची. तिच्या नखांना नेलपॉलिश लावायची. ललितेच्या लांबसडक, निमुळत्या बोटांना नेलपॉलिश खुलून दिसायचे. ललितेच्या डोळ्यांसारखेच त्या लांबसडक निमुळत्या बोटांचे आईला कौतुक होते. ललितेचे असे करण्यात आईचे दिवस जात होते.

पण एक दिवस काय झालं कुणास ठाऊक? ललिता अचानक बेचैन झाली. तिची नजर कावरीबावरी झाली. तिने दोन दिवसांत अन्नपाणी घेतले नाही. कण्हल्यासारख्या सुरात ती ओरडत राहिली. ललितेच्या बापाने ललितेला डॉक्टरना दाखवायचा आग्रह धरला, पण ललितेच्या नजरेतील त्या विशिष्ट चमकेचा अर्थ ललितेला

समजणाऱ्या, उमजणाऱ्या आईला कळला होता. आई पार उन्मळून गेली. ज्या ठिकाणी जरूर नव्हती त्या ठिकाणी निसर्गाने दाखवून दिलेली विकारांची चुणूक पाहून आई हतबुद्ध झाली. आईला शिसारी आली. निसर्गाने विकलांग बनवलेल्या आपल्या पोरीच्या कणवेने ती फार दु:खी झाली. आई विचार करत कितीतरी वेळ तशीच बसून राहिली.

बुद्धिहीन पशूंमध्येही कामविकारांच्या भावना उफाळून येतात. ललिता तर माणसाच्या जन्माला आलेली! आईने मनाची जरी अशी समजूत घातली तरी आता आई ललितेला फार जपू लागली. लेकीची तिला काळजी वाटू लागली.

लेकीचे पहिल्यापासून सर्व आईच करायची; पण आता ती ललितेच्या खोलीचा दरवाजा बाहेरून सदैव बंद ठेवू लागली. अहोरात्र आईला आता एकाच काळजीने ग्रासले. राग, लोभ, प्रेम, माया, हट्ट, समाधान, भीती आणि आता कामविकार दाखवणारे ते डोळे आईसारखे कोणाला समजतील का? ललितेचे कोणी प्रेमाने करील का? तिचे कसे होईल?

काळज्या, संकटे एकामागोमाग येतात. अगदी तसेच घडले. ललितेचा म्हातारा बाप एक दिवस अचानक वारला. बापाच्या मृत्यूनंतर मुले आली आणि पुन्हा आपापल्या संसारात निघून गेली. आता घरात उरली ललिता आणि तिची आई. पहिल्यापासून ललिताही दैवाने ठरवलेली आईचीच जबाबदारी होती जणू!

सारे जग बदललेले होते, पुढे धावले होते. ललितेच्या आजूबाजूला असे केवढे तरी बदल झाले होते, पण याची जाणीव ललितेला होतीच कुठे? बाह्यात्कारी निसर्गाने पडलेला बदल सोडला तर ललिता अगदी पूर्वीसारखी होती. वर्षा-दोन वर्षांच्या मुलीसारखी सर्वस्वी अवलंबून, अगदी बालपणीसारखी! ललितेला होती आई आणि आईला होती ललिता!

पण हे असे किती दिवस चालणार? आई आता थकत चालली होती. ललितेची कोठेतरी सोय लावायलाच हवी होती. जितके दिवस रेटता आले तेवढे दिवस आईने रेटले आणि मग एक दिवस आईने घराची आवराआवर केली आणि ललितेला घेऊन ती थोरल्या लेकाकडे गेली.

पण तिथं घरच्यासारखी घडी बसेना. सुनेची आदळ-आपट, मुलाचा राग, नातवंडांची धुसफूस आणि ललितेच्या चाळ्यांवर घालावे लागणारे पांघरूण! आई टेकीला आली. मुलाच्या संसारात आईला स्थान मिळताना मारामार होत होती, तर तिथं या विकलांग मुलीची काय कथा!

आई आलीच होती, म्हणून थोडे दिवस राहिली आणि मग लेकीला घेऊन दुसऱ्या लेकाकडे गेली. या मुलावर तिचा पुरा भरवसा होता. तिथं आठ-पंधरा दिवस चांगले गेले. आईला वाटले की, आपण आता शांतपणे मरायला मोकळा झालो.

पण एक दिवस लेकाने बातमी आणली. कलकत्त्याच्या एका बड्या डॉक्टरचा पत्ता आईच्या हातात देताना तो ललितेवर उपचार करील असे सांगताना लेकाने आईकडे बघण्याचे टाळले. काय समजायचे ते आई समजली. ललितेची ती विकृती सुनेच्या बहुधा लक्षात आली होती. ती काही बोलली नव्हती, कुरबुरलीही नव्हती; पण हे लचांड कायमचे गळ्यात नको; म्हणून तिने ती युक्ती योजली असावी हे आईने ओळखले होते. ललिता हे आईचे प्राक्तन होते. ते आईला आपल्याबरोबर संपवायला हवं होतं. त्या दिवशी आईचा निश्चय पक्का झाला.

ललितेच्या ह्या दुखण्यावर उपाय नाही, हे आईला पक्के ठाऊक होते. पण कुठेतरी जायचे, काहीतरी करायचे म्हणून आई निघाली. दोघींचा फर्स्ट क्लासचा पास होताच.

घरातून निघताना लेकाच्या नकळत आईने लेकाने वाटखर्चाला दिलेले पैसे, जोखमीच्या वस्तू काढून ठेवल्या. गाडीवर सोडायला आलेल्या लेकाच्या नजरेतील विनवणी, क्षमायाचना आईला समजली. पण आई काही बोलली नाही. गाडी सुटताना आईने आपल्या लाडक्या लेकाचा हात थोपटला. त्या स्पर्शातून त्याला सारे समजावे हा हेतू होता.

गाडी सुटली. लेक काहीतरी म्हणाला, पण आईला धड काहीच ऐकू आले नव्हते आणि आता ऐकून तरी काय करायचे होते म्हणा?

गाडीने हळूहळू वेग घेतला. त्याबरोबर आईचे विचारही धावू लागले. कामविकाराची ती अभिव्यक्ती सोडली, तर नेहमी बाल्यावस्थेत असणारी ती लेक, तिला समजण्याची ताकद फक्त आईला होती. दैवाने टाकलेली ही जबाबदारी आपले प्राक्तन आहे, या निष्ठेने आई अजूनपर्यंत ललितेचे करत आली होती. इतके दिवस तिने सारे सोसले होते, कारण ती आई होती. पण हे किती दिवस आणि कुठपर्यंत चालणार? आईचे हातपाय थकत चालले होते. हल्ली लेकीला संडास, बाथरूमला पोहोचवतानाही तिचे हातपाय लटपटायचे.

यातून आता फक्त एकच मार्ग होता. आपले प्राक्तन, आपले दुर्दैव आपल्याबरोबरच संपवणे भाग होते. दैव निदान या शेवटच्या घटकेला आपल्याला हात देईल का? आईला समजत नव्हते.

विचार करताना आईचे लक्ष आपल्या लेकीकडे गेले आणि आईचे डोळे भरून आले. तोंडातून लाळ काढून फुरफुर करीत बसलेल्या लेकीचा लहान बाळ असल्यागत आईने पटकन मुका घेतला. आईच्या अश्रूंनी लेकीचे गाल भिजले. लेकीला काही कळत नव्हते म्हणावे, तर एकटक लेक आईकडे पाहत होती. आई कशीबशी उठली. संडास उघडा आहे की नाही याची आईने जाऊन खात्री करून घेतली. कॉरिडॉरमध्ये कोणी नव्हते. दुपारची वेळ... सारे आपापल्या कंपार्टमेंटमध्ये

विश्रांती घेत होते. फेंगडे पाय टाकीत जाणाऱ्या लेकीला कोणी हसणार नव्हते, की दयेने पाहणार नव्हते. कंडक्टर तेवढा आपल्या सीटवर बसलेला होता पण तो डुलक्या घेत होता.

लेकीचा हात आईने धरला आणि तिला समजावले, "चल बेटा! बाथरूमला जाऊ या," आणि त्या घटकेला आईला जाणवले की, या लोळागोळा जिवामध्ये नेहमीचा पशूचा आज्ञाधारकपणा नाही. आईने लेकीला समजावले. तिला खाऊ दिला. पण आज लेकीच्या डोळ्यांत कधी नव्हे ती भीती दिसली आईला!

बळेबळे लेकीचा हात धरून आई संडासाकडे निघाली. एका हाताने संडासाचे दार उघडताना आईचा हात लटपटत होता. दार बहुधा घट्ट लागले होते. दरवाजा उघडण्याच्या नादात आईची लेकीच्या हातावरची पकड ढिली झाली...

...आणि क्षणात सारे घडले. उघड्या दरवाजातून खाली पडणाऱ्या लेकीला कोणाला धरता आले नाही, पण तिच्यापाठोपाठ उडी टाकणाऱ्या आईला कंडक्टरने धरले. पडणाऱ्या लेकीचे कण्हल्यासारखे स्वर आईच्या डोक्यात घुमत होते. "छोडो मुझे! जाने दो!" आईच्या किंकाळ्यांनी, ओरड्यानी सारा डबा निनादला. कोणीतरी साखळी खेचली. पण भर वेगाने धावणारी गाडी बरीच पुढे आली होती. एखाद्या गाईने वासराच्या ओढीने चौखूर उधळावे, तशी ती माऊली मग धावत सुटली.

एवढ्या वेळेपर्यंत मुलीभोवती बरीच गर्दी जमली होती. ललितेच्या तोंडातून रक्ताची धार लागली होती. आई आली आणि तेवढ्यात कुणीतरी ललितेच्या तोंडावर पाण्याचा हबका मारला.

ललितेने डोळे उघडले ते बोलके डोळे भिरभिरत होते, शोधीत होते. ते नेत्र पार गोंधळलेले होते.

गर्दीतून वाट काढत आई पुढे झाली. ललिता काही क्षणांची सोबती होती. अगदी लहान असल्यासारखी आईने लेकीला जवळ घेतली. तिचे पटापट मुके घेतले. आईचा म्हातारा देह स्पर्शाने लेकीला काहीतरी सांगत होता. आईचे अधू डोळे लेकीला समजावीत होते. त्या निर्णयात्मक क्षणी दैवाने असे कसे केले होते ते आईचे आईला समजले नव्हते. लेकीकडे एकटक पाहत असताना अगदी एकच क्षण त्या डोळ्यांत आईला ओळख दिसली. पण आई दृष्टीस पडताच नेहमी येणारा शांतपणा त्या डोळ्यात दिसला नाही. ते गोंधळलेले, कावरेबावरे झालेले होते. बघताबघता त्या डोळ्यांत आलेली भीतीची लकेर आईला स्पष्टपणे जाणवली. आईचा म्हातारा देह दुःखाने थरथरला.

पण त्या शेवटच्या क्षणी ललितेला कुठून शक्ती आली होती कुणास ठाऊक? तिने आपला वेडावाकडा हात वर उचलला. आपली लांबसडक बोटं आईच्या दिशेने

रोखली. निदान आईला तरी तसे वाटले. रक्ताच्या शेवटच्या गुळणीबरोबर कण्हल्यासारखा स्वर उमटला आणि आईला वाटले, लेकीने 'माँ' म्हटले.

आईचा थरथरणारा देह हुंदक्यांनी गदगदत होता. पण हुंदका बाहेर पडत नव्हता. आईने हळूच वाकून त्या लांबसडक बोटांचे चुंबन घेतले. आईच्या वृद्ध नेत्रांना अश्रूंची धार लागली होती.

ललितेला आईकडूनच बोलक्या डोळ्यांची देणगी मिळालेली होती. लेकीचे बोलके डोळे त्या क्षणी निर्विकार होते आणि आईचे डोळे...?

त्यात कारुण्य होते, अगतिकता होती, वैफल्य होते आणि...? अपराधाची भावना होती.

ॐ

तळं

ते एक तळं होतं. श्रीनगरच्या दल लेकसारखी निळसर-हिरवट पाण्याबद्दल त्याची प्रसिद्धी नव्हती. शिकारा घेऊन मजेत विहार करणारे गुलहौशी प्रवासी तिथं नव्हते. दलसारखे अमर्याद पाणीही तिथं नव्हतं. निशात, शालीमारसारख्या निसर्गसौंदर्याने नटलेल्या बागा तिथं नव्हत्या. निरनिराळ्या आकाराच्या आणि सजावटीच्या हाऊसबोट्स आणि त्यात वास्तव्य करणारे तेवढेच चित्रविचित्र प्रवासीही तेथे आढळले नसते.

ते एक साधंसुधं तळं होतं. मद्रासमधील व्यंकटेशपुरम् कॉलनीच्या मागच्या बाजूची त्यानं पसंत केलेली जागा खुद्द मद्रासमधील लोकांनाही फारशी माहीत नव्हती. एका बाजूला व्यंकेटपुरम् कॉलनीची दगडी भिंत आणि दुसऱ्या बाजूला गांधारीअम्मन मंदिराची लाल-पांढऱ्या पट्ट्यांची भिंत. या दोन हद्दींच्या मर्यादेमुळे त्या तळ्याचं पाणी थोडं आडवं पसरलं होतं. त्याच्या बाजूला दगडी बांध होता. अगदी छोटासा. त्याला लागून एक झोपडपट्टी होती. तिन्ही सीमा निश्चित झाल्यामुळे ते तळं पसरलं होतं. अगदी दृष्टीच्या टप्प्यापलीकडे हिरवाकंच शेवाळाचा थर होता त्यावर.

पण त्या शेवाळाकडे कोणाची दृष्टी जात नसे. तळ्यात मध्यभागी असंख्य कमळं डुलत असायची. पांढरी, लाल, निळी. वारा आला की एकमेकांच्या कानात ती हितगुज करायची. भेटीला येणाऱ्या असंख्य भ्रमरांवरून त्या कळ्या परस्परांना चिडवायच्या. पानं... काहीशी निळसर, हिरवट रंगाची. काही पाण्यात बुडलेली, काही पाण्यावर तरंगत असलेली. पाण्याचे थेंब शरीरावर बागडविणारी. सूर्याच्या किरणांनी त्यांचे हिरे बनायचे. चंद्राची शीतल किरणे त्यांना पाचू बनवायची. एखाद्या

सुंदर, तलम, निळसर वस्त्रावर पानाफुलांचं सुरेख डिझाईन असावं ना, अगदी तसाच भास व्हायचा त्या तळ्याकडे पाहताना.

जरा मागच्या बाजूला असलेल्या खोलीत जेव्हा लग्नाच्या पहिल्या रात्री तिला ढकलण्यात आलं आणि हास्यविनोदाच्या खळखळाटात बाहेरची कडी लावली तेव्हा घाबरून धावत जाऊन तिनं ती एकुलती एक खिडकी गाठली होती आणि संकोचून उभी असताना तिला त्या तळ्याचे दर्शन झाले होते.

तिला वाटलं, या कमळाच्या पानाफुलांच्या डिझाईनच्या पडद्याआड, हिऱ्या पाचूंचे दागिने घातलेली, निळसर वस्त्र परिधान केलेली आपल्यासारखीच एक नवपरिणिता बसली आहे. पण हा आभास एक क्षणभरच टिकला. वाऱ्याची झुळूक आली. कमळाच्या गंधाबरोबर बागेतील इतर फुलांचाही वास आला. वरातीच्या वेळी आईने सांगितलेल्या मायेच्या, धीराच्या शब्दांसारखी ती झुळूक अंगाला भिडली. मग त्या तळ्याकडे पाहताना ती नवपरिणिता गडप झाली ती कायमचीच. त्या जागी तिला आपली आई दिसू लागली. वरातीच्या वेळी तिने केलेला उपदेश आठवला. तिला ते तळं जणू तेच सांगत होतं. ''बाई गं! स्त्री जीवन म्हणजे समर्पण! माझ्या देहावरील या कळ्या बघ. यातील फार थोड्या देवाला वाहिल्या जातात. पोरांचं खेळणं बनल्यामुळं, म्लान होऊन, रस्त्यावर कुस्करून पडण्याचं दुर्भाग्यच कित्येकींच्या वाटणीला येतं. उरल्यासुरल्या कळ्या तशाच राहतात. कालांतराने सुकतात. शिंगाडे वेचायला इतक्या दूरवर कोणीच येत नाही. पण तरीही या देहावरील प्रत्येक कळीचे हे असे वेगळे समर्पण आहेच.''

खोलीत आल्यापासून हातापायांना सुटलेला कंप त्या धीरगंभीर शब्दांनी कमी झाला. ती तशीच खिडकीच्या चौकटीला धरून उभी होती. बाहेर हास्यविनोद चालले होते.

''ए, आतून काहीच कसा आवाज येत नाही?''

''कडी काढून पाहू या.''

''चल, चावट कुठली!''

कडीला हात लावल्याचा आवाज आला आणि तिने दचकून मागे वळून पाहिले. तो तिची विभ्रमावस्था पाहत होता. तिला वाटलं, खरंच, त्या बाहेरच्या टवळ्यांनी दरवाजा उघडला तर...! खोलीच्या दोन टोकांना दोघांना पाहून पुन्हा हास्यविनोद होतील.

एक क्षणभरच त्याची नजर तिच्या नजरेत गुंतली. त्या एकाच दृष्टिक्षेपानं त्याला अवसान आलं जणू! तो धिम्या पावलांनी गेला आणि त्याने आतून कडी लावून घेतली. बाहेरचे हास्यविनोद आणखी वाढले. संकोचानं ती खिडकीबाहेर पाहत उभी राहिली.

आकाशानं चंद्रिकेचा चेहरा आपल्या ओंजळीत धरला. काळसर ढगांच्या

पातळ ओढणीमधूनही ते अधोवदन मोठं विलोभनीय दिसत होतं. आकाशानं तो घुंघट बाजूला केला. तिनं तळ्याकडे पाहिलं. ते सस्मित हा प्रणय पाहत होतं. ती लाजली. तिने हळूच नवऱ्याच्या कुशीत तोंड लपविलं.

त्या पहिल्या रात्रीपासून तळ्याशी तिचं असं नातं जुळलं ते कायमचं. दररोज रात्री खोलीत आल्यावर पाण्याचा तांब्या टेबलावर ठेवल्यावर ती खिडकीशी घुटमळायची. तिन्नुवेल्लीसारख्या या दूरच्या ठिकाणी असलेलं आपलं माहेर, त्या तळ्याकडे पाहताना तिच्या दृष्टीसमोर यायचं. अम्मा, अप्पा, आपली सारी भावंडं असलेलं ते घर दृष्टीसमोर तरळायचं. तिच्यावर मायापाखर घालणारं ते घर बघताबघता त्या तळ्यातून आकार घ्यायचं. कमळाची पानं, कळ्या डुलायच्या, तिच्या आनंदात रमायच्या, चेष्टा करायच्या, त्या तळ्यावरून वाऱ्याची झुळूक यायची. सतरा-अठरा वर्षांची ती पोर अनिमिष नेत्रांनी पाहत राहायची.

नवरा विचारायचा, "काय पाहतेस?"

"तळं, किती सुंदर दिसतं नाही?"

ती असे म्हणाली की, तिच्या वेडेपणाला तो हसायचा. त्याचं त्या तळ्याकडे लक्ष कुठे असायचं! काहीसा अधीर होता तो... कमळावर गुणगुणणाऱ्या भुंग्यासारखा...! तिच्या त्या भावना त्याला समजायच्याच नाहीत.

असेच सहा महिने संपले. सुरुवातीला तिला खाली यायला उशीर झाला की, जावा चिडवायच्या. सासू न बोलता हसायची. सासरे पेपर वाचीत असले, तर एकदा तरी चष्म्यातून रोखून पाहायचे.

पण पुढंपुढं ती जुनी झाली. ती खाली उशिरा आली आणि कामाची घणाघाई असली की सासू चिडायची, त्रासिक चेहऱ्यानं पाहायची. जावा आपापल्या तान्हुल्यांना पदराखाली घेऊन बसलेल्या असायच्या. मग तिलाच अपराधी वाटायचं. खेडेगावात जन्मल्यामुळे तिला कामाची सवय होती. ती पटपट सारे उरकायची. सासू मग प्रेमानं म्हणायची, "पुरे पोरी! दमशील."

"सकाळी लवकर उठायचे म्हणते, पण जागच येत नाही." तिचा स्वर काहीसा अपराधी असायचा.

"होईल सवय आपोआप." सासूनं असं शाब्दिक थोपटलं, तरी तिला बरं वाटायचं.

पण एका रात्री तिने नवऱ्याला गजराचे घड्याळ आणण्यासंबंधी सुचवले.

"का गं?"

"उशिरा उठलं तर अम्मांना राग येतो..."

"वा! म्हणजे रात्री दहापर्यंत वाट पाहायची. पुन्हा सकाळी धावपळ करायची हे जमायचं नाही." त्याच्या हातांचा विळखा तिच्या कमरेभोवती पडला. पानाआड

दडलेल्या कमळकळीसारखी ती घुसमटली, सुखावली. वाऱ्यावर येणाऱ्या कमळकळीच्या नि:श्वासासारखा एक तृप्तीचा हुंकार तिच्या मुखातून बाहेर पडला.

पण त्या दोघांचे संभाषण त्या तळ्याने जणू ऐकले होते! पोंगलचा सण जवळ आला होता. गांधारीअम्मनच्या देवळात सकाळी चार वाजताच भक्तिगीतांच्या ध्वनिमुद्रिका सुरू झाल्या. त्या नादलहरींनी तळ्याचे पाणी थरारले. तळ्याच्या त्या थरथरत्या स्पर्शाने ती जागी झाली. नवऱ्याने वैतागून डोक्याखालची उशी काढून डोक्यावर धरली होती. तिला हसू लोटले. त्याच्या पाठीवरून हात फिरवीत ती तशीच बसून राहिली. पाच वाजले. ध्वनिमुद्रिका थांबल्या. तो पुन्हा झोपेच्या दुलईत शिरला. ती उठली.

खिडकीजवळ आल्यावर तिने आदराने त्या तळ्याकडे पाहिले. ते शांत होते. पक्ष्यांचे सुस्वर कानी येत होते. कमळकळ्या सूर्याच्या किरणांची वाट पाहत होत्या. सकाळी देवदर्शनाला आलेल्या भाविकांमुळे घंटेचा स्वर कानी येत होता. तिने भाविकपणे हात जोडले. डोळे मिटले. क्षणभर माहेरचे दृश्य साकारले. अम्माच्या धीरगंभीर मूर्तीने शाबासकी दिली.

ती खाली आली तेव्हा सासू नुकतीच उठली होती. "इतक्या लवकर कशाला उठलीस?" सासूने विचारले.

ती नुसती हसली आणि कामाला लागली. सासूला बरं वाटलं.

मग हा रोजचाच कार्यक्रम झाला. सकाळी पाच वाजता त्या तळ्याने साद घालायची. तिने हळूच नवऱ्याच्या मिठीतून बाजूला व्हायचं. खाली आल्यावर कॉफीचे डिकॉक्शन तयार करायचे. कॉफीचे ग्लास पुसून ठेवायचे. सासू उठली असली तर कॉफी करून द्यायची. दोन-तीन नारळ फोडायचे. चटणी वाटायची. कधी नारळाचा अंगरस काढायचा. सकाळच्या खाण्याची तयारी करायची. माणसे उठली की, कॉफी करून द्यायची.

पुढे पुढे सासू उठली तरी बागेत जायची. फुलं गोळा करून आणायची, देवांची पूजा आटपायची. मोठ्या दोन्ही सुनांच्या नावाने खडे फोडीत असताना सर्व भार तिच्यावर टाकून संसारातून निवृत्त झाल्यासारखी वागे ती. दिवस पळत होते. तिचे लवकर उठणे आता सर्वांच्याच अंगवळणी पडले होते.

दुपारी सर्वांच्या पथाऱ्या हॉलमध्ये पडत. सकाळी मोठ्या दोन्ही सुनांवर चरफडणारी सासू नातवंडांच्या कौतुकात दंग होई. सकाळपासून काम करून थकलेल्या तिच्याकडे कोणाचेच लक्ष नसे. ती शांतपणे डोळे मिटून पडलेली असली की, पूर्वी जावा चेष्टा करत...

"झोप येते का? भावजी झोपू देत नाहीत का?"

त्या चेष्टेत असणारी तिच्याबद्दलची असूया हळूहळू नाहीशी झाली आणि मग

त्या तिला चक्क खिजवू लागल्या, ''अजून काही कसे नाही? प्लॅनिंग आहे का?''

दर महिन्याला ती दूर बसली की, कामाचा बोजा पुन्हा सासूवर पडे. सासू चिडे, चरफडे.

तिच्याबरोबर लग्न झालेल्या सर्वांकडेच प्रगती होती. फक्त तिच्याकडेच काही हालचाल नव्हती. एक दिवस रागाच्या भरात सासूही लागेल, असे बोलली. ती बिचारी रडकुंडीला आली. डोळ्यांत जमणारे अश्रू कोणाला दिसू नयेत, म्हणून ती चटकन उठली. रात्रीशिवाय कुणीही आपल्या खोलीत जायचे नाही हा त्या घराचा शिरस्ता होता. कामाची बाई खोल्यांची आवराआवर करून जायची. त्या दिवशी तिने तो दंडक मोडला आणि आपली खोली गाठली. आसवे ढाळीत ती खिडकीशी उभी राहिली.

लग्नाच्या पहिल्या रात्री आणि नंतर अनेक रात्री दिसणारे, आधार देणारे ते तळं कुठे लुप्त झाले होते. 'अम्मा गं,'ची तिने घातलेली साद त्याला ऐकूच आली नव्हती. ती वेड्यासारखी त्या तळ्याकडे पाहत राहिली.

पूर्वी कधी न पाहिलेल्या भिंतीलगतच्या अनेक झोपड्या आज तिला दिसत होत्या. तेथून रडारड, भांडणाची कचकच कानावर येत होती. दूरवर पसरलेले शेवाळ आणि पाण्याचा तो हिरवाकंच रंग भेसूर वाटत होता. तळ्याच्या काठावर बायका कपडे धुवत होत्या. साबणाचा फेस पाण्यावर तरंगत होता. नेहमी तिच्या नादाने डुलणारी, तिला हरखून सोडणारी कमळं भर दुपारच्या उन्हात म्लान झाली होती. तळ्याचे हे कधी न पाहिलेले रूप पाहून ती भांबावली. आधारासाठी तिने त्याच्याकडे धाव घेतली होती आणि तेच केविलवाणे झालेले पाहून तिला अश्रू आवरेनात.

वाऱ्याची झुळूक आली. म्लान झालेल्या कमळांमधूनही सुवास दरवळला. त्या झुळकेच्या प्रेमळ स्पर्शाने ती थरारली, ''काय सांगितलं तुला मी पोरी? स्त्री जीवन या कमळांसारखे आहे. कसंही केलं तरी हे समर्पण हेच खरं! समर्पण करायचेच तर मग ते कुरकुरत कशाला? कमलिनी नाही का हसतमुखाने या साऱ्याला, इतरेजनांना संतुष्ट करत!''

जिन्याच्या तोंडाजवळून सासूची हाक आली, 'मुली! चल जेवायला.'

तिने डोळे पुसले, तरी रडण्याचा स्पष्ट पुरावा दिसत होता. सासूने तिची पाठ थोपटली. ''रागाच्या भरात बोलले खरी. काळजी करू नको. उद्या तुला डॉक्टरकडे घेऊन जाते.''

तिला धीर आला. त्या ओढीतच दिवस सरले आणि मग एक दिवस नशिबाची लॉटरी फुटली. निकाल सपशेल तिच्याविरुद्ध पडला. घरी आल्यावर सासू चरफडली. नवरा अबोल झाला आणि तिला अश्रू आवरेनात. ती तशीच खोलीत येऊन पडली. त्या तळ्याकडे जाववेना, पाहवेना. माहेरचा तो दिलासा, प्रेमळ स्पर्श अनुभवायची

इच्छा होईना. कोणीही नकोसे वाटत होते. कुणाचे तोंड पाहावेसे वाटत नव्हते. फक्त उशीत मान खुपसून रडावेसे वाटत होते. वाट्याला आलेल्या वांझ आयुष्याची स्वत:च कीव करावीशी वाटत होती.

शेवटी पडून राहूनही ती कंटाळली. तिने खिडकीकडे धाव घेतली. तिची काळजी सासरवर सोपवून, दुपारच्या उन्हात तिचे माहेर सुस्तावले होते. खिडकीजवळ येताच तिला उफाळून आलं.

"अम्मा, का गं असं वाट्याला आलं माझ्या? मी काय अपराध केला होता?"

मासे पकडणाऱ्या खंड्या पक्ष्याने आपले निळे पंख पसरवित उड्डाण केलं. लोभावलेले भुंगे मध गोळा करून पळाले. आज तळ्यावर धुण्याचा आवाज नव्हता. त्या तळ्याने तिला पुन्हा बजावले, "बाई गं! पहिल्या रात्री तुला सांगितलं मी! स्त्री जीवन म्हणजे समर्पण! देवाला वाहिल्या गेलेल्या कमलिनीपेक्षाही, रस्त्यात चोळामोळा होऊन पडणाऱ्या किंवा उन्हाळ्यात तळ्यात सुकून जाणाऱ्या कमलिनीचे समर्पण कांकणभर सरस मोलाचे ठरते. पूस डोळे."

तिने त्याच्या हुकमासरशी डोळे पुसले.

रात्री नवरा खोलीत आला, पण तिच्याकडे पाठ करून झोपी गेला. त्याचा हिरमुसला चेहरा पाहून तिला आणखीच अपराधी वाटू लागले. त्या तळ्याकडे पाहत, त्या माहेराजवळ आपले मन मोकळं करीत ती खिडकीशी बसून राहिली. त्या भिंतीजवळच्या झोपड्या, ते दूरवर पसरलेले शेवाळ, जीवनाची ही एक बाजू होती. तिला तोंड देणं भागच होतं.

सकाळी जाग आल्यावर ती पुन्हा त्या तळ्याकडे वळली. तिने गांधारीअम्माला हात जोडले. सकाळच्या त्या प्रसन्नतेने तिला बरं वाटलं. वाऱ्याची गार झुळूक तळ्यावरून आली. अम्माच्या त्या प्रेमळ स्पर्शाने तिला धीर आला.

नवऱ्याला तिने हळूच जागं केलं.

"काय गं!" कुशीवर वळताना त्याने नेहमीप्रमाणे तिला हातांनी लपेटून जवळ ओढले नव्हते. डॉक्टरणीच्या त्या शब्दांबरोबर तो अधीरा स्पर्श संपला होता.

"मी माहेरी जाऊ?" तिने विचारले.

"किती दिवस?"

"कायमची!" घशात आलेला आवंढा गिळीत ती म्हणाली. "प्रत्येक स्त्रीचे समर्पण वेगळं असतं. हे माझं समर्पण." सांगावेसे वाटणारे हे शब्द घशातच अडकले. तळ्याच्या तळाशी असणाऱ्या कमळांच्या देठांच्या गुंतागुंतीसारखी मनातील विचारांची गुंतागुंत उकलता येत नव्हती. बोलावंसं वाटतं होतं, सांगावंसं वाटत होतं; पण शब्द जुळत नव्हते.

"का? माझा कंटाळा आला?"

"अंहं! काही दिवसांनी तुम्हाला माझा येईल."

"वेडी रे वेडी!" त्याने तिला जवळ ओढली. त्याच्या खांद्यावर मान ठेवून ती स्फुंदू लागली. तो अगतिकपणे बोलत होता, "तुला वाटलं असेल, की मी तुझ्यावर रागावलो म्हणून. तसे नव्हे गं! दुःख झालं. असहायपणा वाटला. अगतिक झालो अगदी तुझ्यासारखाच! पण सुखाचे-दुःखाचेही आपण जोडीदार. तुझ्याशिवाय मी काय करू? आपल्या समाजात मूल न होणं फार कमीपणाचे मानतात. मी पुरुष. तू स्त्री आहेस, तुझी काळजी वाटते."

आज त्याच्या स्पर्शाला कमळकळीला भंडावणाऱ्या भ्रमराचा अधीरा स्पर्श नव्हता. त्याच्या स्पर्शाला एक समजूत आली होती. त्यात मायेचा ओलावा होता. तळ्यावरून येणाऱ्या वाऱ्याच्या झुळकेसारखी, देहाच्या, मनाच्या दाहावर फुंकर घालण्याची ताकद त्या स्पर्शात होती. रडतारडता ती शांत झाली.

"भारतात नाहीतरी लोकसंख्या जास्तच आहे, कशाला आपल्या पोरांची भर त्यात!"

वरकरणी तो मोकळेपणी, शांतपणे बोलत होता; पण त्याच्या डोळ्यांत, तिला त्याच्या मनाचे प्रतिबिंब स्पष्ट दिसत होतं. तळ्याच्या तळाशी असणाऱ्या कमळांच्या देठांसारखी गुंतागुंत दिसत होती.

दिवस थांबले नव्हते. ते पळतच होते. मे महिन्याचा रखरखाट सुरू झाला. भरणी नक्षत्र लागले. मद्रासचे लोक हायवारे घालू लागले. उन्हाळा असह्य झाला. सूर्याच्या प्रखर किरणांनी त्या तळ्यावर जणू मोर्चा रोखला होता!

तळं आटलं. कधी न पाहिलेल्या तळ्याच्या पायऱ्या आता दिसत होत्या. दूरवरचे शेवाळ जमिनीला चिकटून बसले होते. तिला तडे गेले होते. लोकांची जाण्यायेण्याची, सकाळचे विधी उरकण्याची जागा म्हणून त्याचा उपयोग सुरू झाला होता.

तळ्याच्या थोड्या भागातच पाणी उरलं होतं. पूर्वी कमळपानांनी आणि कमळांनी भरगच्च वाटणारं तळं, मऊ हिरव्या गालिच्यासारखा वाटणारा त्याचा पृष्ठभाग आता दीनवाणा वाटत होता. थोडंसं पाणी होतं, पण कमळं बेपत्ता झाली होती. त्या तळ्याचे पूर्वीचे रूप आठवत ती पहाटे उठू लागली. रात्री त्या तळ्याकडे पाहताना, लग्नाच्या पहिल्या रात्री दिसलेले त्याचे रूप नजरेसमोर आणू लागली.

काळ वाहतच होता. घरातील तिच्या कष्टांना आता फारशी किंमत नव्हती. कुस्करलेले निरुपयोगी एक कमळ, हे पण एक समर्पण मानून ती काम करत होती.

दरवर्षीच पावसाळा येई. थरारून सोडणारा, सृष्टी धोपटणारा तो पाऊस, अवचित ते तळं पाण्याने भरून जाई. ते दुथडी भरून वाहू लागले की, एक-एक करीत कमळकळी उमले. पुन्हा कमळांचा, त्यांच्या पानांचा रंगीबेरंगी गालिचा तयार

होई. सुखी, समृद्ध माहेरच्या आठवणी मनात तरळत राहत; दिलासा देत राहत. अम्मा भेटल्याचा आनंद होई. सुखदु:खाचे हितगुज मनसोक्त करता येई. अशीच वर्षं लोटली. घरात आणखी जावा आल्या. पुतणे, पुतण्यांत भर पडली. नणंदांची लग्नं झाली. भाचवंडं झाली. नवीन मुलं, नवीन उत्साह, नवीन वातावरण यात ती मात्र गप्प असे... काहीशी केविलवाणी... त्या तळ्याच्या उन्हाळी रूपासारखी!

सासू-सासऱ्यांचा संसार आता संपला होता. त्यांच्या काळज्या संपल्या होत्या. ज्याची काळजी त्याच्यावर सोपवून ते मोकळे झाले होते... आटलेल्या, शुष्क झालेल्या, केविलवाण्या तळ्यासारखे तिचे दिवस जात होते. लोकांच्या बोलण्यांनी तिच्या अंतर्यामाला त्या तळ्याच्या पृष्ठभागासारख्या भेगा पडत होत्या.

उन्हाळा येत होता... पावसाळ्याच्या मागोमाग... जीवन पळत होतं. तिच्या समर्पणाची कसोटी प्रत्येक वेळी, क्षणाक्षणाला घेतली जात होती.

एक दिवस अशीच कंटाळून ती खिडकीशी उभी होती. दिवस पावसाळ्याचे होते. मनाला झालेला दाह हवेतील थंडपणाही कमी करू शकत नव्हता. नेहमीसारखीच त्या तळ्याकडे पाहत, अम्माचा आधार शोधीत, समर्पणाचा उपदेश ऐकत ती जीव शांत करू पाहत होती...

तळ्यावर बरीच गर्दी जमली होती आणि एकाएकी तिचे लक्ष तळ्याच्या पृष्ठभागाकडे गेले. पाण्यावर एका स्त्रीचा देह तरंगत होता. ती चमकली. गलका वाढला होता. काठावर जमलेले लोक आपापसात चर्चा करत होते.

घराची साफसफाई करणारी बाई केव्हा वर आली ते तिला कळलंच नाही. गलका ऐकून तीही खिडकीशी येऊन उभी राहिली. त्या बाईनेच तिला सर्व माहिती पुरवली. जीव दिलेली स्त्री पलीकडच्या झोपडीत राहत होती. नवऱ्याशी तिचे पटत नव्हते. सासरी हाल होत होते. कंटाळून तिने तळ्याला जवळ केलं होतं.

ती त्या तळ्याकडे पाहतच राहिली. ते तळं काहीसे गूढ, गंभीर भासत होते. त्या स्त्रीचे विचार, तिच्या भावनांचा कल्लोळ त्याला समजला होता म्हणून... की मृत्यूने त्याला अंतर्मुख बनवले होते म्हणून? की हा समर्पणाचा मार्ग त्याला पटला होता म्हणून? का हे असं, अशाप्रकारचे समर्पण त्याला आवडलं नव्हतं म्हणून?

तिच्या मनात एकच विचार येत होता. त्या स्त्रीच्या दु:खाने कढ येऊन माहेरच्या माणसांसारखं प्रेमानं त्या तळ्यानं तिला आपल्या कुशीत सामावून घेतलं असेल का? त्या तळ्याचा शेवटचा स्पर्श त्या स्त्रीला मातेच्या स्पर्शासारखा तेवढाच प्रेमळ वाटला असेल का? पाहिजे असलेली मन:शांती त्या स्त्रीला मिळाली असेल का?

त्या तळ्याकडे ती आता विशिष्ट नजरेने पाहत होती. त्या नजरेत दिलासा होता, ओढ होती. आज कित्येक वर्षांनी आपल्याच विचारांनी तिला हलकं वाटत

होतं. त्या तळ्यावरून येणारी गार वाऱ्याची झुळूक तिच्या मनाला, देहाला शांती देऊ शकत नव्हती आता. त्या तळ्याच्या स्पर्शाची आसक्ती तिच्या अणुरेणूत भरली होती.

पण ते तळं मात्र चेहरा पाडून, म्लान होऊन बसलं होतं. त्याच्या चेहऱ्यावर अधीरता नव्हती, औत्सुक्य नव्हतं. कायमचं माहेरी येणाऱ्या मुलीचं जेवढं थंडपणे स्वागत होतं, तोच थंडपणा त्याच्या चेहऱ्यावर होता. तेच जडत्व, तेच नाइलाजाचे, अपमानित भाव त्याच्या मुद्रेवर होते. ते तळं चेहरा पाडून, म्लान होऊन पाहत होतं तिच्याकडे. पण तिला त्याची कल्पनाच नव्हती.

৶

जायंट व्हील

गजर खणखणला. अर्धवट गुंगीत आभाने बाजूची उशी जवळ ओढली. गजर बंद होईल, म्हणून वाट पाहत ती तशीच पडून राहिली. मग अगदी नाइलाजाने तिने डोळे उघडले. प्रकाशाने डोळे दिपले म्हणून तिने जवळ घेतलेल्या उशीत तोंड खुपसले. उन्हाचा कवडसा डोळे मिचकावून तिच्याकडे पाहून हसला.

मग आभा ताडकन उठून बसली. बाहेर उतरती उन्हे आणि घड्याळाचे आकडे चारवर स्थिरावलेले.

खालच्या सकिनाभाभीने गजर ऐकला असला तर? आज संध्याकाळी तिच्या मस्करीपुढे आपली धडगत नाही! मुन्वरभाई, शमीम आणि घराचे म्हातारे मालक अप्पाजान आणि माँजीही या चेष्टेत सामील होतील.

पण आपल्याला एवढी झोप आलीच कशी? आज सकाळी ऑफिसमध्ये जाताना सतीशने चारचार वेळा बजावले होते. संध्याकाळच्या बेताची आठवण करून दिली होती. दुपारी सतीशची आवडती 'रिबेका' कादंबरी तिने वाचायला घेतली, एवढेच तिला आठवतेय.

दुमडलेले ते पुस्तक आभाने सारखे केले आणि आळसावून ती क्षणभर तशीच बसून राहिली.

जानेवारीचा महिना. मद्रासमधील थंडीचे दिवस. आभाने बाजूच्या उशीवर पडलेल्या उबदार कवडशाला स्पर्श करण्याचा प्रयत्न केला, पण वाऱ्याच्या झुळकेबरोबर खिडक्यांचे पडदे हलत होते आणि कवडसाही बागडत होता.

तेवढ्यात टिपॉयवरील बर्कलेच्या पाकिटाखाली ठेवलेला कागद फडफडला

आणि खाली पडला. सकाळी ऑफिसला जाण्याच्या धांदलीतही बसचे नंबर लिहून दिले होते सतीशने! 'कमाल आहे बाई ह्याची!' असे पुटपुटत आभाने ते चिटोरे निष्काळजीपणे पर्समध्ये टाकले. सदतीस ए, बी, सी, डी चारी बसेस सतीशच्या ऑफिसजवळ पॅरीज कॉर्नरलाच जातात. येथे टर्मिनस तेथेही टर्मिनस. बरं आज काय मी पहिल्यांदा जातेय? सोफासेटची कव्हर्स आणायला, पडद्यांचा कपडा घ्यायला, टी-सेट घ्यायला अशी तीनचार वेळा तरी गेलेय त्याच्या ऑफिसजवळ. ह्याचे आपले काहीतरीच. किती सूचना आणि किती सांगणे!

आता साडेचार झाले होते. आटपून बाहेर पडेपर्यंत अर्धा-पाऊण तास सहज जाणार होता. सव्वापाचला जरी बस मिळाली, तरी त्याच्या ऑफिसशी जाईपर्यंत पावणेसहा वाजून जाणार होते.

जाऊ दे. पाच-दहा मिनिटे पाहू दे वाट. प्रत्येक वेळी आपणच तर आधी जातो. लग्नाच्या आधी साड्या आणि दागिने खरेदीच्या वेळीसुद्धा आपणच आधी गेलो होतो. मीनावन्सनी त्या वेळी असे चिडवलेय!

पण आळस न करता आभा तयारीला लागली.

दरवाजाजवळ दोन पत्रं पडली होती. एक आईचे होते, दुसरे सासूबाईंचे. तिने घाईने आईचे पत्र फोडले. गेल्या महिन्याभरात आलेल्या आईच्या या तिसऱ्या पत्रातही 'जपून राहण्या'संबंधीची सूचना आणि मुंबईपासून ती दूर असल्याबद्दलची काळजी होती. सासूबाईंच्या पत्रात आभाला नीट स्वयंपाक जमतो की नाही याबद्दलचा काळजीचा सूर! सून दूर असल्यामुळे हौसमौज करता येत नाही, म्हणून नाराजी आणि 'जपून राहण्या'बद्दलची सूचना. कमाल आहे बाई या मोठ्या माणसांची! जसे काही आम्ही रानातच पडलोय! सतीशची भरदार मूर्ती आभाच्या डोळ्यांसमोर उभी राहिली. गेल्या महिन्याभरातील तल्लीन दिवस आठवले.

आभाने दोन्ही पत्रं काळजीपूर्वक पर्समध्ये टाकली. 'हो! उगाच नको! पत्रं आली आहेत,' असे म्हटले, की सतीश हमखास ती पाहायला मागणारच आणि नेमके स्वत:च्याच आईचे पत्र पहिल्यांदा वाचील की नाही ते पाहा!

अजूनही डोळ्यांवरची सुस्ती उडाली नव्हती. मस्तपैकी चहा घ्यावा म्हणून आभा स्वयंपाकखोलीकडे वळली. तिला सकाळचे सतीशचे बोलणे आठवले, 'आज तुला त्या नवीन गोकुळ नावाच्या हॉटेलमध्ये नेणार आहे. काय प्रिपरेशन्स असतात तेथील, महाराजा! हॉटेलचा मालक गुजराथी आहे; पण वडा, डोसा, साऊथ इंडियन हॉटेलमध्येसुद्धा इतका चांगला मिळत नाही. धंदा करावा तर गुजराथ्यांनीच! शॉपिंग आटपलं की, तिथं जायचं म्हणजे मग रात्री घरी आल्यावर....' आताही आभा सकाळसारखीच पुटपुटली, ''चहाटळ कुठला!''

शेल्फवरचे चहा साखरेचे डबे काढताना तिचं लक्ष घरातील पसाऱ्याकडे गेलं.

लग्नात प्रेझेंट मिळालेल्या, संसाराला उपयोगी अशा बऱ्याच वस्तू मुंबईहून येताना त्यांनी बरोबर आणल्या होत्या. बरेच सामान लावून झाले होते तरी बरेच उरले होते. टी सेट, लेमन सेट, डिनर सेट, मग्ज यांनीच शेल्फचे वरचे दोन खण भरले होते. त्या शिवाय रोजची भांडी ठेवायला जागा करायलाच हवी होती. सामान आवरताना आभाला थकायला झालं होतं.

तिने चांगला दीड-दोन कप चहा तयार केला. किटलीवर बदक हाकलणारी छोटी मुलगी, तिचे निळे डोळे, गुलाबी फ्रॉक, धप्प गोरा रंग आणि नकटं नाक. दुकानात टी-सेट शोधताना दोघांना तेच डिझाईन आवडलं होतं. दुकानदार बाजूला उभा असताना सतीश मोठ्याने तिला म्हणाला होता, "आभा! पोरगी टॉप आहे ना? आपल्याला पहिली मुलगीच पाहिजे बुवा!"

ती हळूच त्याला म्हणाली होती, "ए! तो म्हातारा ऐकतोय!"

"ऐकू दे गं! ह्या मद्रास्याला आपली मराठी काय कळणार?"

पण त्या मख्ख चेहऱ्याच्या म्हाताऱ्याने बिलाचे पैसे घेताना मिस्कीलपणे तिच्याकडे पाहून सतीशला विचारले होते, "न्यूली मॅरीडाऽऽ?"

आभाने लगबगीने किटली आणि कपबशी सिंकमध्ये टाकली आणि ती बाहेर आली.

ही टोमॅटो रंगाची साडी नेसावी का? आपल्याला किती शोभून दिसते. पण नकोच बाई! सतीशला तर ही साडी डोळ्यांसमोर नको असते. त्यात समजा, पोहोचायला पाच-दहा मिनिटे उशीर झाला आणि स्वारी रागावली तर भरीतभर नको! आभाने पोपटी रंगाची त्याची आवडती साडी आणि फुलाफुलांचा ब्लाऊज बाहेर काढला. ब्लाऊजच्या गोल, मोठ्या गळ्यामुळे मानेवरचा ओरखडा स्पष्ट दिसतोय... काय हा ह्याचा धसमुसळेपणा! खालच्या सकिनाभाभीच्या पुढे आज पदर जरा लपेटूनच घ्यायला हवा.

हातातील लिपस्टिकची कांडी तिने ओठांवरून पुन्हा एकदा फिरवली. लिपस्टिकचा ओलसरपणा कापसाच्या गोळ्याने टिपताना आभाला सतीशची ती नेहमीची शिट्टी आठवली. 'मार्व्हलस' या शब्दाचा दीर्घ उच्चार करण्याची त्याची ती लकब...

पाचचे ठोके पडले. आता सव्वापाचपर्यंत बस मिळणे सहज शक्य होते. दरवाजाचे कुलूप ओढून आभाने खात्री करून घेतली. ती खालच्या मजल्यावर आली तेव्हा माँजींच्या घरात शांतता होती.

'एकटी हिंडत जाऊ नको. परका मुलूख, भाषा वेगळी. एकट्याने जायची वेळ आली तर कुठे जातेस ते शेजारी सांगून जात जा.' ही आईच्या पत्रातील सूचना आठवून तिची पावले घुटमळली; पण क्षणभरच! हल्ली परदेशातूनही मुली एकेकट्या राहतात. हे काय, आपल्या देशातीलच शहर! माँजी नमाज पढत

असल्या तर? उगाच कशाला दरवाजा खडखडवा! बाहेर कोणी मुलंही नव्हती, तेव्हा ती तशीच बाहेर पडली.

गल्लीच्या टोकाशी सांबार आणि मुतारी यांची संमिश्र दुर्गंधी आली. "मद्रास इंटिमेंट बरं का हे!'' हा सतीशचा जोक आभाला आता पाठ झाला होता.

गल्लीलगत असलेल्या सयानी थिएटरवर नवीन सिनेमाचे पोस्टर लागले होते. थिएटरवर तुफान गर्दी होती. दोघे-चौघे पोस्टरकडे बघत हेल काढीत बोलत होते.

सिनेमाचे तमिळ नाव आभाला समजलेच नाही, पण एक आठवण होऊन तिने पर्स उघडली. माँजींच्या मदतीने बनवलेली तमिळ-हिन्दी लिस्ट दिसली आणि तिने नि:श्वास सोडला. पर्स उघडलीच होती म्हणून ती आरशात डोकावली. आज सकाळी ऑफिसमध्ये जाताना सतीशने घेतलेला निरोप. अजूनही ओठ हुळहुळत होते. संध्याकाळी तिकडे यायची आठवण राहावी, म्हणून त्याने जोरात घेतलेल्या चिमट्याने दंडावर दिसणारा चक्क काळानिळा डाग. पर्सचा खटका आभाने घाईघाईने बंद केला.

बस टर्मिनसला ती येते तोवर तर सदतीस सी तयार होती. ही बसही पॅरीज कॉर्नरला जात होती. पण मग सतीशने लिहून दिलेल्या नंबरात हा नंबर कसा नाही? जावे का या बसने? पण ही बस माऊंट रोड-मैलापूर-मरिना बीचवरून फिरून पॅरीज कॉर्नरला जाते, नेहमीच्या रुटने नव्हे, असे सकाळी काहीतरी तो म्हणत होता. पण पॅरीज कॉर्नरलाच तर जायचे. पण तरीही मागाहून आलेल्या सदतीस बीमध्ये ती चढली, "पॅरीज कॉर्नर?'' असे विचारून खात्री करून स्त्रियांसाठी राखीव असलेल्या बाकावर ती बसली. पर्समधील बस नंबरांचे चिटोरे तिने पुन्हा एकदा पाहिले. सदतीस ए-बी-डी या बसेसचा रूट एकच होता. परस्वाक्कम, केल्लीज, एगमोर, मद्रास सेन्ट्रल, सावकार पेठ आणि अगदी शेवटी पॅरीज कॉर्नर टर्मिनस. इथं चुकण्यासारखे काही नव्हते. सावकार पेठ मार्केटमध्ये दुपारी ती एकटीही जाऊन खरेदी करू शकली असती. सावकार पेठ म्हणजे दुसरी काळबादेवी. तिथं सारे गुजराथी व्यापारी. तिथं तमिळ-हिन्दी लिस्टची गरजच नव्हती : पण सतीशचे आपले म्हणणे, 'चांगली माहिती झाल्याशिवाय एकटीने फिरायचे नाही.' शिवाय आपले त्याच्या बोलण्याकडे धड लक्ष नसते, असे सतीश म्हणत असतोच. सतीश भलता व्यवस्थित आणि आपण....

बसमध्ये हळूहळू गर्दी वाढू लागली. माणसे बोलत होती. घंटेच्या घणघणाटाप्रमाणे येणारे ते शब्द... मधूनच ऐकू येणारा 'हिन्दी' हा शब्द आणि वळणाऱ्या नजरा... लोक आपल्यासंबंधीच बोलत आहेत, हे आभाला समजत होते. शेजारी बसलेल्या बाईला आभाने, "पॅरीज कॉर्नर?'' असे विचारून पुन्हा एकदा खात्री करून घेतली.

त्या बाईने मान डोलावली आणि तिला तेवढेच निमित्त पुरे होऊन ती मोडक्यातोडक्या इंग्रजी-तमिळमध्ये आभाला प्रश्न विचारू लागली. बसमधले प्रवासी कान टवकारून ते संभाषण ऐकत होते, हसत होते.

दुपारी आलेल्या आईच्या पत्रातील सूचना क्षणभर आभाच्या नजरेसमोर तरळल्या. नसत्या चौकशा करणारी ही बया कोण? आभा सावध झाली. गोगलगायीने पाठीवरच्या खुरबेटीत शिरावे, तशी इकडेतिकडे न बघता ती खिडकीबाहेर पाहू लागली. मंगळसूत्राशी चाळा करू लागली. काल रात्री केव्हातरी सतीशने आपल्या गळ्यात घातलेली स्वत:च्या गळ्यातील सोनसाखळी मंगळसूत्रात गुरफटत होती. सकाळपासून चौथ्यांदा तिने ही गुंफण अगदी हळुवारपणे सोडवली.

मधेच तिला प्रश्न पडला, बस अनोळखी रस्त्याने तर चाललेली नाही ना?

...पण तेवढ्यात पुढच्या बाकावरच्या माणसाने 'पॅरीज कॉर्नर'चे तिकीट घेतले आणि मग जराही न बिचकता तिनेही 'पॅरीज कॉर्नर'चे तिकीट मागितले.

बस पॅरीज कार्नरला पोहोचली तेव्हा सहा वाजून गेले होते. सतीश वाट पाहत असेल, कंटाळून सिगारेट ओढत येणारी प्रत्येक बस न्याहाळीत असेल, अशी मनाशी कल्पना करतच आभाने रस्ता ओलांडला, पण बसस्टॉपवर तो दिसेचना.

ऑफिस सुटली होती. आजूबाजूच्या ऑफिसमधूनही झुंडीने लोक बाहेर पडताना दिसत होते. येणारा प्रत्येक घोळका ती हळूच तिरप्या नजरेने न्याहाळीत होती. अजूनही सतीशचा पत्ता नव्हता.

...हा असाच आहे! नेहमी आपले आम्हीच लवकर येऊन उभे राहायचे; ही स्वारी येणार आरामात मागाहून! आता सांगेल, कुठेतरी अचानक ऑडिटला पाठवल्याची सबब! पण आपण मुळीच लक्ष द्यायचे नाही; मिनतवाऱ्या केल्या तरी बोलायचे नाही... आभा फुरंगटून उभी होती आणि पुन:पुन्हा तिची नजर रस्त्याकडे वळत होती.

हातावरचे घड्याळ नक्कीच पुढे नव्हते, कारण समोरच्या टॉवरमधील घड्याळही सहा वाजून गेल्याचे दाखवत होते. आणि अस्वस्थ होऊन ती उभी होती. जाणाऱ्या-येणाऱ्यांच्या नजरा आपल्यावर स्थिरावत आहेत, हे पाहून बेचैन झाली होती. सतीश आता कधी येईल असे झाले होते तिला.

वेळ काढायचा म्हणून आभा रस्त्यावर पाहत होती. नकळत नजर दृश्य टिपत होती. मटार, फ्लॉवरचे ढीग घेऊन एक हातगाडीवाला चालला होता. आज मटार, फ्लॉवर खरेदी करायचा. सतीशला रस्सा फार आवडतो.

रस्त्यावरून जाणारा एक मद्रासी लुंगीची मागची बाजू कास्ट्यासारखी धरून चालला होता. पण नेहमीसारखे आभाला हसू येईना. तिरुपतीवरून आलेल्या स्त्रिया, त्यांच्या जरीच्या साड्या, कानातील लोंबते डूल, वेणीदान केल्यामुळे वर

चमकणारे गोटे आणि त्यावर थापलेले गंध....

वेळ जाता जात नव्हता. आभा चुळबुळत होती. लोक आपल्याकडे संशयाने पाहत आहेत की काय? तिने खांद्यावरचा झुलता पदर अंगाभोवती घट्ट लपेटून घेतला. चारी बाजूला माणसेच माणसे! कुठे पहायचे? बसेस येत होत्या; माणसे भरभरून निघून जात होत्या. उभे राहूनराहून आभाचे पाय आता दुखू लागले. तरी सतीशचा पत्ता नव्हता. तिला त्याचा खूप राग आला. माणसाने वाट तरी किती वेळ पाहायची?

दिवस थंडीचे, त्यात बाहेरचा बोचरा वारा. आता तर तिला हुडहुडी भरल्यासारखे वाटू लागले. बसस्टॉपच्या खांबाला ती चिकटून उभी होती. घड्याळाकडे पाहायचे नाही असे ठरवूनही नजर वारंवार घड्याळाकडे जात होती. बघताबघता साडेसहा झाले. रस्त्यावरील वर्दळही आता कमी झाली. अंधारले होते. एकएक करीत सारेच दिवे लागले.

...सतीशला दुसरीकडे कुठे ऑडिटच्या कामासाठी तर जावे लागले नसेल ना? पण मग माँजींकडे फोन नसता का आला? आता काय करावे? जावे का घरी परत? ऑफिसमध्ये जाऊन आता चौकशी तरी कशी करणार? तिथं आता कोण भेटणार?

ती विचारात उभी असतानाच एक ॲम्ब्युलन्स घणघणत गेली. आभाचे हृदय धडधडले. क्षणभर सारे थांबल्यासारखे वाटले. सतीशला ऑफिसमध्ये काही झाले तर नसेल ना? आजूबाजूचे सारे गरगरल्यासारखे भासले. तिने बाजूच्या खांबाचा आधार घेतला. ऐकलेल्या विचित्र घटना नकळत आठवू लागल्या. समजा, ऑफिसमधला कोणी मित्र घरी निरोप घेऊन गेला असला तर? घराला कुलूप पाहून तो फारतर खाली माँजींना विचारेल. पण आपण त्यांना तरी सांगून कुठे बाहेर पडलोय?

नाना वाईट शंका आता आभाच्या मनात फेर धरून नाचू लागल्या. जिवाचा थरकाप उडवू लागल्या. आता तिला घरी जावेसे वाटत होते, पण आता सतीशला ऑफिसमधून बाहेर पडायला उशीर झाला असला आणि आपण निघाल्यावर तो इथं आला तर?

वाट पाहून जीव घाबरा झाला होता. वाईट विचार मनात घोळत होते. गेल्या महिन्याभरात डोकावली नव्हती अशी एक दुष्ट भीती आता सारख्या वाकुल्या दाखवत होती. समोरच्या टॉवरवरचा सर्चलाईट क्षणभर सारे उजळून टाकत होता आणि मग पडणारा तो भयानक अंधार. येणारा हुंदका आभाने रुमालाने दाबला. येणारे अश्रू मोठ्या मुष्किलीने आवरले.

काहीतरी चाळा म्हणून ती पर्समध्ये डोकावली. पर्समध्ये दुपारी आलेली ती पत्रं दिसली आणि तिला पुन्हा भडभडून आले. 'इथं आपलं कोणीसुद्धा नाही' या

विचाराने आभाचा जीव आणखीनच घाबरा झाला. तिचे लक्ष आजूबाजूला गेले. अंधार आता चांगलाच वाढला होता. सर्वत्र शुकशुकाट पसरला होता. ऑफिसजवळचा तो गजबजलेला बसस्टॉपजवळचा भाग आता ओसाड झाला होता. दोन-चार काळेकभिन्न मद्रासी बसस्टॉपवर उभे होते. न समजणाऱ्या हेंगाड्या भाषेत बोलत होते. ते आपल्याकडे पाहत आहेत असे दिसल्यावर आभाचा जीव भीतीने गठाळला. तेवढ्यात स्टॉपवर एक बस आली. क्षणाचाही विचार न करता आभा बसमध्ये चढली.

संध्याकाळची वेळ, ट्रॅफिक जॅम, बस मुंगीच्या पावलाने चालली होती. घरी येऊन सतीश कदाचित आपली वाट पाहत असेल, हा विचार सुखद होता; पण तो दृष्टीस पडेपर्यंत चैन पडणार नव्हते. बस घराजवळ आली आणि धावतच आभा घरी आली.

दारातच तिला शमीम भेटली, ''कहाँ गयी थी भाभी? भय्या का दो दफा फोन आया था। आप घर पे नहीं है ये सुनते बिचारे फिक्र में पडे थे।''

हा काय घोटाळा झाला? इतका वेळ आपण त्याचीच तर वाट पाहत होतो. आपण बसमध्ये चढलो आणि ही स्वारी बहुधा स्टॉपवर आली असावी. पण ही काय येण्याची वेळ झाली? जिवाला केवढी टांगणी लागली उगीचच!

''फोन कितने बजे आया?''

''अभी अभी,'' शमीमने मोघमच उत्तर दिले.

''देख शमीम, फिर फोन आयेगा तो बोल देना, 'भाभी घर पे ही है। आप घर लौटना।' '' निरोप ठेवून ती पुढे झाली.

घोटाळा काहीही असो, सतीश सुखरूप तर आहे!

सकिनाभाभी हाक मारत होती, तरी आभा थांबली नाही. आज ती पोरकट चेष्टामस्करी, मस्ती नको वाटत होती. घरी जाऊन शांतपणे बसावेसे वाटत होते. कुठल्यातरी भयानक संकटातून बाहेर पडल्यासारखा जीव थरारला होता.

जिन्यात खालून प्रकाशाचा झोत येत होता. आभाने पटकन जिन्यातील दिव्याचे बटण दाबले. व्हरांड्यातील सावल्या पळाल्या. घरात आल्यावरही सारे दिवे लावले, तेव्हा तिला बरे वाटले.

हातपाय धुवून तोंड पुसल्यावर आभाचे लक्ष सहज हातातील टॉवेलकडे गेले. त्यावर पडलेला कुंकवाचा डाग... ती चरकली. लगबगीने तिने देवाजवळ दिवा लावला. हळद-पिंजर देवाला वाहिल्यावर पिंजरेचे बोट कपाळाला लावले. समईत वात चुरचुरली. कुठेतरी पाल चुकचुकली. 'शुभं करोति' म्हणताना आभाचा गळा दाटून आला.

सतीश आल्यावर आपल्या वेंधळेपणावर चिडला नाही, म्हणजे मिळवली!

तसे आपले तरी कुठे चुकलेय? पण त्याला समजवणार कसे?

गेल्या महिन्याभरात त्याला खूप चिडलेला असा तिने दोनदा पाहिला होता. एकदा 'मुरुगन' हॉटेलमधील वेटरवर आणि एकदा मद्रास सेंट्रल स्टेशनवरील हमालावर... तो आपल्यावर चिडेल? हट्! शक्यच नाही... गेल्या महिन्याभरातील सतीशची अनेक रूपे आभाला आठवली. त्याचे हट्ट, त्याचा पोरकटपणा, त्याचा वेडेपणा, त्याचे प्रेम, तिच्याभोवतीची रुंजी, कॉलेजमधील मित्रांसंबंधी ती काही बोलली की, डोळ्यांत दिसणारा मत्सर, स्वत:च्या मित्रांशी ओळख करून देताना तिच्याविषयी वाटणारा अभिमान... पण गेल्या महिन्याभरात जन्मोजन्मीची ओळख असल्यागत वाटणारा सतीश आजच असा अनोळखी का वाटतोय? आपल्याला वाटणारी ही धास्ती त्याच्या रागाची? या अनोळखीपणाची? की...

ती हॉलमध्ये येऊन त्याची वाट पाहत बसली. आज घड्याळ स्तब्ध होते. एखाद्या अनोळखी ठिकाणी आल्यागत तिची नजर संसारावरून फिरली. चोचीत चोच घालून बसलेल्या पक्ष्यांचे जोडगुळीचे चित्र, कॅलेंडरवरचा ढोलकीवाला तरुण आणि त्याच्या तालावर नाचणारी तरुणी; सोफासेट, पडद्यांची रंगसंगती साधण्यासाठी केलेला आटापिटा. प्रत्येक वस्तूवर असलेली सतीशच्या आवडीनिवडीची छाप, घर, वस्तू सारे तेच होते. थोड्याच वेळात रोजच्यासारखा सतीश येणार होता. पण आज असे चाचपडल्यासारखे का होतेय? तेवढ्यात शमीम धावत आली. ''भाभी! अभी अभी भय्या का फोन आया था। आप घरपर है, ये सुनतेही बडे नाराज हुए। अब घर आ रहे है। कही मत जाना।''

सतीशचा निरोप ऐकून आभा जरा धास्तावलीच.

''भाभी, खाना तयार हुआ?'' शमीमच्या शब्दांनी ती भानावर आली. आज बाहेरच खायचे ठरले होते! ती मग झटकन उठली. सतीशच्या आवडीची मुगाची खिचडी तिने कुकरमध्ये लावली, पापड काढले. सॅलडची तयारी केली. शमीम गप्पा मारत होती. आभा भराभर काम उरकत होती.

दुपारची घासलेली भांडी विसळण्यासाठी आभाने नळ सोडला. सिंकच्या कोपऱ्यातून एक पाल सरसरत वर गेली. किंचाळत हातातले भांडे आभाने तसेच खाली टाकले. कपबशी आणि किटली फुटल्याचा आवाज झाला.

सरसरत वर गेलेली पाल... धडधडत्या हृदयाने आभा सिंकजवळ उभी होती. नवीन टी-सेटची झालेली ती दुर्दशा, छिन्नविछिन्न होऊन पडलेली त्यावरची बाहुली... आभाला हुंदका आला.

''क्या हुआ भाभी? लगा तो नही?'' शमीम घाबरली. तिने आभाला बाहेर आणून बसवले. माँजींना वर बोलावून आणले.

''क्या हुआ, बेटी? कप-सॉसर तुटी? केटली तुटी? अरे, उनकी ऐसी तैसी!

भय्या ऐसे दस सेट लायेंगे! सच बता बेटी, कही माँ की याद तो नहीं आयी?'' माँजींच्या त्या प्रेमळ शब्दांनी, स्पर्शाने आभाला आणखीनच भरून आले.

माँजी निघून गेल्या, पण सकिनाभाभी आणि शमीम तिच्यासोबत थांबल्या होत्या. पण आभाचे लक्ष त्यांच्या बोलण्याकडे नव्हते. सतीशच्या बुटांचा महिन्याभराचा ओळखीचा झालेला आवाज कधी येतो, म्हणून ती कानोसा घेत होती. 'इंतजार, इंतजार, इंतजार... तेरा!' शमीम चिडवत होती, पण आज त्या मस्करीने जीव फुलत नव्हता.

दारावरची घंटी नेहमीपेक्षा जरा जोरातच वाजली. आभाने धावत जाऊन दरवाजा उघडला.

क्षणभर तिचा श्वास रोखला. दरवाजातच नेहमी धसमुसळेपणी पडणारी मिठी, सिगारेट, घाम, ओडिकोलनचा परिचित गंध... पण आज सतीशचा तो थकलेला, रागीट चेहरा पाहून ती नुसतीच खिळून उभी राहिली. सकिनाभाभी, शमीम मात्र झटकन उठल्या. जाताजाता 'आता तुझी चंपी मॉलिश' अशी खूण करायला त्या विसरल्या नाहीत. इतर वेळी आभाने त्यांना वेडावले असते, पण आज तिने निमूटपणे दरवाजा लावला.

आभाने मागे वळून पाहिले. बूट सोफ्याच्या बाजूला अस्ताव्यस्त पडलेले, बॅगेचे तोंड वासलेले, हातातील सिगारेटच्या धुराच्या वलयांकडे पाहत सतीश गुरकावून बसलेला. आभाही गप्पगप्प तेथेच घुटमळत उभी. छे! काय बाई हा राग! पुन्हा करूनच्या सवरून... तिलाही त्याचा राग आला होताच. काय बोलावे, कसे बोलावे कळत नव्हते.

''चहा घेणार?''

''काही नको चहा!'' अखेर स्फोट झालाच. ''यायचं नव्हतं तर आधीच सांगायचं नाही? तरी सकाळी चार वेळा 'सावकार पेठ'च्या स्टॉपवर ये.'' म्हणून बजावले होते. सारे विसरून तू त्या नव्या पंजाबी मैत्रिणीकडे जाऊन बसली होतीस की नाही?''

''अरे पण...''

''सबबी नकोत! आज ऑफिसमधून दहा मिनिटे लवकर बाहेर पडलो. निव्वळ तुझ्यासाठी, तू नेहमी बडबडतेस म्हणून! पॅरीज कॉर्नरला बसही पटकन मिळाली. सावकार पेठच्या स्टॉपवर पावणेसहाच्या आधीपासून उभा आहे. येणारी प्रत्येक बस पाहत होतो. तुझा पत्ता नाही! शेवटी शमीमला फोन केला. दाराला कुलूप ऐकून पुन्हा वाट पाहत बसलो. पुन्हा फोन केला. कुठे होतीस?''

''अरे! पण माझे ऐकून तरी घेशील की नाही? सावकार पेठला कुठे? नेहमीसारखं पॅरीज कॉर्नरला थांबायचे ठरले होते ना?''

'पॅरीज कॉर्नरला? लक्ष कुठे असते तुझे? सदतीस सी ने येऊ नको, ती

बाहेरून, मरिना बीचवरून येते हे सांगितलेले तरी आठवतंय? त्या चिटोऱ्यावर बस नंबरांबरोबर स्टॉपची नावेही लिहून दिली होती. ती कशासाठी? 'सावकार पेठ' या नावाखाली खूण केली होती, बजावलेही होते. बावळट, वेंधळी नुसती!''

आपण ओशाळलो आहोत की रागावलो आहोत की दोन्ही? आभाला कळेना.

तो बोलतच होता, ''तुला काय माहीत, तुझ्या काळजीने वेड लागायची वेळ आली! 'सिक विथ ॲन्झायटी' म्हणजे काय ते त्या क्षणी कळलं! तुला कोणी पळवली, की तू चुकलीस, का अपघात झाला-काय समजायचं? घरी येऊन पाहतो तर मैत्रिणी जमवून बाईसाहेब आरामात गप्पा मारत बसलेल्या!''

म्हणजे... याचीही आपल्यासारखीच अवस्था झाली होती! त्याने बावळट, वेंधळी म्हटल्यामुळे आलेला राग मग कुठल्याकुठे पळाला. आभाचे डोळे भरून आले. ती विचित्र भीती मनात फडा काढून उभी राहिली. त्याला कसे समजवावे, सांगावे तेच तिला कळेना. अश्रू मात्र टपटपत खाली आले.

''आता रडायला काय झालं? करूनच्या सवरून....''

पण सतीशचा स्वर जरा खाली आला होता. तिचे डोळे अश्रू गाळतच होते. मधूनच तुटक वाक्ये कानावर येत होती. ''मी वेड्यासारखी पॅरीज कॉर्नरला थांबले रे! तुला ऑडिटला बाहेर जावे लागले असेल, असे वाटून बऱ्याच उशिरापर्यंत वाट पाहिली. मनात नाना शंका-कुशंका आल्या. त्यात स्टॉपवर अंधारच होता. दोन-चार गुंडांसारखी माणसे स्टॉपवर आली आणि घाबरून मी आलेल्या बसमध्ये चढले. दोघांमध्ये त्यावेळी अवघं दोन स्टॉपचे अंतर होते, पण त्यावेळी केवढं अंतर वाटलं रे...!''

सतीशच्या हातांचा विळखा तिच्या खांद्याभोवती पडला. ''अंहं! रडायचं नाही! मी तुला खूप रागावलो का?'' तिला रागावल्याबद्दल त्याला आता वाईट वाटत होते, पण आभाचे तिकडे लक्षच नव्हते.

''किती वेळ वाट पाहिली रे! त्यात एक ॲम्ब्युलन्स घणघणत गेली आणि.....'' आभाला पुढे बोलवेना.

आज संध्याकाळपासून असं काय घडतंय? प्रथम झालेली ती जीवघेणी चुकामूक. त्यात घरी आल्याआल्या ती कपबशी आणि किटली फुटली... जळ्ळी मेली ती पाल! नेमकी ती तिथं कुठून आली?

काहीशा खिन्नपणे आभा सतीशला म्हणाली, ''माझ्या हातून टी सेटमधील कपबशी आणि किटली फुटली रे!''

प्रथम तो काही बोललाच नाही. हतबुद्ध होऊन तो असा काय पाहतोय? मग त्याने नुसताच तिचा खांदा थोपटला. तो म्हणाला, ''एवढंच ना ! आपण नवीन सेट, नाहीतर किटली आणू की झालं!''

आभाच्या डोळ्यांसमोर होती ती कपावरची छिन्नविछिन्न झालेली बाहुली...

आपल्याला वाटलेली भीती याला समजलंय का?... त्याचे डोके हृदयाशी घट्ट धरावे म्हणजे तरी आपल्या हृदयातील खळबळ त्याला समजेल का?...

पण काही न बोलता आभा गुपचूप बसून होती. प्रियकराच्या ढोलकीच्या तालावर नाचणारी कॅलेंडरवरची तरुणी... आज प्रथमच ठेका चुकला होता!

इतके दिवस कसे जायंट व्हीलवर बसल्यासारखे वाटत होते. मजेत झोपाळ्याची श्रील अनुभवत असताना, वर जाता-येता छातीत येणारी ती गोड कळ... सभोवतालचे आ वासून पाहणारे जग, गुदगुल्या करणारा वारा आणि गरगरणारे ते चाक... सारे असे गृहीत धरलेले असताना, सगळ्यात उंचावरच्या पाळण्यात सतीशबरोबर बसून जगाकडे बेफिकिरीने पाहत असताना... एकाएकी गरगरणारे ते चाक क्षणकाल थांबल्यासारखे झाले होते. मग अधांतरी लोंबकळत वरचेवर बसायला लागल्यावर वाटलेली ती भीती...

आभाला जोराचा हुंदका आला. सतीशने अलगद तिला आपल्याजवळ ओढले. आपल्या हृदयाशी घट्ट धरले. सिगारेट, घाम आणि ओडिकोलन यांच्या संमिश्र गंधात ती बुडून गेली.

...तरीही ती मिठी नेहमीची नव्हती. त्याच्या स्पर्शात आलेला तो हळुवारपणा... आभाने भीतभीत त्याच्या डोळ्यांत पाहिले. त्याच्या घाऱ्या डोळ्यांत होती नव्यानेच झालेली आषाढ मेघांची दाटी... त्यांना आलेली समुद्राची निळाई...

૭

देस-परदेस

अक्का जाग्या झाल्या तेव्हा विमान संथगतीने चाललं होतं. बहुतेक प्रवासी झोपले होते. बाबुराव मात्र जागे होते. समोर ड्रिंकचा ग्लास होता. इथपासूनच सुरुवात झाली होती तर! मग मुलाकडे गेल्यावर काय?

अक्का जाग्या झालेल्या दिसताच बाबुराव त्यांच्या शेजारी येऊन बसले. "घेणार? वाईनही मिळेल... नाहीतर शॅंपेन? बायका घेतात ती. मुलांनी एक्सिक्युटिव्ह क्लासची तिकिटे पाठवली आहेत. एंजॉय इट!"

"हं! ड्रिंक घेतलं म्हणजेच फॉरिन एन्जॉय करता येतं असं कुठं सांगितलंय?"

पण अक्कांच्या चिडण्याकडे बाबुरावांनी दुर्लक्षच केलं. अक्कांनी बॅगेतून अमृतांजनची बाटली काढून मान चोळायला सुरुवात केलेली दिसताच त्यांनी ती बाटली त्यांच्याकडून घेतली आणि ते म्हणाले, "थांब, मी चोळून देतो."

"अहो, नको! तो पलीकडचा माणूस पाहतोय."

"कमाल करतेस! पाहिलं तर पाहिलं. आता अहमदाबादमध्ये नाही आपण! अमेरिकेत चाललोय. ते समोरचं जोडपं बघ– आता किसिंग चाललंय."

"फॉरिनर्सचं नका सांगू मला! त्यांना नाही ताळतंत्र! देस-परदेसमध्ये हाच तर फरक आहे."

तरी बाबुराव न थांबता मान चोळतच राहिले.

"थकलेली दिसतेस तू मॉम. गेले चार महिने पापड, भाजण्या, साबुदाण्याच्या चिकवड्या... तऱ्हतऱ्हेची खाणी... तयारीच चाललीय नुसती! एवढं कशासाठी करायचं?"

"तिथं मिळत नाही म्हणून."

"तू तो तद्दन गांडीच छे!"

लग्न झाल्यापासून गेली चाळीस वर्षं अक्का अहमदाबादमध्ये होत्या, पण 'गांडी' हा शब्द त्यांना अजूनही चमत्कारिक वाटायचा.

"गांडी नाहीतर काय? पात्रासाठी अळूची पानेसुद्धा मिळतात तिथं. वॉशिंग्टनला एक पानवाला आहे - आहे अमेरिकन हं! पण तुम्ही कोणतं पान खाता ते अचूक ओळखतो तो. बनारसी, पुणेरी..."

"महेशने सांगितलं असेल. त्याचा आवडता तंबाखूचा ब्रँड आणलाय की नाही? बापलेक दोघे तरबेज!" अक्कांनी तंबाखू मळण्याची खूण केली.

बाबुराव हसले. जाणाऱ्या एअरहोस्टेसला त्यांनी खूण केली. पण बाबुराव काही बोलण्याआधीच अक्कांनी चहा सांगून टाकला.

"लागलात की नाही इंग्लिश बोलायला? अशीच साऱ्याची सवय करा." बाबुरावांनी चिडवलं.

"बारावीपर्यंत शिकलेली आहे मी. पुन्हा तीन मुलगे अमेरिकेला! आता तिकडे राहायचं ठरलं, तर खरंच साऱ्याची सवय करायला हवी."

"नुसते तोंडाने म्हणतेस, पण येताना चांदीची भांडी काय, भाजण्या काय... फुकट एक्सेस लगेज मात्र! एवढंच होतं तर तिथं गेल्यावर नसतं का करता आलं?"

"तिथं नाही बाई मला जमत. ती लाकडी घरं, पुन्हा सर्व इलेक्ट्रिकवर! मिक्सरही वेगळे. किचनमध्ये तो फायर अलार्म. बावरायलाच होतं आणि पापड करायचे म्हणजे लाटणं, कुटणं, वाळवणं आलंच की! ते कसे जमणार?"

"हळूहळू या सर्वांची सवय करा."

"या वयात..."

"अमेरिकेत साठी म्हणजे मिडल एज; 'म्हातारे झालो' असं आपण म्हटलं, तर मुलं हसतील."

"त्यांच्यात आणि आपल्यात हाच तर फरक आहे. तिथलं सगळंच वेगळं आहे."

"हेच लक्षात ठेवायचं! गांधीजींच्या माकडांसारखं, पटणार नाही ते बघायचं नाही, कानावर आलं तर न ऐकल्यासारखं दाखवायचं आणि महत्त्वाचं म्हणजे त्याबाबत बोलायचं नाही."

गेले चार महिने बाबुरावांचं आणि अक्कांचं अमेरिकेत जायचं घाटत होतं. सुरेशची बायको संध्या बाळंत होऊन मुलगा झाल्याचं कळल्यापासून गेला महिनाभर खरी आणि जोरात तयारी सुरू झाली होती. त्या दोघांनी आता कायमचं तिकडे यावं असं मुलांचं मत होतं आणि तेव्हापासून बाबुराव तिथल्या वेगळ्या वातावरणाबद्दल

अक्कांचं मन तयार करू लागले होते.

“अहो, ही काय माझी पहिलीच ट्रिप आहे का? अमेरिकेची ट्रिप केल्यावर चांगले महिनाभर होतोच की तिथं.”

“अगं, ते ट्रिप म्हणून राहणं होतं. आता कायमचं राहायचं म्हणजे... जाऊ दे! म्हाताऱ्यासारखी पिरपिर करतोय ना?”

“म्हातारपण आलं असं म्हणायचं नाही. अमेरिकेत चाललोय ना!”

यावर बाबुराव हसले. त्यांनी हळूच अक्कांचा हात दाबला.

“लंडन एअरपोर्ट पाहायचाय ना? आता विमान उतरेल.”

“हो, पण ही बॅग बरोबर घ्यायला हवी. चांदीची सारी भांडी आत आहेत. ज्याची त्याला देऊन टाकणार आहे. साराभाईंच्या ओळखीचा माणूस होता म्हणून चेकिंग न होताच...” बाबुरावांच्या चेहऱ्याकडे त्यांचं लक्ष गेलं आणि बोलताबोलताच त्या गप्प बसल्या.

“कमाल केलीत! मुलगे तिथं खोऱ्यानं पैसे ओढताहेत. त्यांना काय कमी आहे? आणि एवढंच होतं तर राहायचं होतं भारतात.”

“ते मुलांचे निर्णय...”

आपल्याच बोलण्याची नक्कल अक्कांनी केलेली पाहून बाबुराव हसले. “अशी आहेस! घरी असतो तर तुझे ते चाफेकळी नाक चिमटीत पकडून... तसं इथं तुझ्या गालाचं चुंबन घ्यायला हरकत नाही म्हणा. हे सर्व चालतंच इथं.”

“इश्श! काहीतरीच!”

तेवढ्यात विमान लंडन एअरपोर्टवर उतरत असल्याची सूचना मिळाली.

बाबुराव अक्कांना म्हणाले, “लंडन एअरपोर्टवर आता तुझी बॅग सांभाळतो. नातू उचलायची तेवढीच प्रॅक्टिस! तुझ्या सुरेशसारखाच त्याचा मुलगा लडदू असला म्हणजे... मग पहिल्यांदा सुरेशकडेच का?”

“सुरेशकडे कसं जाणार? सध्या संध्या आहे माहेरी. पहिल्यांदा जायचं दिनेशकडे. नंबराप्रमाणे घरं घ्यायची.”

“तो विमानतळावर तरी येईल का? सुरेश-महेशशी त्याचे संबंध नाहीत.”

“मला सर्व ठाऊक आहे. तरीही आपण येत असल्याचं पत्र मी त्याला लिहिलंय. तो एअरपोर्टवर येईल. पैज हवी तर!”

अक्कांनी हात पुढे केला. बाबुरावांनी तो घट्ट पकडून ठेवला.

आज गुरुवार... उपवासाचा दिवस. साबुदाण्याच्या थालिपीठाच्या तयारीवर झाकण ठेवताना सुशीने याला दिलेलं ‘सॅगो पिझ्झा’ हे नाव आठवून अक्कांना हसू आलं. किचनमधील सर्व स्विच बंद करून त्या हॉलमध्ये आल्या.

सारं घर शांत होतं. बाहेर लॉनच्या बाजूला बाबुराव कुऱ्हाडीनं लाकडाचे छोटे ओंडके करण्यात गुंतले होते. दिनेशची हिवाळ्यासाठीची तयारी चालली होती. बसून-बसून कंटाळलेल्या बाबुरावांना निदान काहीतरी उद्योग तर झाला होता. नाहीतर सारखा आपला टी.व्ही आणि ड्रिंक! रिकामं बसून माणूस करणार तरी काय म्हणा!

याउलट अहमदाबादमध्ये असायचं. बाबुरावांचे पाऊल घरात म्हणून टिकायचं नाही. माणिक चौकाला जाऊन आठवड्याचा बाजार, पत्ते, क्लब, मित्र, लायन क्लबच्या मीटिंग्ज... सारे भरगच्च कार्यक्रम असायचे. इथं तशी दगदग नव्हती म्हणूनही असेल, बाबुरावांची प्रकृती सुधारली होती. रंग उजळला होता.

परवा न राहवून अक्कांनी असं म्हटल्यावर ते म्हणाले, "तू तो तद्दन गांडीच छे! बसून मांस चढताय. अशीच बियर घेत राहिलो, तर लायन फेस्ड होईन."

एकटं बसून अक्का कंटाळल्या होत्या. पण बाबुरावांना होत असलेला व्यायाम... त्यांनी बाबुरावांना हाक मारली नाही ती म्हणूनच! बाजूला पडलेला 'न्यूयॉर्क टाइम्स' त्यांनी उघडला. आत असलेल्या सेलच्या जंगी जाहिराती... तसं वाचायलाही भरपूर होतं; पण तरीही त्यांनी पेपर बाजूलाच सारला. दिनेशकडे येऊन अवघे वीसच दिवस झाले होते, पण येणारा हा कंटाळा... बाबुरावांना हे सांगण्यात अर्थ नव्हता. त्या तशाच बसून राहिल्या.

पुढ्यात असलेला तो जाडजूड पेपर... लग्न झाल्यावर अशी रद्दी, भंगार विकून सुरुवातीला त्या पैशात त्यांनी एकाच आकाराचे डबे घेतले होते.

परवा दिनेश रद्दी, डबे डंपवर टाकण्यासाठी निघाल्यावर सहजच त्या हे बोलून गेल्या होत्या.

"अगं, मॉम रद्दीचं काय घेऊन बसलीस? इथं जुन्या गाड्याही डंपवर टाकतात."

...आणि म्हातारी माणसं? पण मनात येऊनही त्या दिनेशला काहीच म्हणाल्या नव्हत्या. म्हाताऱ्यांसाठी इथं असलेले वृद्धाश्रम... आता भारतातही पोहोचलेली ही लाट....

त्या दिवशी दिनेशला काय वाटले होते, कुणास ठाऊक! बऱ्याचशा डॉलर्सच्या नोटा त्यानं अक्कांना आणून दिल्या होत्या.

"अरे, मला हे पैसे कशाला? पैसे नको रे मला!" आणि मग दिनेश लहान असल्यागत त्याला मिठीत घेऊन त्या रडू लागल्या. दिनेश त्यांना थोपटत होता.

"आई, तुला जे पाहिजे ते शक्य नाही आता. मागे वळणं मला शक्य नाहीये. माझं आयुष्य हे असं आहे."

"अरे, पण याला अर्थ आहे का? उषा तुला सोडून गेली म्हणून ही शिक्षा स्वतःला करायची? एवढं राजवाड्यासारखं घर, हा एवढा पैसा कशासाठी?

कुणासाठी? डॉलरमागे पळताना आयुष्याचं काय झालं, हे पाहायला वेळच नाही का रे? काय हे जीवन?''

''या डॉलर्समध्ये शक्ती आहे, मॉम! त्यानं काहीही विकत घेता येतं. नथिंग विल चेंज नाऊ! माझी कोणतीही मैत्रीण आली तरी तुम्हाला त्रास होणार नाही. आरामात राहा.''

''अरे, पण आमचा वेळ जात नाही रे! इथं जेवण करायचे तेही दोघांसाठी.''

''मग अहमदाबादला कोण होतं?''

''बंड्यामामाची मुलं, सुना, नातवंडं यायची अधूनमधून. चिटफंडची पार्टी, पत्त्यांचे अड्डे आणि तुझा मित्र अशोक साने- त्याची मुलगी अर्पिता तर आपल्याकडेच असते सारखी.''

अशोक साने आणि दिनेशचे लग्न बरोबरच झालं होतं. उषा दिनेशला सोडून गेली नसती तर...? दिनेशचा संसारही... दिनेशच्या चेहऱ्यावर विषाद होता का?

परवाचा तो प्रसंग, बोलणी आठवत अक्का बसून होत्या. तेवढ्यात फोनची घंटी वाजली.

फोनवर दिनेश होता. अर्जंट केस आल्यामुळे तो जेवायला येऊ शकत नव्हता. सुशीला त्यांनी सकाळीच 'सॅगो पिझ्झा'बद्दल सांगितलं होतं, पण तिने जेवायला यायचं टाळलंच होतं. हल्ली दिनेश आणि सुशीमध्ये उमटणारे विसंवादी सूर... पण असं का...?

त्यांनी तर चालवून घेतलं होतं सर्व.

त्यांना सुशीची पहिली भेट आठवली. एअरपोर्टवर ती दिनेशबरोबर आली नव्हती हे बरंच झालं होतं. महेश, सुरेश, त्यांची बायका-मुलं... पहिल्या भेटीचा तो क्षण... मग सारं सावरलं होतं.

''सामान कोणत्या मुलाच्या गाडीत टाकायचं?'' महेशने विचारलं होतं. तो तसा स्पष्टवक्ताच!

''दिनेशच्या.'' आणि मग गोंधळलेल्या दिनेशला बाजूला घेऊन त्या म्हणाल्या होत्या, ''घर मोठं आहे ना? वाटलं तर ओळख करून दे. नाहीतर ती वेगळी, आम्ही वेगळे.''

दिनेश खूश झाला होता. अर्ध्या-पाऊण तासाच्या ड्राईव्हनंतर न्यूयॉर्कच्या पॉश कॉलनीतल्या दिनेशच्या बंगल्यासमोर गाडी उभी राहिली होती आणि...

सुशीच्या प्रथमदर्शनाने दोघं हबकलीच होती. गोऱ्या कातडीच्या, घोडमुऱ्या अमेरिकन मुलीऐवजी समोर उभी असलेली काळ्या, कुरळ्या केसांची निग्रो स्त्री...

''हॅलो! तुमचा प्रावास काशा झॉला?''

तिचं मराठी त्यांना कळलं नव्हतं आणि कळल्यावर हसू आवरलं नव्हतं.

त्या दिवसापासून दिनेशची ही सुसान त्यांची सुशी झाली होती. आताही बसल्याबसल्या त्यांच्या मनात दिनेश आणि सुशीचेच विचार चालले होते. बाबुराव आत आले तेही अक्कांना कळलं नाही. शेवटी बाबुरावांनीच विचारलं, "कसला एवढा विचार चाललाय?"

आणि मग न राहवून अक्कांनी विषय काढलाच, "आपला दिनेश सुशीशी लग्न का नाही करत? असे ना का निग्रो! असे ना का तिला पहिली पंधरा वर्षांची मुलगी. तशी स्वभावाने बरी आहे."

बाबुराव अक्कांकडे विस्मयाने पाहतच राहिले.

"आता हे काय नवीन काढलंत? अमेरिकेत असं लग्नाशिवाय एकत्र राहणं गैर मानत नाहीत. नाही पटलं तर बॅगा उचलून चालू. त्यातून तुझा दिनेश दर महिन्याला त्याची मैत्रीण बदलतो. ही सुशी पण जाईल बघ थोड्याच दिवसांत! कुरबुरी चालूच आहेत."

"तशी नवरा-बायकोंची नाही भांडणं होतं?"

"अगं मॉम, इथं लग्नाचं बंधन नसतं. मी बजावतोय हं, उगाचच हा लग्नाचा विषय त्या दोघांजवळ काढू नकोस."

आणि दोन-चार दिवसांतच बाबुरावांच्या बोलण्याचं प्रत्यंतर आलं होतं त्यांना. परदेशच्या या मातीचा गुणच वेगळा होता. इथं तुटकं-फुटकं कोणी साधत नाही, तर ते फेकून देतात. नात्यांचं, मैत्रीचंही तेच!

एक दिवस अगदी सहजपणे सुशीने त्यांचा निरोप घेतला होता. अक्कांचे आभार मानताना तिच्या डोळ्यांत तरारलेले पाणी... आपल्या जाड ओठांनी तिने अक्कांच्या गालाचे घेतलेले चुंबन...

निर्विकारपणे दिनेशशी केलेले हस्तांदोलन! 'सो लाँग, पॉप' म्हणत बाबुरावांना केलेला टाटा आणि सुशी निघून गेली होती. पण तरीही अक्का थांबल्या होत्या. दिनेशचे मन वळेल, या वेड्या आशेवर त्या वाट पाहत होत्या.

आपली नवीन मैत्रीण येणार असे दिनेशने सांगितल्यावरच त्यांनी महेशला फोन केला होता. कोणत्या विमानाने येणार तेही कळवलं होतं. सारंच झटपट घडलं होतं. हजारो प्रायव्हेट विमान कंपन्या... भारतासारखा इथं तिकिटांचा घोळ नव्हता. वॉशिंग्टनला त्या पोहोचल्या तेव्हा इतके दिवस आपण दिनेशकडे राहून आलो हे त्यांना खरंच वाटेना.

एअरपोर्टवर एकटा महेशच आला होता. गाडीत सामान टाकून होताच अक्कांनी विचारलं, "हे काय? बाकीची सर्व कुठे आहेत?"

"बाकीची कोण? नीता शाळेत गेलीये. आपण पोहोचू तोपर्यंत ती स्कूलबसने घरी येईल. मीनाला आज नाईटड्युटी आहे."

"मीनाने पुन्हा नोकरी धरली? का? तुम्हाला पैशाला काय कमी आहे? तू

एवढा बडा डॉक्टर...''

पण बाबुरावांना पुढे बोलू न देताच तो म्हणाला, ''इथं स्त्रिया नोकरी करतात ते आर्थिक स्वातंत्र्यासाठी. घरात राहिल्या की, त्यांना खितपत पडल्यासारखं वाटतं. बुद्धी गंजल्यासारखी वाटते. भारतातून आलेली प्रत्येक स्त्री इथं आल्यावर बदलते. तिला इथल्या व्यक्तिस्वातंत्र्याचं वारं लागतं. घरात राहून चिडचिडण्यापेक्षा....''

महेश नाखूश होता का? त्याच्या कपाळावर दिसणारं आठ्यांचं जाळं... बाहेरून सुबक, गोंडस दिसणारे हे संसार....

अक्कांनी मग विषयच बदलला. ''तुझी नीता छान वाढलीय हं. दिसते पण छान. अठरा वर्षांची झाली नाही का?''

'हो! म्हणजे अमेरिकन भाषेत 'मेजर' झाली. आता त्यांच्या विषयात आम्ही ढवळाढवळ करायची नाही.'

इथंही पुन्हा डेड एन्ड! तेवढ्यात महेशने गाडीतील टेपरेकॉर्डरवर नाट्यसंगीत सुरू केलं. बाबुराव अहमदाबादला पाहिलेल्या नव्या गुजराथी नाटकाबद्दल त्याला सांगत होते. अक्का मात्र गप्प बसून होत्या. त्यांच्या मनात येत होतं, किती वेगळा आहे हा देश! या देशाची संस्कृतीच वेगळी. या देशानं बदलून टाकलेला आपला सोन्यासारखा मुलगा दिनेश. व्यक्तिस्वातंत्र्य म्हणून गरज नसतानाही नोकरी करणारी आपली सून. अठरा वर्षांची म्हणून मेजर झालेली, आपल्या मनासारखे वागणारी नात. ह्या देशाशी ह्या वयात आपल्याला सामावून घेता येईल...?

ते वॉशिंग्टनला पोहोचले तेव्हा घरी कोणीच नव्हतं. महेश चहा करण्यासाठी किचनकडे वळला. ती दोघं हॉलमध्ये पाहुण्यासारखी बसून होती. तेवढ्यात फोन वाजला. अक्कांनीच तो उचलला.

''आजी, बरं झालं, तूच फोनवर आहेस ते. कशी आहेस? आज मी नऊला घरी येणार. आय ॲम सीईंग माय फ्रेंड्स. ओके, सी यू.'' म्हणत तिने फोन ठेवलाही. अठरा वर्षांच्या मुलीला असणारे हे स्वातंत्र्य.

अहमदाबादला लहानथोर सर्वांनीच तिन्हीसांजेला घरात असण्यावर त्यांचा कटाक्ष असायचा. इथे मात्र... पण बोलण्यात अर्थ नव्हता.

चहा घेताना नीताचा निरोप अक्कांनी महेशला सांगितला. महेशच्या चेहऱ्यावर उमटलेली नाराजी... त्यालाही हे आवडलेलं नव्हतं तर! मग स्वतःची मुलगी असून हा विचारू का शकत नव्हता...? तरीही अक्का गप्पच राहिल्या.

तेवढ्यात महेशची धाकटी मुलगी मीता शाळेतून आली. हातातील स्कूलबॅग बाजूला टाकून तिनं अक्कांना मिठीच मारली. बाबुरावांचा हात धरून त्यांना ओढत ती म्हणाली, ''चला, तुम्हाला मी तुमची खोली दाखवते.''

महेश या निमित्ताचीच वाट पाहत होता. तो म्हणाला, ''जेवण तयार झालं

की, मी हाक मारतोच.''

मग ती दोघंही उठलीच. खोलीत येऊन बसली. बराच वेळ असा गेला. दोघांच्या मनात एकच विचार होता. इतके पैसे खर्च करून मुलांनी आपल्याला बोलावून घेतलं ते असं दोघांनी खोलीत बसून राहण्यासाठी? स्वत:च्या मुलाबाळांत जगावं म्हणून ती आली होती. पण इथं...

अक्का न राहवून उठल्या आणि मीताच्या खोलीत डोकावल्या, तर मीता तिच्या टेडीबेअरमध्ये दंग होती. अक्कांनी कुठेतरी वाचलं होतं, एकाकीपणा जाणवू नये म्हणून ह्या मुली टेडीबेअरमध्ये दंग असतात. त्या मग तशाच माघारी वळल्या. बाबुरावांसारख्याच टी.व्ही.पुढे बसून राहिल्या.

नऊ वाजता ती दोघेजण जेवणासाठी खाली आली, तेव्हा नीताही आलेली होती. काहीतरी नक्कीच बिनसलं होतं, कारण जेवताना कुणीच फारसं बोलत नव्हतं. जेवण आटपताच ती दोघं मग आपल्या खोलीकडे वळली.

दुसऱ्या दिवसापासून दिनेशच्या घरी असताना चालू होता तोच कार्यक्रम इथंही सुरू झाला. सकाळी एकामागोमाग एकेकानं 'बाय बाय... गुड डे' म्हणत निरोप घेतला. घर एकदम शांत झालं. बाबुरावांनी वॉशिंग्टन न्यूजपेपर उघडला. अक्का उगाचच घरात भिरभिरत राहिल्या. पुन्हा चहा करायचं म्हटलं, तर आता मायक्रोवेव्हमध्ये काही सेकंदात चहा तयार! डॉलर्समागे पळणाऱ्या या माणसांना या सुविधा ठीक होत्या, पण त्यांच्यासारख्यांना?

अहमदाबादचे स्वयंपाकघर त्यांच्या डोळ्यांसमोर उभं राहिलं. तिथं असणारा गॅस... खिडकीतून दिसणारी बाग. फुलं काढण्याच्या निमित्ताने गप्पा मारायला येणारी अर्पिता.... घरकामाला येणारी बबू बेन... उडणारी धूळ... इथं सारं स्वच्छ! घर साफ करायचे आठ दिवसांनी, तेही व्हॅक्युम क्लिनर लावून. हातावर हात ठेवून त्या बसून होत्या. आपलं इथं कसं जमणार याचीच त्यांना काळजी वाटत होती. त्यांनी बाबुरावांकडे पाहिलं. पेपर वाचतावाचता स्वारी डुलक्या खात होती. दिनेशकडेही असंच चालायचं.

पण दिनेशला स्वत:चा संसार नव्हता. महेशचा होता. दिनेशकडे माणसं नव्हती. इथं असूनही... फरक एवढाच, ते न्यूयॉर्क होतं, हे वॉशिंग्टन. इथं माणसांमाणसांत असणाऱ्या भिंती का? कशासाठी? की हेच अमेरिकन जीवन होतं? महेशही सुखी नव्हता का?

बाबुराव जागे होताच अक्कांना घेऊन फिरायला बाहेर पडले. बाहेर थंडी होती. सावकाश चालत त्यांनी कॉलनीच्या एका रस्त्यानं दूरवर फेरी घातली. मग आल्यानंतर नाश्ता. त्यानंतर उशिरा जेवण. मग झोप, टी.व्ही. मग चहा. तोपर्यंत हळूहळू सारी घरी परत.

सुरुवातीला अक्कांनी हौसेनं काही आपल्या इकडचे पदार्थ बनवले. पण नीता-

मीताला तसं भारतीय पदार्थांचं वावडंच होतं. मीना कॅलरी कॉन्शस. महेश थोडेफार खायचा. अक्कांनी मग असलं काही करणंच सोडून दिलं.

मग असेच दिवस जाऊ लागले. पहिल्या वीकएन्डला मल्होत्रांकडे भजन होतं. पुढच्या वीकएन्ड्सना अशीच कुणा ना कोणाकडे पार्टी असायची. दरवेळी नीता बरोबर येण्याचे टाळायची आणि घरातील धुसफूस वाढायची. एकदा तर मीनाने तिला फैलावरच घेतलं होतं. चिडून मीना पुटपुटली होती, "शी इज इंटरेस्टेड इन नेकींग."

अक्कांनी हे ऐकलं होतं आणि मग रात्री बाबुरावांना त्यांनी विचारलंच.

"नेकींग म्हणजे लग्नाआधी भेटायचं, मजा करायची. मग वाटलं तर लग्न... ही अमेरिकन पद्धत आहे."

अक्कांच्या अंगावर शहारेच आले. त्या रात्री बाबुराव झोपलेले पाहून त्या हळूच नीताकडे गेल्या. आतून टी.व्ही.चा आवाज ऐकू येत होता. तरुण मुलगी... घरात जाणवणारा ताणतणाव... विचार करूनच बोलायला हवं होतं. नीताने दरवाजा उघडला.

तिच्या अंगावर असलेला तोकडा गाऊन... इथं आल्यापासून नजरेला सवय झाली होती तरी त्यांना विचित्रच वाटले.

खोलीत शिरताच अक्कांचे लक्ष टी.व्ही.कडे गेलं, टी.व्ही.वरची ती उघडीनागडी शरीरं, मारामारी, हिंसाचार... तेवढ्यात फोन वाजला. अक्का आपल्या खोलीत आहेत, हे विसरून नीता आपली गप्पात रंगली होती. अर्धा-पाऊण तास... अक्कांना झोप यायला लागली.

नीता फोन ठेवून वळली आणि अक्कांना म्हणाली, "आजी, तुला झोप यायला लागलीय. झोप तू."

"मला तुझ्याशी बोलायचंय, नीता."

"बाबांनी आल्या आल्याच... आजी, मला कोणाचा उपदेश नको!"

"महेशने मला काहीच सांगितलं नाही. बट, स्टिल आय वुड लाईक टु डिस्कस समथिंग विथ यू."

"आजी, चक्क इंग्लिश बोललीस तू. ओके. उद्या... मी झोपते आता."

पण त्यानंतर तिनं कधी अक्कांना "तुला काय बोलायचं होतं?" म्हणून विचारलं नाही. घरातही ती गप्पात भाग घेत नसे. फोनवर मित्रमैत्रिणींशी गप्पा, रॉक म्युझिक, टी.व्ही... डिस्को डान्सिंग... यात ती दंग असायची. कॉलेज, अभ्यास, घरकाम हेही ती व्यवस्थित करायची... पण तरीही जाणवणारा संघर्ष... वीकएन्डचे तिचे स्वत:चे ठरलेले कार्यक्रम.....

तसा अक्कांनाही या वीकएन्डच्या पार्ट्यांचा कंटाळा यायचा. बाबुरावांचा वेळ

पत्ते, ड्रिंक यात तरी जायचा. लहान मुलं असली, तर अक्का सांभाळत बसायच्या. तसा त्या दोघांना आदर मिळायचा. पण आपल्याला स्वतंत्र अस्तित्व नाही हे पदोपदी जाणवायचंच. त्यांच्या अस्तित्वाच्या खुणा इथंच संपायच्या. बिचारी नीता! अशा नाही दुसऱ्या काही कारणाने कंटाळत असेल. अक्कांनी आपल्या मनाची समजूत घातली. एक दिवस बोलताना त्यांनी मुद्दामच नीताच्या लग्नाचा विषय काढला. अहमदाबादचे दोन-चार मुलगे बाबुरावांनी सुचवले.

"बाबा, इथं मुलांची लग्नं त्यांची ती ठरवतात. नीतानं एखाद्या भारतीयाशी लग्न केलं तरी खूप झालं. माझे काही मित्र मुलं मोठी व्हायच्या आत पुन्हा मायदेशी परतले. काही परत आले. आता वाटतं मी तसा निदान प्रयत्न करायला हवा होता."

अक्कांच्या मनात आलं हे शक्य होतं का? "इंडिया फार पुअर कंट्री आहे" असे मुलांना सांगणारी आणि म्हणून परत यायला तयार नसलेली त्यांची सून-मीना. पण याचा परिणाम? या मुलीने एखाद्या निग्रो, अमेरिकन, इटालियन मुलाशी लग्न केलं तर? त्या विचारानंच त्यांना गरगरायला लागलं.

त्या रात्री बेडरूममध्ये आल्यावर बाबुरावांजवळ अक्कांनी नीताचा विषय काढला. बाबुराव म्हणाले, "हा दोन जीवनमूल्यांचा फरक आहे, मॉम! ही पिढी इथं जन्मलेली. इथल्या संस्कृतीचा पगडा आहे त्यांच्यावर. लग्नाआधी प्रेम, सेक्स यात त्यांना गैर वाटत नाही. अमेरिकेशी स्पर्धा करताना ही पण बरोबरी येते. महेशच्या पिढीला हेच कळत नाही. त्यांना आपल्या मुलांना अमेरिकनांचे कौशल्य, ज्ञान, ताकद- सारं हवं आहे; पण त्यांची नीती, जीवनमूल्यं मुलांनी अनुसरणं त्यांना नको आहे. पाण्यात राहून कोरडं कसं राहता येईल?"

"पण..."

"तुम्ही उगीचच काळजी करता मॉम! नीता विचारी आहे. मी बोललो तिच्याशी. तिनं दिनेशकाकाचे उदाहरण पुढे मांडलं. एवढी बघून केलेली भारतीय मुलगी... तिच्या प्रश्नाला माझ्याकडे उत्तर नव्हतं. म्हणूनच म्हणतो तुम्ही पडू नका यात."

"इथली मासिकं, टी.व्ही.मधून चालणारं सेक्सचं प्रदर्शन... मुलं बहकायला काय वेळ?" अक्का पुटपुटल्या.

बाबुराव हसले. "आपली नजर नाही का मेली? या मुलांना जन्मापासून सवय आहे."

"पण नीता...?"

"नीताची काळजी तिचे आईबाप करतील! आजच सुरेशचा फोन आलाय. बारशाची पंधरा तारीख ठरलीये. आता इथलं राहणं आटोपतंच घेऊ या."

बारशाचा समारंभ आटोपला. संध्या-सुरेशबरोबर पिट्सबर्गला जायला अक्का-बाबुराव निघाले. नीता-मीतानं 'आजी-आजोबा लवकर या' म्हणून निरोप दिला. एखाद्या अनोळखी अमेरिकननाने 'गुड डे' म्हणण्याइतकं ते सहज होतं.

पिट्सबर्ग-न्यूयॉर्क, वॉशिंग्टनपेक्षा हा प्रदेश वेगळा होता. उंच पाईनचे वृक्ष, दाट झाडी, पोटातील पाणी हलणार नाही असे सुरेख रस्ते, एअरकंडिशण्ड ऐसपैस गाड्या... साऱ्या सुविधा! इथं आलेली तरुण पिढी परत जात नाही, याला कारणे होती. एकदा मुंबईत आलेला माणूस कोकणात राहायला कुठे तयार होतो? फक्त आपल्याला जुळवून घ्यायला जमेल...?

गेल्या दीड-दोन महिन्यात माणसांचे अनेक नमुने त्यांनी पाहिले होते. समवयस्क लोकांचा एकच सूर... कुणाचे पाच मुलगे इथं. कुणाच्या मुलीही इथंच. सोन्याच्या पिंजऱ्यातील पक्ष्यांसारखी इथल्या वृद्धांची अवस्था. सुनेशी न पटणाऱ्या, वेगळं राहणाऱ्या सासवा, माणसांच्या साऱ्या तऱ्हा. पण तरीही नाइलाज म्हणून माणसं इथं राहत होती. आपलं काय होणार...?

सुरेश त्यांना म्हणाला, ''लक्ष कुठे आहे, मॉम तुझं? काळजी करत होतीस; पण बारसं आचारी नसूनसुद्धा छान झालं की नाही?''

''अशा पार्ट्या नेहमीच होतात. महिनाभर आधी सारं अन्न डीप फ्रीज करून ठेवायचं. आयत्या वेळी पुलाव आणि पुऱ्या. त्यालाही सर्वांचीच मदत होते,'' संध्याने माहिती पुरवली.

अशा गप्पा रंगल्या असताना घर आलं. घरात शिरताना सुरेश म्हणाला, ''दुसरं मोठं घर काही दिवसांनी घेतोय मी. इन्कमटॅक्सला त्यामुळे सूट मिळते. जुनी घरं भाड्यांनी देण्यात फायदा असतो.''

जुनी, नवी घरं... त्यांचं भाडं... इन्कमटॅक्सला मिळणारी सूट... हे त्रैराशिक... हा पैशाचा हव्यास.... कशासाठी? बाबुराव काहीच बोलले नाहीत. घर पाहत ती दोघं मुलगा-सुनेच्या मागून मुकाट्याने हिंडत होती. सुरेश-संध्याच्या खोलीसमोरच असलेली छोट्या संदीपची खोली... त्यात असलेली स्विंगो मॅट... त्यावर असलेली खेळणी... त्यावर तासन्तास एकटी खेळणारी मुलं... तिसऱ्या दिवसापासून स्वतंत्र झोपवली जाणारी तान्ही बाळं... मुलांना ठसका लागू नये, म्हणून उपडं झोपवलं जातं इथं. ते शास्त्र जसं बरोबर, तसंच हेही असेल. अक्कांनी स्विंगो मॅटवर ठेवलेल्या संदीपकडे पाहत स्वत:ला बजावलं.

दुसऱ्या दिवसापासून संध्या कामावर जाऊ लागली होती. बाळाच्या दुधाच्या, औषधांच्या वेळा तिनं समजावून दिल्या होत्या. घरात आता ती दोघं आणि छोटा संदीप. दोघांचा चहा, नाश्ता, जेवण यात मधेच संदीपचे दूध, खेळणं, बाहेर एखादी फेरी असायची. संदीप मस्त झोपायचा, तो अंघोळीला उठायचा. ना तेलाचं

मालिश ना टाळू भरणं. बेबी लोशन्स लावून लावून अंघोळ व्हायची. दोघं मिळून अंघोळ घालायची. वेळ मजेत जायचा.

संध्याच्या किचनमध्ये सारीकडे पसारा असायचा. अहमदाबादमध्ये रसोड्याला महत्त्व फार. डबे, भांडी, वस्तू चकचकीत हव्यात. इथं धुळीचा त्रास नव्हता, पण वस्तू जागेवर नकोत? अक्कांनीच मग खपून साऱ्यांना लेबलं लावली. संध्याने आल्यावर कौतुक केलं, तरी पुन्हा चार दिवसांनी तोच गोंधळ!

थोड्याच दिवसांत अक्कांच्या लक्षात आलं होतं की, संध्या ही नीताचीच आवृत्ती होती. तशाच फोनवर मित्रमैत्रिणींशी तासन्तास गप्पा, टी.व्ही. सतत चालू, पॉप म्युझिक, डिस्को डान्सिंग यात सारं स्वारस्य. बोलायला, बसायला नको असायचं तिला. धांदरट तर नंबर एकची! किचनमधील फायर अलार्म तर दोन दिवसांआड वाजायचाच. फोनवर या अशा गप्पा... मग उडणारा गोंधळ... पण बोलूनही चालत नसे. मग कुढत बसायचं, नाहीतर रडायचं!

अक्कांनी, बाबुरावांनी सुरेशला सांगून पाहिलं. तेही मोघमपणेच. पण सुरेश स्पष्टपणे म्हणाला, "मॉम, तिला बोलण्यात काही अर्थ नाही. मनाला ताण पडला तर तिला फिट्स येतात. तिचं लहानपण विचित्र गेलंय. बारशाच्या दिवशी पाहिलंस ना? तिचे आई-वडील ड्रिंकमध्ये बुडालेले असतात! तिच्या तिन्ही वरच्या बहिणींनी फॉरिनर्सशी लग्नं केली. हे त्यांच्या दुःखाचे कारण म्हणे! संध्या थोडी हट्टी आहे, जिद्दी आहे ती म्हणूनच! पण शी इज अ गुड गर्ल.''

नवराबायकोचं नातं होतं. संसार त्यांना करायचा होता. बाबुराव, अक्का यावर गप्पच बसली मग.

छोट्या संदीपला वाढवताना दिवस कसे भराभर जात होते. वीकएन्डच्या पार्ट्या या अमेरिकन जीवनाचा स्थायीभाव होता. या पार्ट्यांना जाऊनजाऊन अक्कांना या नव्या पिढीच्या स्वभावाचा एक पैलू लक्षात आला होता.

भारतातून येणारे - विशेषतः सासूसासरे, याबद्दल एकच सूर असायचा सर्वांचा! ती आल्यावर मुलांचे होणारे अति लाड. त्यामुळे बिघडणारी मुलं... पण यामागे खरं कारण होतं ते या पिढीला वडीलधारी आली की वाटणारे बंधन. तसा आईवडिलांचा अनादर होत नसे. पण त्यांनी कशात लुडबुड करू नये, यावर कटाक्ष असायचा.

अक्का संध्याच्या मताप्रमाणे चालत असत. बाळाला वाढवण्यात संध्याचं म्हणणं त्या तंतोतंत पाळत. बाळाचा भात बंद करून संध्याच्या मताप्रमाणे त्यांनी सिरियल सुरू केलं. बाळाचं वजन जास्त आहे म्हणून संध्यानं बाळाचा आहार कमी केला. मोठेपणी डाएटिंग करायला लागण्यापेक्षा मूल खुटखुटीत, खेळकर हवं हे खरंच होतं.

मात्र बाळाचं त्या जे करत ते प्रेमानं करत. मनाची ओढ बाळाला कळायची. झेप टाकून तो त्यांच्याकडे यायचा. संध्याला हे खटकतं आहे, लक्षात आल्यावर घरातलं लक्ष जसं त्यांनी कमी केलं, तसाच बाळाचा लळाही! पण हे असं परक्यासारखं राहणं... इथलं यांत्रिक जीवन... 'ए क्लास प्रिझनर्स' असल्यासारखं वाटायचं त्यांना. वेळ जाता जात नसे.

इथंही बाबुरावांनी बागेची मशागत स्वत:कडे घेतली होती. कधी ते हिवाळ्यासाठी लाकडं तोडून ठेवत. तरीही त्यांचा बराचसा वेळ टी.व्ही.पुढे जायचा. बाजूला बिअर कॅन असायचा. त्यांचं सुटलेलं पोट...

अक्कांना वाटायचं, परत अहमदाबादला जावं. जिथं जन्म गेला तिथंच आयुष्य संपावं. मोकळ्या हवेचा स्पर्श नसलेली ही बंद घरं... त्यात कोंडल्यागत वाटायचं हल्ली त्यांना! इथं पैसा, समृद्धी, स्वच्छता होती. मुख्य म्हणजे त्यांची मुलं होती. तरीही भारताची वाटणारी ओढ...

मग धीर करून त्या बाबुरावांना म्हणाल्या, ''आता परत फिरू या. खूप झालं इथं राहणं!''

''परवाच बोललोय मी सुरेशशी. बाळाची सोय होतेय क्रेशमध्ये. पुढच्या महिन्यात आपण अहमदाबादला असू.''

जाणूनबुजून त्यांची शनिवारची तिकिटं काढलेली होती. त्यांना पोहोचवायला अगदी दिनेशसुद्धा आला होता.

''मी तुला घेतलेल्या साड्या आणि बाबांचे सूट्स तू तिथंच टाकून आली होतीस.'' आल्याआल्याच दिनेशने सूटकेस त्यांच्या हातात दिली.

त्या साड्या घेताना सुशी बरोबर होती. आता याची कोण मैत्रीण असेल...? अक्का गप्पा मारत होत्या. इकडचं-तिकडचं बोलत होत्या, तरी हा विचार त्यांच्या मनात आलाच.

तेवढ्यात सिक्युरिटी चेकची सूचना झाली आणि बाबुराव आणि अक्का दोघं निघाली. सर्वांना सोडून जायचं त्यांच्या जिवावर आलं होतं. बाबुरावांच्या आधारानं त्या चालल्या होत्या. विमानात जाऊन बसल्या तरी मन सुन्न होतं.

विमानातून दूरवर पसरलेला एअरपोर्ट दिसत होता. त्या छताखाली तर त्यांची सर्व माणसं होती. क्षणभर त्यांना वाटलं, आपण परत फिरावं. आपण कुठं चाललोय? कशासाठी?

तेवढ्यात विमानाचं दार लागलं. वाट बंद झाली. जणू ती भिंत सांगत होती, ही भिंत अशीच कायम राहणार.

विमान सुरू होऊन कितीतरी वेळ झाला तरी त्यांनी बाबुरावांकडे बघण्याचं

टाळलंच. सहा महिन्यांपूर्वी दोघं किती हौसेने आली होती. मनात अनेक बेत होते, मनोराज्यं होती. आता तीच अमेरिका मागे पडत होती. तिचं मायावी रूप... डॉलर्समागे धावणारी, यंत्रवत बनलेली इथली माणसं... या राक्षसिणीनं त्यांच्या तिन्ही बाळांना गिळलं होतं, पार पचवून टाकलं होतं आता... त्यांना हुंदका आला. बाबुरावांनी त्यांचा हात हळूच थोपटला.

"मॉम, मुलांना सोडताना वाईट वाटतंच गं! पण अमेरिकाही रिकामटेकड्या माणसांसाठी नाही. म्हाताऱ्यांसाठी नाही. अर्थात तिथंही म्हातारी माणसं आहेत. पण एक तर त्यांना त्या जीवनाची सवय असते. थकल्यावर वृद्धाश्रमात राहण्याचं तीच पसंत करतात."

"आपल्याला तीन मुलगे... तिघे अमेरिकेत जाऊन बसतील ही काय कल्पना? ते परत येणार नाहीत आणि आपल्याला त्यांच्या बदललेल्या विचारसरणीशी जमवून घेता येत नाही."

अक्कांनी एक दीर्घ नि:श्वास सोडला.

"मॉम, अगं हेच मुलगे भारतात वेगवेगळ्या शहरात जाऊन राहिले असते तर फरक पडला असता का? मुलं मोठी झाली, त्यांचे संसार सुरू झाले की, आईबापांनी प्रेक्षकाची भूमिका घ्यायची. मुलांचे आई-वडील हेच आपलं अस्तित्व उरतं मग. फरक एवढाच पडला असता, भारतात आपण एकट्यानं प्रवास करू शकलो असतो. इथं पैशापासून श्रमांपर्यंत साऱ्यासाठी मुलांवर अवलंबून! बरं कुणाकडे जायचं तर आधी ठरवून! नाही जमणार आपलं तिथं."

बराच वेळ दोघं गप्प बसली होती. अक्कांचे मन मागे धावत होतं. बाळ रडेल का...? नीता कुणा मित्राकडे गेली नसेल ना...? आणि दिनेश... कुठं चुकलं आपलं? मुलांच्या मनात जास्त आशाआकांक्षा रुजवल्या हे चुकलं? की त्यांची विचारसरणी आपण स्वीकारू शकत नाही हे चुकतंय...?

बाबुरावांनी कशावरून तरी विनोद केला, पण अक्कांचं लक्षच नव्हतं. ते मग म्हणाले, "मॉम, अगं आता कसला विचार करतेस? तिघांकडे राहून पाहिलं. अहमदाबादमध्ये दोघंही असून असे कंटाळत नाही."

"तीच गंमत वाटते बघा. इथं मुळी माणसांचा अभाव. अहमदाबादमध्ये शेजारी, ओळखीचे, नात्याचे, सारखं आलं गेलं असतं. कधी भिशी, कधी क्लब, तर कधी देवळात. रोजची मंडळी निमित्ताने भेटतातच. दारात कामानिमित्त येणारी माणसं... ही सारीच आपल्या जीवनाचा भाग बनली आहेत, हे जाणवलं अमेरिकेत गेल्यावर. तिकडे अशी माणसं सोडाच. रस्त्यावरही माणसं नाहीत! धावतात आपल्या मोटारी! सारं यांत्रिक... त्यामुळे त्या जीवनात भावनांना थारा नाही."

"अगदी बरोबर मॉम! रोजचा ठरावीक साचा हेच आपलं जीवन! तो एवढ्या

उशिरा बदलणं शक्य नाही. क्रेनने मोठे वृक्ष उपटून दुसरीकडे लावण्यासारखाच हा प्रकार आहे. अमेरिकन जीवनपद्धती स्वीकारलेल्या आपल्या मुलांना हे समजू शकणार नाही.''

एअरहोस्टेसने आणून दिलेला फ्रूटज्यूस घेत अक्का म्हणाल्या, ''पण या मुलांचं म्हातारपण...''

''त्यांना या जीवनाची सवय आहे. ते घरात एकटे राहतील. चारशे मैलावर असलेल्या मित्राला भेटायला जातील, नाहीतर त्या चौबळ म्हातारीसारखे वृद्धाश्रमात जाऊन राहतील. ती गं ! रिचमंडला आपण तिच्या नातवाच्या एंगेजमेंटला गेलो होतो. ती म्हातारी मधेच भारतातही येऊन जाते. या वयातही स्वतंत्र!''

''त्यांचं जाऊ द्या हो! आपलं काय होणार? दोघं काही बरोबर जात नाही.'' अक्कांनी धीर करून मनात सलणारा हा विचार बोलून दाखवला.

''मी साऱ्याचा विचार केलाय, मॉम! आपली तब्येत तशी ठीक आहे. जवळ पैसा आहे. शेजारीपाजारी आहेत. एक विचार आहे मनात. तुला पटतो का पहा. तो बालकल्याणगृहातून फंड मागायला येणारा अमृत, बारा-चौदा वर्षांच्या त्या मुलाला मी घरी आणायचं म्हणतोय ! हुशार आहे, प्रामाणिक आहे. त्याला घर मिळेल, आधार होईल आणि आपल्यासाठीही आधार! मूल वाढत असल्याचाही आनंद मिळेल.''

अक्का जरा वेळ गप्पच होत्या. त्या जराशानं म्हणाल्या, ''अहो, पण आपलं असं वय झालेलं. काही बरंवाईट.....''

''याबाबतीत मला अमेरिकनांच्या चिरतारुण्याचं कौतुक वाटतं. समजा मॉम, आपण म्हातारे झालोय असं मानलं, आपल्यातील एक उरलं. नाहीतरी... अमृत अनाथ आहे. त्याला सवय आहे. निदान मागे असलेल्याला त्याचा आधार राहील. समजा, हेच आपलं नातवंडं असतं, तर कंबर कसून नसतो उभे राहिलो? नसती जबाबदारी घेतली?''

''खरं आहे तुमचं. मुलगा खरंच चांगला आहे. पण मनात येतं, तीन मुलगे असूनही हा कुठचा कोण अमृत. असतील... ही जन्मांतराची नाती... अच्छा! म्हणजे खरेदी केलीत ती त्याच्यासाठी होय?'' अक्का हसल्या.

''तू तर शेजाऱ्यापाजाऱ्यांपासून प्रत्येकासाठी वस्तू खरेदी केल्यास. अमृतला घरी आणल्यावर मोठी पूजा करू या.'' बाबुरावांनी सुचवलं.

''मग त्याच दिवशी सर्वांना वस्तू देऊ या.''

''हं, चला म्हणजे अमृतचं ठरलं! चला, तोंड उघडा मॉम. आज मॅरेज ॲनिव्हर्सरी आहे. चॉकलेट खाऊन तोंड गोड करू या एकमेकांचं.''

अक्का तोंडात चॉकलेट घोळवत हसल्या.

"नशीब, मुलांजवळ मॅरेज ॲनिव्हर्सरीचे नाही बोललात ते!"

"हो ना! उगाचच राहणं लांबलं असतं."

दोघांची मनं आता केव्हाच अहमदाबादला पोहोचली होती. दोघांना आपलं घर दिसत होतं. संसार दिसत होता. संसाराची पुन्हा हातात घेतलेली सूत्रं... गाडी पुन्हा त्याच मार्गाने धावणार होती. पण अमृतच्या येण्यानं त्याला अर्थ येणार होता.

बाबुराव अक्कांना उत्साही स्वरात म्हणाले, "मुंबईहून तासाभराने अहमदाबादला विमान सुटतंय. आपलं बुकिंग त्यातच आहे. म्हणजे भारतीय वेळेप्रमाणे नऊला अहमदाबादला जाऊ."

अक्का म्हणाल्या, "त्या माणिकलालने बागेला पाणी दिलं असलं तर ठीक, नाहीतर सारी बाग उद्ध्वस्त झाली असेल."

"बागेचं काय? पुन्हा लावू या झाडं..."

बाबुरावांच्या स्वरात दुर्दम्य आशावाद भरलेला होता. त्यांनी हळूच अक्कांचा हात थोपटला.

विमान संथ गतीनं चाललं होतं. आजूबाजूची सारी झोपली होती. परदेशात आपल्या मुलांना सोडून ती दोघं मायभूमीला परतत होती, पण तरीही भविष्याचा उत्साहानं विचार करीत ती जागी होती.

परदेशात साऱ्या सुविधा होत्या. मुख्य म्हणजे त्यांची मुलं होती. तरीही ती भारतात परतली होती. इथं अस्वच्छता, असुविधा होत्या, गरिबी होती. माणसांची गर्दी होती.

पण इथं जीवनात कृत्रिमपणा नव्हता. इथं भावनांना महत्त्व होतं. इथं धूळ होती. पण ती मायाळू होती आणि मुख्य म्हणजे तो देश त्यांचा होता!

पशू

आषाढाचा महिना. आभाळ फाटल्यागत पाऊस कोसळत होता. वरून पडणारी ही संततधार. अंगावरच्या फाटक्या इरल्यातून पाणी जाऊन मुक्ताचे सारे कपडे ओले झाले होते. पण तिला त्याचे भान नव्हते. खाली असलेला चिखलाचा राडा. शेतात असलेले तांबूस पाणी आणि हातात असलेला भाताच्या रोपांचा जुडगा आणि ती रोपे ओणव्याने पटापट एका रांगेत रोवताना होणाऱ्या तिच्या हातापायांच्या यंत्रवत हालचाली.

इरल्याचे ते वाकडे मानेगत टोक, खाली वाकल्यामुळे रुंद इरल्याचा दिसणारा बैलाच्या पाठाडासारखा भाग. त्यात सदैव ओणवे होऊन काम करत असल्यामुळे एखादे जनावर शेतात शिरले असावे, असाच भास होत होता.

सकाळपासून तिचा असा कामाचा सपाटा चालला होता. दुपारी भाकर खायलाही ती थांबली नव्हती. इतकेच नव्हे, इतर बायकामाणसे पान खाऊन, तंबाखू खात चकाट्या पिटीत दिसली की, खाली वाकलेल्या स्थितीत मान वर न करताच ती हाळी द्यायची. मुक्ताच्या बाजूला तिची बारा-चौदा वर्षांची मुलगी कुणीतरी दिलेला प्लॅस्टिकचा रेनकोट घालून शेत लावत होती. मुक्तासारखा तिचाही कामाचा सपाटा होता.

तेवढ्यात कुणीतरी हाळी दिली, "आता पुरे गो, धाकल्यावहिनी..."

रोपे खोचताना तिने शेताकडे पाहिले. दोन वाव शेत बाकी होते. गुजराचे हे शेत आजच्या आज लावून झाले, तर मुक्ताची मागची बाकी फिटून तो आज तिला नगद पन्नास रुपये देणार होता. पण याची आठवण तिला या घडीला नव्हती. दोन वाव शेत आणि हातातील भाताची रोपे एवढ्याचीच जाणीव होती तिला.

कुणीतरी म्हणालेही, ''आज पुरी लावणी झाल्याबिगर धाकली हटणार नाही. चला रे!''

सारीच मग कामावर घसरली. बघताबघता शेत लावून झाले आणि मुक्ताने पाठ ताठ केली. वाकून काम केल्यामुळे धरलेली हाडे आणि पाठीतून कटकन आवाज होऊन उठलेली कळ– त्या दुःखाने डोळ्यांतून घळकन पाणी आले. पण तोंडातून चकार शब्द उमटला नाही. दुसऱ्या दिवशी पवारांच्या शेतात लावणी होती. त्याचा निवता तिला दिला गेला तेव्हा फक्त मान डोलावली तिने. दिलेला चहाचा कप तोंडाला लावून ती न रेंगाळता गुजराच्या दुकानाकडे गेली. गायीमागून वासरू तशी तिची मुलगी तिच्यापाठोपाठ होती.

वायद्याप्रमाणे गुजराने बाकीचा कागद फाडून टाकला. पन्नास रुपये मजुरी दिली. इतकेच नव्हे; एका दिवसात शेत लावून दिल्याबद्दल खूश होऊन अर्धा लीटर गोडे तेल मोफतच दिले. तरी तिच्या चेहऱ्यावरची सुरकुती हलली नाही.

मायलेकी घराकडे निघाल्या. जरा दूरवरून दोघींचे लक्ष घराकडे गेले. त्यांच्या नजरेत जाणवणारी भीती! दारू ढोसून बाबल्या पडवीत आडवा-तिडवा पसरलेला असला तर प्रश्नच नव्हता. पण थोडीशी ढोसून तो त्यांच्या येण्याची वाट पाहत दबा धरून बसलेला असला तर? मुक्ता त्या आठवणीने किंचित थबकली. हातात असलेल्या नोटांपैकी तीन नोटा तिने निऱ्यात खोचल्या. एक साडीच्या पदरात बांधली आणि एकच नोट हातात ठेवून ती निघाली. बावरल्यागत आपल्या मोठ्या मोठ्या डोळ्यांनी तिची मुलगी तिच्या हालचाली पाहत होती.

तिचा हात घट्ट धरून मुक्ता घराकडे निघाली. उशिरा गोठ्याकडे वळणाऱ्या गायीची पाठ पाठीवर रट्टा बसणार या भीतीने जशी थरथरते, तशी तिची काया थरथरली. दबकत छोटी आणि मुक्ता वळचणीला आल्या तरी ओटीवरून बाबल्याची गर्जना ऐकू आली नाही. तसा सुटकेचा निःश्वास सोडून दोघी घराच्या मागच्या बाजूला आल्या.

मुक्ताने स्वयंपाकघराचे कुलूप काढले. इरले गोठ्यालगत टाकून ती झपाझप कामाला लागली. तिने चुलीत लाकडे ढोसली. गरम पाण्याने अंघोळ करून अंग मोकळे करावेसे वाटत होते. पण सकाळपासून पोटात अन्नाचा कण नव्हता. बाबल्या कधी येईल त्याचा भरवसा नव्हता. तो येण्याआधी पोटात दोन घास गेले तर हवे होते. कपडे बदलून मुक्ता त्या तयारीला लागली. हातातील आणि पदराला बांधलेली नोट भिजली होती. ती तिने चुलीमागे ठेवली.

सकाळी बाबल्याच्या नाश्त्यासाठी ठेवलेल्या चपात्यांचा त्याने फडशा उडविला होता. दुपारची भात-आमटीची पातेलीही खाली होती. छोटीला भूक लागलेली होती. एका खोबणीत दडवलेले गूळ, दाणे तिने तिच्यापुढे ठेवले. काम करताकरता

चार दाणे आपल्या तोंडात टाकले.

विस्तवाच्या धगीशी बसलेली छोटी भाताची रटरट ऐकून सुखावली. ती तिला म्हणाली, ''आई, आज भजी करशील?''

मुक्ताने न बोलता पीठ भिजवले. सकाळी खुडलेली दोन-चार वांगी चपटी चिरली. जेवण तयार करून बाबल्यासाठी ताट तयार करून ठेवले. दारूच्या नशेत तो कशावरून चिडेल याचा काही नेम नसे.

विस्तवाच्या उबेत सुखावून मायलेकी घास तोंडात घालणार, तेवढ्यात ओटीवरून धडपडल्याचा आवाज आला. घाबरून छोटीने मुक्ताकडे पाहिले.

''तू जेव निमूटपणे,'' मुक्ता तिला म्हणाली. आपलं ताट झाकून ती ओटीवर जाण्यासाठी निघणार, तेवढ्यात बाबल्या दाराशी टपकला.

त्याच्या झोकांड्या जात होत्या. दरवाजाच्या चौकटीला धरून कसेबसे उभे राहत तो बरळला, ''वा! मायलेकी भज्याभात खातायंत. रांडांनो! ह्याला पैसा आहे आणि मी पैसा मागितला की तुझ्याकडे पैसा नसतो. काढ रांडे, काढ पैसा.''

अन्नाची नासाडी व्हायला नको होती. मुक्ता पुढे झाली. ''आता जेवा आणि झोपा. बस झालं आज...''

पण आज त्याला तेवढे पिऊन समाधान झाले नव्हते.

''गुजराच्या दुकानात गेली होतीस की नाही बोल! त्याने पैसा दिला की नाही? कशासाठी त्याने तुला पैसे दिले? दे ते पैसे! आता त्याच्या तोंडावर मारून येतो. रांडे! त्याच्याकडे जातेस, त्याच्याकडून पैसे घेतेस. मी मेलोय काय? मी जिता आहे. तीन पोरं मीच जन्माला घातली ना! तेव्हा गुजर नव्हता आला.''

कुणीतरी बाबल्याला चिथावून पाठवलं होतं. ''बरं बरं, चला कपडे बदला, जेवा आणि पडा.'' मुक्ता समजुतीने म्हणाली. काम करून ती पार थकली होती. हे तसे रोजचेच नाटक होते. त्याचा नूर कसा असेल, हे तिला कधीच कळलं नव्हतं.

ती जवळ येताच तो तिच्या अंगालाच भिडला.

''रांडे, पैसे टाक.''

मघाशी कपडे बदलताना तिने निऱ्यात खोचलेले तीस रुपये पदराच्या टोकाला बांधले होते. त्याने नेमका त्यालाच हात घातला.

मग मात्र मुक्ता आकांताने ओरडली. ''देणार नाही ते पैसे... हात लावू नका त्यांना.''

''मला सांगते रांड. छिनालगिरी करते आणि...''

मुक्ता कशीबशी त्याच्या हातातून निसटली. अशावेळी त्याचा भरवसा नसे. दरवाजा उघडा टाकून मुलांच्या देखत पशूगत चालणारा त्याचा व्यवहार... ती निसटली आणि तो चिडलाच. त्याने जवळ असलेले फुलपात्र फेकले. तिच्या

कपाळाला घाव लागला आणि ती आडवीच झाली.

मुक्ता भानावर आली, तेव्हा छोटी भेदरून रडत तिच्या बाजूला बसली होती. मुक्ता मग तशीच धडपडत उठली. हे सारे रोजचेच नाटक होते. पण तरी आज तिला उबग आला होता. कधी नव्हे ती तिने बाबल्याला शिव्यांची लाखोली वाहिली. कपाळावरच्या जखमेत हळद भरून पट्टी बांधताना तिने संतापाने कपाळावरचे कुंकू पुसून टाकले. छोटीच्या मदतीने ती स्वयंपाकखोलीत आली. विस्तवाची धग अजूनही होती. त्या धगेत चुली पाठीमागे ठेवलेल्या दोन नोटा तशाच होत्या. त्या पैशांकडे पाहून नकळत एक अस्पष्ट स्मिताची लकेर तिच्या चेहऱ्यावर उमटली. बाबल्याने या पाहिल्या तर...? त्या भीतीने तिने झटकन खोबणीतील उतरणीवरील दाण्यांच्या डब्यात त्या दडवल्या. कटात सामील झाल्यागत छोटी हसली.

मुक्ताला जेवू नये असे वाटत होते, पण लेकीखातर ती ताट ओढून बसली. जेवायला बसल्यावर आपल्या पोटात आगडोंब उसळल्याची तिला जाणीव झाली. दोघी मायलेकी निमूटपणे जेवत होत्या. मघा शेत लावताना यंत्रवत हातापायांच्या हालचाली चालल्या होत्या. आता हाताितोंडाची गाठ होती एवढाच फरक!

मायलेकी जेवून उठल्या. भांडी कशीबशी आवरून मुक्ता मधल्या खोलीत आली, तेव्हा छोटीने अंथरूण घातले होते. एवढे तीस रुपये मिळाल्यावर ढोसढोस ढोसून बाबल्या परत येणार हे दोघी जाणून होत्या. अशावेळी त्याला जेवणाखाण्याचे भान नसायचे. तरीही मुक्ताने त्याचे ताट, पाण्याचा तांब्या बाहेर ठेवला.

मधल्या दरवाजाला मुक्ताने कडी घातली आणि मायलेकी आडवारल्या. ठणकणारे कपाळ, वाटणीला आलेले हे आयुष्य, श्रम करून मिळवलेल्या पैशातून बाबल्याचे चालणारे दारूचे व्यसन. असा पैसा नसला, तर तिच्या नकळत घरातील असेल नसेल ती चीजवस्तू विकून टाकायचा तो. करताकरता घरातील सारी भांडीकुंडी गेलीच होती. घरातील तांदूळ, वरी, नाचणीही दुकानावर देऊन तो वेळ भागवायचा. 'घरातील कसलं हे अठराविश्वे दारिद्र्य...!' हे विचार पुसटते तिच्या मनाला चाटून गेले. दिवसभर झालेल्या श्रमांनी बघताबघता एखाद्या ढोरागत ती निवांत झोपी गेली.

पहाटे ती जागी झाली ती कोंबड्यांच्या बांगेने. ठणकणारे कपाळ, आंबलेले अंग. बाजूला झोपलेल्या छोटीच्या अंगावर पांघरूण घालताना तिला कालचे सावंतीणीचे बोलणं आठवलं. "अगो, तुझी छोटी चवदाची नव्हं का! आठ वरीसांची वाटते बघ. न्हातीधुती झाली नाय ना? बामण तुमी नायतर कोंबडी घाल म्हणून सांगितला असता."

सावंतीण हे म्हणाली, त्यावेळी हे काही तिच्या डोक्यातच शिरले नव्हते. नेहमी असेच व्हायचे. तिला बोलणी आठवायची, उमगायची अशी केव्हातरी.

छोटीचे पांघरूण सारखे करताना मनात हा विचार क्षणभरच तरळला. दुसऱ्या क्षणी पवारांच्या शेतलावणीचा निवता आठवला आणि ती झपझप कामाला लागली. आज तीच गेली नाही तर उद्या तिचे शेत लावायला पवारांची माणसे कशी येणार? शेत लागलं तर निदान वर्षभराच्या तांदळाची भ्रांत नसे.

ओटीवर सामसूम होती. बाबल्या रात्री घरी आला की नाही याचीही तिला कल्पना नव्हती. एकमार्गी काम सुरू झाले आणि मग आंबलेले अंग, कपाळावरची ठणकणारी जखम याचेही भान तिला उरले नाही. रहाटाला लावलेला बैल झापणं बांधलं की गरगरत राहतो, तसेच काहीसे यंत्रवत तिचे काम चालले होते. सकाळच्या न्याहरीसाठी चपात्या, दुपारसाठी भात, त्यात गायीची धार, शेणगोठा करता करता सहा वाजले. छोटी उठली. मग तिला चहा दे, चपाती दे करताकरता वेळ झपझप पळत होता. सारे आटपून बाहेर पडतातपडता आठ झाले. वळचणीवरून दबकत जाताना दोघींची नजर घराच्या पडवीकडे गेली. बाबल्या वेडावाकडा पसरलेला होता.

त्या दोघी पवारांच्या शेतीकडे वळल्या आणि बघताबघता कामाची सुरुवात झाली. पावसाचा आज तेवढा जोर नव्हता म्हणून की काय माणसांची तोंडे चालू होती. मुक्ताच्या कपाळावरची पट्टी पाहून सावंतीण म्हणाली, "काल भंडाऱ्याकडे ताज्या धारेची आली म्हने - मांजा सगला पैसा भंडाऱ्याच्या डोंबलावर ग्येला बघ. तुझा गो...?"

तरीही मुक्ता काही बोलली नाही. तिने नुसतीच मान डोलावली. उतरणीवर दाण्यांच्या डब्यात ठेवलेले वीस रुपये-छोटीने तिच्याकडे पाहिले. मुक्ताच्या चेहऱ्यावर पसरलेले ते अस्पष्ट हसू.... त्या दोघींचे ते गुपित... त्या नादात दोघी जोमाने काम करत राहिल्या.

भाकरतुकडा घेऊन पवारीण आली. लसणाची झणझणीत चटणी आणि भाकरी हातावर कोरडीच घेऊन मुक्ताने चराचरा चावली आणि ती कामाला लागली. किती वेळ गेला न कळे! भरून आलेल्या आकाशामुळे वेळेचे भान कुणालाच नव्हते.

"धाकल्या वहिनी! बेगीन घरास चल." कुणीतरी मोठ्याने ओरडले.

हातातील रोपांचा जुडगा, खालचे ओले शेत. बाबल्याने काय भानगड केली होती देव जाणे! ती किंचित थबकली आणि निमूट कामाला लागली.

"ए! धाकल्यावहिनी... अगो घरास चल. बाबल्याचं लक्षण काय बरा नाय. तोंडाला फेस येऊन पडवीत पडलाय. कालची ताज्या धारेची इषारी व्हती म्हने... मोऱ्यांचा येशा खपला! आन बी दोनतीन मयत झाल्यात!"

हातातील रोपांची जुडी घेऊन ती वेड्यासारखी तशीच उभी राहिली. क्षणभर तिला काय करावे ते उमगेना, समजेना. सावंतीणीने तिला ढोसले आणि बोंब ठोकली. सावंत काल भंडाऱ्याकडे जाऊन पिऊन आला होता. रडतभेकत सावंतीण

घराकडे धावली. तिच्यापाठोपाठ बावरल्यागत मुक्ता आणि तिच्या मागून छोटी आणि त्यांच्या पाठोपाठ काम सोडून शेतातील माणसे.

ती घराकडे आली तेव्हा अंगणात गावातील काही माणसे मुठीत नाक धरून उभी होती. दारूचा शिळा वास. त्यात बाबल्याने हगूनमुतून केलेली घाण, आजूबाजूला केलेली वांती. काल ठेवलेले अन्न कुत्र्याने विस्कटलेले होते, तेही या घाणीत पसरलेले होते. बाबल्याच्या तोंडातून फेस आला होता.

लोकांच्या मदतीने मुक्ताने त्याला ओटीवर कांबळ्यावर निजवले. पडवीतील घाण साफ केली. रॉकेल टाकून जमीन पुसली. तेवढ्यात गावातील डॉक्टर आला. वेड्यासारखी मुक्ता पाहत होती.

"अगो वयनी, बाबल्या मेला गो तुजा." म्हणत शिंदीने तिला कवटाळले. तरी मुक्ताला काही उमगलेच नव्हते. कुणीतरी तिला हात धरून आत नेले. तिच्या शेजारी बावरून छोटी बसली होती. मार खा खा खाल्ला की, कधीतरी ती बाबल्याला शिव्यांची लाखोली वाहायची. काल तर वैतागून तिने त्याच्या नावाचे कुंकू पुसले होते. तो बाबल्या आज मेला होता.

आयाबाया जमल्या. लोक आले. कोणीतरी तालुक्याच्या गावी जाऊन तिच्या सासूला, मोठ्या मुलाला आणले. तिच्या लग्न झालेल्या मुलींच्या सासरी निरोप गेला. सासू आली. रडताना सुनेने बाबल्याला व्यसनात बुडवले म्हणून तिलाच ती शिव्या देत होती. मुलगा पुढच्या कार्यक्रमांना लागला. कुणीतरी तिचे कुंकू पुसले, कुणीतरी तिचे मंगळसूत्र घेतले. वेड्यासारखी टुकटुक पाहत जे कुणी सांगेल ते ती करत होती. बाबल्या मेला म्हणजे आपल्या जीवनातून कायमचा गेला हे तिच्या बुद्धीला अजून उमगलेच नव्हते. दिवस उगवला आणि मावळला.

बाबल्या मेला म्हणून आता आयाबाया भेटायला यायच्या. खोटाखोटा डोळ्याला पदर लावताना बाबल्या दारू ढोसून तर आला नसेल ना म्हणून चमकून ती वेड्यासारखा कानोसा घ्यायची. मुंबईहून मुलगी, जावई आले. काय झाले, कसे झाले या प्रश्नांना तिच्याकडे उत्तरच नव्हते.

तो दारू पिऊन केव्हा आला, केव्हा झोपला हे कुणालाच कळले नव्हते. आपल्या लेकाला धडपणे पाहिले नाही म्हणून सासू टेपसरंट ठेवत होती. दारुड्या नवरा सुनेला नकोसा झाला असा दोषारोप ठेवून सासू मोकळी झाली होती. मुक्या जनावरांप्रमाणे दीनवाणे होऊन मुक्ता टुकटुक पाहत राहायची तेवढेच!

बाहेर कोसळणारा पाऊस, शेतात तयार झालेली रोपं... वर्षाचे भात असे वाया गेले तर? हा एकच विचार तिच्या मनात त्यावेळी घोळायचा. बसल्याबसल्या तिच्या डोळ्यांना पाण्याची धार लागायची. ती धार पाहून बडबडणारी सासू विरघळायची.

एक दिवस येशा सुताराची बायको भेटायला आली तेव्हा सासू जवळ नाही

हे पाहून ती तिला म्हणाली, "बायो! माज्या शेताचं काय? लावणीसाठी शेतं तयार आहेत पण मी ही अशी! उद्या बारावा. पंधरा दिवस तरी व्हायला हवेत. त्याशिवाय मी कामाला बाहेर कशी पडू?"

"धाकल्या वयनी, काळजी नगं. त्योच सांगवा घेऊनश्यान आलोय मी. तुमची समदी शेती गेल्या चार दिवसांत लावून झाली."

हे ऐकून मुक्ता निश्चिंत झाली. अश्रू आटल्यागत गुपचूप बसून राहिली. दिवसवार झाले. जावयाने पैसा खर्च केला. दुरावलेला मुलगा, सासू बाबल्या मेला म्हणून तेवढ्यापुरती आली होती. तेरावा आटपून ती निघून गेली. हवं-नको ते बघून जावई निघून गेला. दुखवट्याला आलेली थोरली लेक पंधरा दिवसांनी परत जायला निघाली, ती पाच-सातशे रुपये मुक्ताच्या हातावर ठेवूनच.

मुक्ताने त्या नोटा गच्च पकडल्या आणि ओटीकडे पाहत गुपचूप त्यांची सुरनळी करून त्या पोलक्यात दडवल्या. ते पाहून थोरली तिला म्हणाली, "अगं आई! आता बाबा आहेतच कुठे!"

तेव्हा भानावर येत मुक्ता पुटपुटली, "हो. खरंच की!"

आणि मग एक अस्पष्ट स्मिताची लकेर तिच्या चेहऱ्यावर उमटली.

सारी गेली. आता घरात होती ती आणि छोटी. शेती लावून झाली होती. आता फारशी कामे नव्हती. सकाळ, संध्याकाळ मायलेकी घरातच असायच्या. रिकामपणी मुक्ताने घराभोवतीची बाग नीट केली. गोठ्यातील शेण ती झाडाच्या बुंध्यात टाकायची. पाऊस आणि खत यामुळे झाडे तरारली. जरा दूर असलेल्या सुपारीच्या बागेत त्या दोघी जात. तिथंही शेणखत तिने टाकले. पोंडे साफ केली. बागेतून परतताना तरारलेली शेती पाहिली की, मुक्ताच्या निस्तेज डोळ्यांत चमक यायची. ती तेवढ्यापुरती!

घरी परतताना वळचणीजवळ दोघी थबकायच्या. बाबल्या आता नाही हे खरंच वाटत नसे त्यांना. कधी कुठे शेतमजुरीला मायलेकी गेल्या की, परत येताना पैसे दडवायची त्यांची कोण धांदल उडायची. छोटी आणि ती दबकत मागच्या दारी यायच्या. गोठ्यातील गाय तिला पाहून हंबरायची. मुक्ता ओटीकडे पाहत तिला दटावयाची, "गप गं!"

मग हळूच तिच्या पदराला हासडा देत छोटी तिला आकाशाकडे बोट दाखवत खुणावायची, तीही दबकतच! मग मात्र खळकन कडीचा आवाज करत मुक्ता घरात शिरायची. तरीही घरात तिच्या हालचाली गुपचूप चालायच्या. बाबल्या मेला, आपल्या जीवनातून कायमचा गेला. रोजचा मार, वनवास चुकला हे तिला खरंच वाटत नसे.

उतरणीवर दाण्यांच्या डब्यात ठेवलेल्या वीस रुपयात शेतमजुरीची आणि मुलीने दिलेल्या पाचसातशे रुपयांची भर पडली होती. रोज असे कुणग्यातील पैसे

वाढत होते. हे असे मधूनमधून मोजताना जरा खुटकन वाजले की, बाबल्या आला या भीतीने मायलेकी घाबरायच्या. झटकन तो कुणगा दडवला जायचा. मग छोटी आकाशाकडे बोट दाखवायची आणि टाळी वाजवायची. मुक्ताच्या चेहऱ्यावर तेच अस्पष्ट स्मित दिसायचे. बघताबघता पाऊस संपला. हळवी भाते तयार झाली. अंगणात दरवर्षीसारखेच खळे सारवून मुक्ताने मळणी काढली. तालुक्याहून सासू आली. सारे भात मुक्ताने टेंपोत टाकले. तालुक्याच्या गिरणीतून तांदूळ करून घेऊन लेक आला. नेहमीसारखेच पंचवीस, तीस डबे तिने भरले. पैसा नसला की बाबल्या तांदूळ विकायचा. दरवर्षीसारखेच आयाबायांकडे ठेवण्यासाठी मुक्ताने डबे बाजूला काढले. ते पाहून त्यावेळी नेहमीप्रमाणे आकाशाकडे बोट न दाखवता छोटी तिला म्हणाली, "अगं! आता कशाला कुणाकडे डबे ठेवतेस? बाबा मेला की!"

तेव्हा मुक्ताचे लक्ष आपल्या लेकीकडे गेले. पूर्वी सात-आठ वर्षांची वाटणारी तिची मुलगी गेल्या चार महिन्यांत सुधारली होती. तिच्यात झालेला हा बदल... तेच अस्पष्ट स्मित मुक्ताच्या चेहऱ्यावर छोटीला आढळले. ती धिटाईने म्हणाली, "आई, कुणगी आणू? दादाने भात विकून आणलेले पैसे ठेवायचे आहेत ना?"

मुक्ता तिला म्हणाली, "उद्या सकाळी आपण आजीला भेटायला जायचे. दुपारी तीनच्या गाडीला म्हणून परत फिरायचे आणि..."

"आणि मग काय आई?"

मुक्ताच्या चेहऱ्यावरील ती स्मिताची लकेर, फारसे न बोलणारी. आई बोलली. तिच्या चेहऱ्यावरचे स्मित पाहून आई खूश होती हे छोटीने ताडले. ती म्हणाली, "आई, कपडे घेणार का मला?" मुक्ता त्यावर काहीच बोलली नाही. गाडग्यामडक्यांच्या तिच्या संसारात बऱ्याच गोष्टी निकडीच्या होत्या. पण छोटीला एखादी साडी घेणेही जरुरीचे होते. काय काय घ्यायचे त्याची खूणगाठ मुक्ताने मनाशी बांधली आणि दुसऱ्या दिवशी सकाळी सारे आटपून शेजारणीकडे घराची चावी देऊन दोघी बाहेर पडल्या. सकाळी आठलाच त्या तालुक्याला पोहोचल्या.

जेवूनखाऊन दुपारीच मुक्ताने निघायची तयारी केलेली पाहून सासूने विचारले, "आज एवढ्या लवकर काय आहे?"

"बाजारात जायचाय. हिच्यासाठी साड्या घ्यायला हव्यात. चौदावे चालू आहे. वाढलेय पण हल्ली..."

"नव्या कशाला घेत्येस? घरात दोन पाचवार पडलायंत त्या घेऊन जा."

छोटी हिरमुसलेली पाहून मुक्ताने तिला डोळ्यांनी खुणावले. त्या साड्या तिने पिशवीत भरल्या आणि ती म्हणाली, "तरी पण दिवसाउजेडीच जातो. बायका बायका जाणार..."

छोटीला घेऊन ती एसटी स्टँडकडे वळली आणि मग आतल्या वाटेने

बाजाराला लागली. बरोबर आणलेल्या पैशातून मुक्ताने स्टोव्ह, पातेल्या, ताटं-वाट्या, भांडी, पेले वगैरे सामान भराभर खरेदी केले. मुलीसाठी एक कोरी साडी घेतली. गुडदाणी, बिस्किटे, चणे वगैरे खायचे जिन्नस घेतले. हातातील ओझी वाहत दोघीजणी एसटी स्टँडकडे आल्या. तेव्हा तीनची एसटी लागलेली होती. सामान पायाशी ठेवून दोघीजणी बसल्या. छोटी गुडदाणी खात खूश होऊन बाहेर पाहत होती. मुक्ता मधूनच पिशव्या चाचपून पाहात होती. तिच्या चेहऱ्यावर तेच अस्फुट स्मित होते.

गावात उतरल्यावर त्या दोघी झपझप घराकडे निघाल्या. भंडाऱ्याच्या, गुजराच्या दुकानावरून जाताना दोघींनी नकळत पिशव्या मागे दडवल्या. घराकडेही त्या दबकतच आल्या. स्वयंपाकखोलीचे कुलूप काढताना गोठ्यातील गाय हंबरेल म्हणून मुक्ताने यंत्रवत दावणीत आधीच चारा टाकला होता. गाय गोठ्यात नव्हतीच. ती चरायला गेली होती. आईची ही वेडगळ कृती पाहून छोटी टाळ्या वाजवत हसली आणि मग म्हणाली, "आई! अगं घाबरत्येस काय अशी? बाबा नाही आता."

पिशव्यातून सामान काढत मग ते मुक्ताने स्वयंपाकखोलीत ठेवले. प्लॅस्टिकची बादली, लोटा मोरीवर ठेवला. वाकडी मान करून मुक्ता तृप्तीने ते पाहत होती. छोटीने तिला विचारले, "आई! आज मी नव्या ताटात जेवू?"

"अगं ! हळू..."

छोटीने टाळी वाजवली. आता छोटी काय म्हणणार ते आठवून मुक्ता हसली. त्या नादात तिने नव्या स्टोव्हमध्ये रॉकेल भरून तो पेटवला. त्याचा होणारा आवाज ऐकत त्यावर चहा चढवला. छोटी म्हणाली, "चला. आता सारखी लाकडं पेटवायला नकोत. धूर नको. झटपट चहा."

तेवढ्यात बाहेर कोणीतरी बोलल्यागत वाटले. मुक्ताने पटकन स्टोव्ह घालवला. "अगं! अगं! दडव सर्व..." म्हणत ती झटकन उठलीही. छोटीने झटकन साडी दडवली.

भानावर आल्यावर ती मुक्ताला म्हणाली, "काय गं आई तू! मलाही घाबरवलंस."

टाळ्या वाजवून छोटी हसायला लागली तेव्हा मुक्ता भानावर आली.

बाबल्या गेल्याला चार-सहा महिने लोटले. तरी तो मेला, तो पुन्हा येणार नाही याची खात्री मायलेकींना वाटत नव्हती. इतक्या वर्षांच्या त्यांच्या भीतीच्या सवयीने त्या दोघी घरात दचकतच वागायच्या. हळू आवाजात बोलायच्या. पैसे, वस्तू दडविणे हे इतक्या वर्षांच्या सवयीने इतके अंगवळणी पडले होते की बाहेर जरा आवाज झाला की, बाबल्याच्या भीतीने झटपट सारे दडवण्याकडेच कल असायचा.

रात्रीची रोजची भांडणे, आदळआपट, कचकच, देवाचे फूल अंतरेल; पण न चुकलेला मार... बाबल्या नाही, हे मुक्ताला खरंच वाटत नसे. सुरवंटाचे फुलपाखरात रूपांतर होणारी मुलगी मात्र त्यातून हळूहळू बाहेर पडत होती. घाबरणाऱ्या, दचकणाऱ्या मुक्ताला वस्तुस्थितीची जाणीव करून द्यायची.

मुक्ताने स्टोव्ह पुन्हा पेटवला. चहा झाला. नव्या कपबशा, नवीन पातेल्या. पातेल्यांच्या फुगीर भागात दिसणारे वेडेवाकडे प्रतिबिंब पाहून छोटी टाळ्या वाजवून हसत होती. "बघ, बघ." एक-एक भांडे पुढे करून ती मुक्तालाही तिचे प्रतिबिंब दाखवत होती.

गेल्या बावीस, चोवीस वर्षांत आपले रूप कसे आहे, हे मुक्ता विसरली होती. आरशाशी संबंध यायचा तोही घाईगर्दीत. भांग सरळ आहे की नाही, कुंकू व्यवस्थित लागलंय की नाही हे पाहण्यापुरता आपल्या रूपाचा ठसा तिच्या डोळ्यांत उमटलाच नव्हता कधी! तर आपले प्रतिबिंब वेडेवाकडे आहे हे तिला जाणवणारच कसे? आणि हसू येणारच कसे? इतकेच नव्हे तर गेल्या बावीस-चोवीस वर्षांत मुक्ता असे हसायचेच विसरली होती. छोटीला मात्र हसू आवरत नव्हते.

मुलीने नवे चकचकीत ताट मुक्तापुढे केले. त्यात दिसणारे तिचे प्रतिबिंब. पण मुक्ताचे तिकडे लक्षच नव्हते. आठवणींची एक लहर तिच्या थकल्याभागल्या मेंदूचा छेद घेत भूतकाळात शिरली. तिच्या खोल गेलेल्या, थिजलेल्या डोळ्यांना दिसला तिचा लग्न झाल्यावरचा संसार. ताट, वाट्या, भांडी, पिंप, डबे... साऱ्यासाऱ्या वस्तू दिसल्या. एकेक करीत साऱ्या वस्तू गहाण पडल्या होत्या. गुजराच्या, भंडाऱ्याच्या घराची धन झाली होती सर्व. एकेक करत त्या सर्व वस्तूंनी मांडलेला संसार दिसला आणि तेच अस्पष्ट स्मित तिच्या चेहऱ्यावर उमटले. आई खुशीत आहे हे पाहून छोटी म्हणाली, "दिसतं ना तोंड वेडंवाकडं!"

मुक्ता उठली. तिने भांडी आवरली. त्या दहा-बारा भांड्यांचे कौतुक करताना मुक्ताला दिवस अपुरे पडत होते. छोटी ती भांडी साबणाने धुवायची. मुक्ता ती मऊ फडक्यानं पुसायची, चकचकीत ठेवायची.

पूर्वी मुक्ताला सदैव पोटाची भ्रांत होती, पण आता तसे नव्हते. घरातील तांदूळ, चीजवस्तू घरातच राहत होती. त्या दोघी खाऊन काय संपेल तेवढेच. मजुरीचे पैसे त्यांच्याकडून खेचून घ्यायला हल्ली बाबल्या नव्हता. जावयाने सहा-आठ महिन्यांचा किराणा भरला होता. दारात खपून दोघींनी भाजीपाला केला होता. घरात दूधदुभते होते. वाण कशाचीच नव्हती. उलट सारे उरायचेच.

मग मुक्ताने दुधाचा उकाडा लावला. तालुक्याला जाताना दरवेळी ती तांदूळ, भाजीपाला, लोणी, तूप घेऊन जायची. ते विकायची. प्रत्येक वेळी घरी येताना काहीतरी नवी वस्तू असायची. असे करताना तरीही दाण्याच्या डब्यामागच्या

कुणगीत पैसे साठत होते. छोटी नव्या परिस्थितीने सुखावली होती. मनावर ताणतणाव नव्हता. खाण्याची सुबत्ता. आता ती उफाड्याची झाली होती. साड्या नेसू लागली होती.

मुक्ता मात्र अजूनही खुट झाले की दचकायची. संध्याकाळी कावरीबावरी व्हायची. माराच्या भीतीने अजूनही तिचे शरीर आक्रसायचे. अशा वेळी गोठलेले भावनाशून्य डोळे, माराच्या आठवणीने रात्री-बेरात्री ती कण्हायची. खिळखिळी झालेली दारे रात्री-बेरात्री वाऱ्याने थडथडायची आणि घाबरून मुक्ता अंथरुणात बसून राहायची. बाबल्याच्या भीतीने तिची झोपच नाहीशी व्हायची.

मग घराजवळचे एक फालतू आंब्याचे झाड तोडून तिने फळ्या करून घेतल्या. दारे बदलली. घरात दोनतीन स्टँड करून घेतले. एक लाकडी कपाट करून घेतले. एक पलंग करून घेतला. कुणगीतील पैशातून मजुरी दिली तरी पैसे उरलेच होते. उरणारे हे असे पैसे पाहून मायलेकींना त्याचाच अचंबा वाटायचा.

कपाट झाल्यावर मुक्ता पुन्हा कुणगीतच पैसे ठेवतेय, हे पाहून छोटीने ते पैसे जस्ताच्या पेटीत ठेवून पेटी लाकडी कपाटात ठेवली होती. छोटी टाळी वाजवून हसली होती. मुक्ताच्या चेहऱ्यावर उमटणारी स्मिताची अस्फुट लकेर...

आता रात्री-बेरात्री दारे थडथडत नसत. पैसे ठेवता, घेताना कुरकुरायचे ते घरातील नवे कपाट. मग पुढच्या वेळी तालुक्याला गेल्यावर तीन भक्कम कुलपे आली होती. एक कपाटाला, दोन पुढच्या-मागच्या दारांना. बाबल्या नव्हता, तरी सवयीने अजूनही दोघी मागच्या दारानेच वावरायच्या. आता मायलेकींना मजुरीला जाताना, शेतावर जाताना, बागेत मशागत करताना घरातील वस्तूंची धास्ती नसे.

या वर्षी बागेचे उत्पन्न बरेच आले. आंब्याच्या वाडीचेही खूप पैसे मिळाले. सासूची वाटणी काढल्यावर, खर्चासाठी पैसे काढून ठेवल्यावरही बरेच पैसे उरले होते. आतापर्यंत घरात ती रकट्यावर झोपायची, मग मुक्ताने छोटीच्या सांगण्यावरून आपल्यासाठी, पाहुण्यांसाठी गाद्या, उश्या केल्या. जुने कपडे शिवून गोधड्या घातल्या. त्यांना मांजरपाटाची कव्हरे. कुणी आले गेले तरी गाद्यांवर पसरायला स्वच्छ पलंगपोस, अभ्रे... सारे सारे एकेक करत संसारात जमत होते.

दोन वर्षांनी उन्हाळ्याच्या सुट्टीत आलेल्या थोरल्या जावयाला हे पाहून बरे वाटले. मग तोच मुक्ताला म्हणाला, "आता छोटीचे पण दोन वर्षांनी लग्न करायला हवं. जवळ बँक आहे. शिल्लक उरलेले पैसे त्यात ठेवत चला."

इतकेच नव्हे, बँकेचे व्यवहारही त्याने तिला समजावून दिले.

इतकी वर्षं मुक्ता मुलांच्या आणि तिच्या पोटात अन्नाचे चार घास जावे, म्हणून राबराब राबली होती. तो एकच ध्यास होता तिला तेव्हा. गाडग्या-मडक्यांचा संसार जाऊन इतरांसारखा संसार व्हावा, म्हणून गेली दोन वर्षं ती धडपडली होती. आता

जावयाच्या या बोलण्यानं तिच्या गोठलेल्या बुद्धीचा कोणतातरी कोपरा जागा झाला होता. त्या दिवसापासून छोटीच्या लग्नाची तयारी याचाच ध्यास घेतला तिने. पूर्वी पैसे जमले की, ती कुणगीत दडवून ठेवायची. पुढे ते पैसे कपाटातील जस्ताच्या डब्यात जायचे. आता जस्ताच्या डब्यात पैसे जास्त जमले, की ते बँकेत जायचे. बँकेच्या बुकात हजार रुपयांपेक्षा जास्त रुपये झाले की, त्याची फिक्स्ड डिपॉझिट व्हायची.

उरलेल्या किरकोळ पैशातून आता वस्तू यायच्या. पण पूर्वीसारख्या घरासाठी नव्हे; तर लेकीच्या लग्नात आंदण देण्यासाठी! बघताबघता आंदण देण्यासाठी तिने भांडीकुंडी गोळा केली. कपड्यांची जमवाजमव केली. हुंड्याची तयारी झाली. अजूनही मायलेकी राबराब राबायच्या. सारी कामं स्वत: करायच्या. काटकसरीने जगायच्या. उफाड्याची, वाढलेली छोटी टाळी वाजवून आरशात पाहत खुदकन हसायची आणि छोटीकडे पाहताना बँकेतील पैशांच्या आठवणीने मुक्ताच्या चेहऱ्यावर तेच अस्फुट स्मित आढळायचे.

असे करताकरता दोन वर्षे सरली. अचानक एक दिवस सासूने स्थळ आणले. बघताबघता लग्न ठरले आणि झालेही! इतकी वर्षं तिच्याभोवती फिरणारी, तिच्या बरोबरीने तिच्या कष्टात भागीदार बनलेली छोटी-हिरवी साडीचोळी नेसून सासरी निघून गेली. लग्नाला आलेली थोरली, जावई, नातू थोडे दिवस राहिली होती. थोरला जावई तसा व्यवहारी. तो तिला म्हणाला होता, "लग्न व्यवस्थित झाले, पण वर्षभर सणवार करावे लागतील. आता अशीच तीही तयारी करा. या नातवाला सोनं आता दिलेत, पण छोटीच्या मुलाला वेळेवर द्या."

नवऱ्याची री ओढीत थोरली म्हणाली, "हो, आई, सगळे काही यांच्यासारखे समजूतदार नसतात."

थोरली लेक, जावई माघारपण आटपून गेली, पण मुक्ताला असा नवा विषय देऊन. पैसाअडका, वस्तूवाणी, सणवारांसाठी करावी लागणारी तयारी. मुक्ताने आता त्यासाठी कमर बांधली. शेजारणी तिला म्हणायच्या, "धाकले वयनी, आता कशाला राबत्येस?"

पण छोटीचे सणवार... मुक्ताने आता त्यासाठी कमर बांधली. पूर्वीसारखेच कष्ट चालायचे. आता जोडीला छोटी नसे एवढंच. पण मुक्ताला तिचे टाळी वाजवून हसणे आठवायचे आणि स्मिताची एक अस्फुट लकेर मुक्ताच्या चेहऱ्यावर उमटायची.

गणपतीला छोटी एकटीच आली. दसऱ्याला छोटीला न्यायला नवा जावई येणार होता, पण त्याला रजा मिळाली नाही. सारे मानपान, देणेघेणे तिने छोटीबरोबर पाठवले. दिवाळीला मात्र छोटीच्या घरून सारी आली. सासूसासरा, दीर, नणंद, जावई आणि छोटी. आईला हे सारं करायला जमेल की नाही म्हणून थोरली आली.

या सर्वांची सरबराई करणाऱ्या मुक्ताला खूप थकायला व्हायचे. ती झोपायची ती सकाळी जागी व्हायची. रात्रीचे दचकणे नाही की, घाबरून उठून बसणे नाही की, संध्याकाळची बेचैनी नाही. गजबजलेले ते घर.

बघताबघता छोटी आणि तिच्या सासरच्या मंडळींची पाठवण केली तिने. महिनाभर राहून थोरलीही गेली. मुक्ताच्या डोळ्यांपुढे होता आता छोटीचा वर्षसण. त्याची तयारी, बघताबघता सारी जमवाजमव झाली. काही घ्यायचे उरले नव्हते. पण तरीही ती कष्ट करायची. शेजारणी तिला म्हणायच्या, ''उगाच खातेरं काढून बसत्येस गो, तू धाकल्या वयनी. आता पुरे.''

रिकामी घरात बसली की, कधी गोठ्यातील गाईजवळ तर कधी दारातल्या मोत्या कुत्र्याला ती काहीबाही सांगत राहायची. हल्ली रात्रीची तिला झोपही येत नसे. मनात कसलेच विचार नसत, पण एकटक आढ्याकडे पाहताना रात्र फार मोठी वाटायची तिला. तिची होणारी तगमग... कुशी बदलताबदलता कोंबड्याच्या पहिल्या बांगेला ती उठून बसायची, कामाला लागायची. अशावेळी छोटीची तिला फार आठवण यायची.

छोटीला मग तिने पत्र लिहिले. वर्षसणाआधी महिना-पंधरा दिवस छोटीचे माघारपण करणार होती ती. गणपतीला एकटी आलेली छोटी, प्रवासात तिचे हाल झाले होते. नवरा तिला एकटीला पाठवायला तयार नव्हता. वर्षसणाला ती जोडीने येणार होती आणि तशीच परतणार होती. पण चारच दिवसात छोटी उगवली. आल्याआल्या ती म्हणाली, ''ह्यांना पंधरा दिवसांची फिरती लागलेय. ते परस्परच इकडे येतील. मग आम्ही दोघं बरोबर जाऊ.''

यावेळी छोटीबरोबर कोणीच नव्हते. तिच्या सासरची माणसे असली की, मुक्ताला अवघडल्यासारखेच वाटायचे. यावेळी छोटी एकटी होती. बऱ्याच महिन्यांनी अशा एकत्र आलेल्या मायलेकी, स्मिताची एक अस्फुट लकेर मुक्ताच्या चेहऱ्यावर उमटली.

आईला कोणतीही गोष्ट आकलन व्हायला बराच वेळ लागतो हे वर्षभर बाहेर राहिल्यावर छोटीच्या चांगलेच लक्षात आले होते. पूर्वी प्रत्येक गोष्ट ती आईला दोन-दोनदा सांगायची तेव्हा कुठे... आताही आपले बोलणे आईच्या डोक्यावरून गेले, हे छोटी उमगली. पण आईला समजावण्याच्या भानगडीत ती पडली नाही.

पंधरा-वीस दिवसांचा होणारा विरह, त्यामुळे व्याकुळलेला नवरा... 'वर्षसणाला आलो की बघ, कसा वचपा काढतो ते.' म्हणून आदल्या रात्री धसमुसळेपणा करणारा नवरा. छोटी त्या आठवणीत हरवली होती. माघारपणाला आलेली छोटी पूर्वीसारखी मुक्ताच्या भोवतीभोवती नसायची, पण तिचे अस्तित्व मुक्ताला पुरेसे वाटायचे. त्या नादात ती कामे झपाझप उरकायची. शेतात, बागेत जाणे ती टाळायची. छोटी आली तरी रात्री-बेरात्री मुक्ताला जाग यायचीच, पण आता टुकुटुकू

छताकडे बघत बसायची वेळ आली तरी बाजूला छोटी असायची. दिव्याच्या मंद तिरिपेत छोटीच्या चेहऱ्याकडे पाहताना तिथं मधेच दिसणारे हसू, झोपेत तिने सोडलेले सुस्कारे... मुक्ताला काही उमगत नसे. पण छोटी बाजूला असल्यामुळे तिला बरे वाटायचे.

बघताबघता पंधरा दिवस सरले. छोटीचा नवरा आला. आता छोटीचा सारा वेळ नवऱ्याभोवतीच जायचा. जावयाची छोटीशी चालणारी लगट! त्या रात्री छोटीने आपली गादी बाहेरच्या खोलीत घातली. काय घडतंय हे कळण्याआधीच छोटीने तांब्याभांडं बाहेर नेले आणि दाराला कडीच घातली. दिव्याची ज्योत कमी करून मुक्ता आडवी झाली. श्रमाने सुरुवातीला तिला झोप लागली. मध्यरात्री जेव्हा तिला जाग आली तेव्हा कुणीतरी कुजबुजत होतं. बाहेरची खाट कुरकुरली.

बाबल्या तर नसेल ना? या भीतीने मुक्ता थरारली. ताडकन उठून बसली. माराच्या भीतीने तिचे शरीर आक्रसले. आता दारावर थाप पडेल म्हणून वाट बघत, थरथरत ती बसून राहिली. बाहेरून छोटीची टाळी आणि त्या पाठोपाठ तिचे हसणे ऐकू आले. तिचा नवरा त्यावर काहीतरी म्हणाला आणि मग वर्षसणाला आलेले जावई, लेक मुक्ताला आठवले. पलीकडच्या खोलीतून येणारे निरनिराळे आवाज... चुड्यांचा आवाज... पैंजणांच्या घुंगरांचा आवाज.

एखादा शब्द, एखादे वाक्य कानावर आले तरी त्याचा अर्थ समजायला, उमगायला तिला नेहमीच वेळ लागायचा. छोटी सासरी गेल्यावर रात्री-बेरात्री जाग आली की, ती छताकडे एकटक बघत राहायची. आता लेक-जावई आले होते. बाहेरच्या खोलीतील आवाजांचा कानोसा घेत राहायची ती.

घरात दिवसा जावई-लेकीची एकमेकांभोवती चाललेली रुंजी... चेहरा निर्विकार असायचा, पण तिरक्या डोळ्यांनी ती हे पाहत राहायची. संध्याकाळी उन्हे कलली की, छोटी नवऱ्याबरोबर फिरायला बाहेर पडायची. दिवेलागणीला ती परतायची. बाहेरचा दरवाजा वाजला की, मुक्ताचा जीव उडायचा. दारात छोटी आणि जावई हसत, गप्पा मारत दिसले की, ती वेड्यासारखी पाहतच राहायची.

एक दिवस दुपारची काही निमित्ताने मुक्ता बाहेर गेली होती. घरी ती अचानकच परतली. मागच्या बाजूने वळचणीने दबल्या पावलाने घरात शिरायचे ही बाबल्या जिवंत असल्यापासूनची तिची सवय होती. तिने हळूच दरवाजा लोटला. जावई-लेकीला ती परत आल्याचे कळलेच नव्हते. मुक्ताने हळूच तसाच दरवाजा बंद केला आणि ती मागल्या पावलाने परतून बाहेरच्या पडवीत धडधडत्या मनाने बसून राहिली.

बाबल्या दारू पिऊन आला आणि त्याची थाप दारावर पडली की, तिचे हृदय धडधडायचे. तसेच आताही धडधडत होते. माराच्या भीतीने काया थरथरायची, तशी आताही थरथरत होती. हे आपल्याला काय होतंय हेच तिला उमगले नव्हते. मग न

बोलता ती उठली. तिने शिराटा घेतला आणि वरपासून विहिरीपर्यंत अंगण झाडले. छोटी बाहेर आली तेव्हा नेहमीसारखी निर्विकार चेहऱ्याने मुक्ता काम करत होती.

माघारपणाला आलेली लेक एक दिवस जशी अचानक आली, तशीच जायलाही निघाली. छोटीने तिच्याबरोबरीने हालअपेष्टा भोगल्या होत्या. नवऱ्याला सांगून तिने घरात किराणा माल भरला. परोपरीने तिने मुक्ताला बजावले, "आता श्रम करू नको. पुरे."

एवढे सांगून ती थांबली नव्हती. दोन माणसे कामावर ठेवून घेतली तिने आणि मगच छोटी सासरी गेली.

छोटी गेली आणि आपल्याला काय होतंय तेच मुक्ताला कळेना. पूर्वीची छोटी, छोटीचे टाळ्या वाजवून हसणे आठवायचे तिला. आता तिच्या डोळ्यांसमोर उभी राहायची छोटी आणि जावयाची जोडगोळी. दोन दिवस तिला अन्नपाणी सुचले नव्हते. बळेबळे ती उठायची. एकट्या माणसाचे जेवण ते काय आणि पाणी भरणे काय? आता दिवस मोठा वाटायचा. रात्री-बेरात्रीची जाग ती ठरलेलीच होती. हल्ली अशी जाग आली की बाहेरच्या खोलीतून आवाज, कुजबुज ऐकू येईल म्हणून ती कानोसा घेत राहायची. छोटीची टाळी आणि त्या मागूनचे हसणे... सारे ठीक असल्याची ही खूण. एक दिवस रात्रीचा असा कानोसा घेत असताना ती धाडकन बसलीच उठून. एवढ्या रात्री छोटी आणि जावई काय बोलत असतील? ती आश्चर्य करीत बसून होती. हे सारे तिला नवे होते. तिरक्या डोळ्यांनी टिपलेले जावई, लेकीचे एकमेकांभोवती रुंजी घालणे, भरदिवसा पाहिलेला तो प्रकार... एक-एक आश्चर्यच! बऱ्याच गोष्टी मुक्ताला आठवल्या. आज इतक्या दिवसांनंतर त्याचा ठसा तिच्या मनावर उमटला होता.

लग्न म्हणजे, नवरा म्हणजे असे काही असते हेच मुक्ताला ठाऊक नव्हते. तीन मुलं झाली होती तिला, पण तिच्या वाट्याला असले काही आलेच नव्हते. बाबल्या सदैव दारूच्या नशेत असायचा आणि अशा वेळी त्याचा नेमच नसायचा. स्थळ, काळ, उघडा दरवाजा, मुलं कशाचेच त्याला भान नसायचे. तिच्या वाट्याला आला होता तो पशूसारखा निव्वळ शरीर ओरबाडून टाकणारा समागम!

मुक्ताला असे सारे उशिराच उमगायचे. कोणत्याही गोष्टींचे आकलन उशिराच व्हायचे. त्या रात्री बराच वेळ ती जागी होती. भल्या पहाटे ती उठली. सवयीने तिने स्टोव्ह पेटवला. चहा केला. तिची नजर आपल्या संसारावरून फिरली. जागच्याजागी असलेली भांडीकुंडी, वस्तूवाणी... बाबल्या असता तर हे काही शक्य नव्हते, हे तिला समजत होतं; पण तरीही कधी नव्हे ती अशा तऱ्हेने न घाबरता, न बावरता तिला बाबल्याची आठवण झाली होती. केलेला चहा न पिता ती तशीच बसून राहिली.

लग्न झाल्यानंतर बाबल्याचे व्यसन पाहिल्यावर मुलांच्या, स्वतःच्या आणि

बाबल्याच्या तोंडात घास जावेत, मुलं मार्गाला लागावीत म्हणून ती राब राब राबली होती.

बाबल्या मेल्यावर इतरांसारखा संसार हवा म्हणून राबली होती. लोकांसारखी भांडीकुंडी, वस्तूवाणी हवी हा ध्यासच घेतला होता तिने. कोणतीही उणीव राब राब राबली की भरून मिळते, हे तिला ठाऊक झाले होते. मग छोटीचे लग्न. तिचे सणवार यासाठी ती श्रमली होती. लौकिक अर्थाने तिचा संसार पुरा झाला होता. पण छोटी आणि जावई आले होते आणि संसारातील एका नव्या उणिवेची जाणीव देऊन गेली होती. अवेळी जाणवलेली ती उणीव!

"बाबल्या! बाबल्या रे! का असा वागलास तू?" म्हणून त्याच्या आठवणीने ती धाय मोकलून रडू लागली. तो असता तर ही भांडीकुंडी, वस्तूवाणी काही राहिले नसते हे दिसत होते, तरीही ती त्याची आठवण काढून त्या उणिवेच्या जाणिवेने रडत होती. तो मेलेल्याला वर्ष लोटली होती आणि आज त्याच्या आठवणीने तिला रडू फुटले होते.

सकाळी दुधाची धार काढायला गडी आला. मुक्ताला असे रडताना पाहून त्याने शेजारी हाळी दिली. आयाबाया जमल्या.

"का गं बायो रडत्येस?"

सारे ठीक आहे हे कळल्यावर शिंदी मोठेपणे म्हणाली, "एकला जीव. सय आली पोरीची. दुसरं काय? रडू नगं, चिप... व्हईल आदत. चिप..."

आपल्याला आज कधी नव्हे ती बाबल्याची आठवण झाली हे ती कोणत्या तोंडाने आणि कुणाला सांगणार? जरा वेळाने आयाबाया पांगल्या. जरा वेळ मुक्ता तशीच बसून होती.

मग मात्र ती उठली. खराटा घेऊन तिने अंगण लख्ख झाडले. शेणगोठा केला. भांडी घासली. कामाला ठेवलेली बाई आली, तेव्हा मुक्ता परसातील बागेत खपत होती. मुक्ता तिला म्हणाली, "छोटी म्हणाली, म्हणून ठेवली तुला. पण माझा वेळ जात नाही. झाल्या दिवसांचे पैसे घे. फक्त अड-अडचण बघ."

आणि मग फार बोलल्यागत धापा टाकत मुक्ता कामाला लागली. झपाट्याने, वेगाने... तुटलेले कुंपण घालायचे होते, झाडांची पोंडे साफ करायची होती. एकामागोमाग अनेक कामे होती. रहाटाचा बैल झापण लावले की गरगरतो, दिवस सरला, आयुष्य सरले याचे भान त्याला तरी कुठे असते?

मुक्ता अगदी तशीच निर्विकार चेहऱ्याने भराभर एक-एक काम हातावेगळे करीत होती... अगदी यंत्रवत होणाऱ्या त्या लयबद्ध हालचाली!

॥ஐ॥

शवविच्छेदन

उन्हाचा सणका आता चांगलाच वाढला होता. सकाळी हातपाय गारठून टाकणारी थंडी, वातावरणातील धुके आता पार नाहीसे झाले होते. थंडी घालवण्यासाठी उगाचच एकमेकांचा पाठलाग करणारी कुत्री आता जिभा काढून धापावत बसली होती. परिस्थितीच्या भोवऱ्यात सापडलेला माणूस जसा हीनदीन, मलूल वाटतो अगदी तसेच उन्हाच्या तडाख्याने पृथ्वीचे सकाळचे गुलाबी रूप पालटले होते.

मलबार हिलवर सकाळी उत्साहाने, थव्याथव्याने येणारे म्हातारे, पेन्शनर मंडळी केव्हाच घरी परतली होती.

नेहमी भेटणारा अशक्त तरुण, विजय दिसताच एक ओळखीचे स्मित करून पुढे गेला होता. पिळदार दंडाची, कोणत्यातरी व्यायामशाळेची पोरे आज त्याला भेटली नव्हती. रोजच्यापेक्षा आज त्याला बाहेर पडायला उशीर झाला होता.

रोज घराबाहेर पडायची तो जरा घाईच करी. दिंडीबाहेर आला की, त्याची पावले संथपणे पडू लागत. तो नाक्यावर येतो तो सातचा भोंगा होत असे. शाळा, कॉलेजला जाणारी मुले, दुधाच्या रिकाम्या कावडी घेऊन जाणारे वसईवाले, वाऱ्यावर शेंडी भुरभुरणारे, सायकलवरून दुधाच्या कॅनचा खडखडाट करीत जाणारे भय्ये, गडबडीत असलेले पाववाले आणि पेपरांचा पुडका सांभाळीत जाणारे पेपरवाले... गिरगावातून बाहेर पडेपर्यंत हेच दृश्य दिसे.

मोठा रस्ता क्रॉस करून तो सरळ चर्नीरोडचा पूल चढे आणि चौपाटीवर येई. चौपाटीवरचे दृश्यही ठरावीकच असे. चालण्याच्या व्यायामासाठी आलेले लठ्ठ गुजराथी स्त्री-पुरुष, कबुतरांना चणे घालणारे कुणी महाभाग, सायकल आणि

स्केटिंगसाठी येणारी हौशी, तरुण मंडळी. शांतपणे उभे असलेले भेळीचे स्टॉल्स, भरती-ओहोटी दाखवणारा समुद्र... विल्सन कॉलेजच्या दगडी इमारतीकडे पाहण्याचे तो कटाक्षाने टाळायचा. कॉलेज जीवनातील ते सुखाचे दिवस, ते निष्काळजी आयुष्य, त्या आठवणी या दिवसांत त्याला नकोशा वाटत.

तो मलबार हिल चढायला सुरुवात करी, त्या वेळी बहुतेक मंडळी फिरून परत जायला निघालेली असत. भर उन्हात, रोज मलबार हिल चढण्याच्या त्याच्या वेडगळपणाबद्दल त्यांना कुतूहल वाटे. त्यांचे लक्ष गेले की, स्मिताची देवाणघेवाण होई.

आज तर रोजच्यापेक्षा बराच उशीर झालेला होता. नऊ वाजून गेले होते. वृक्षांच्या छायेत गेल्यावर बरं वाटत होतं; पण मधूनच पाठीवर पडणारे उन्हाचे किरण सहन होत नव्हते आणि तरीही तो आपला ठरावीक गतीने चालला होता.

त्याला ठरावीक वेळ बाहेर काढायचा होता. ठरावीक वेळी तो घरी जाणार होता. अगदी रोजच्यासारखा.

त्याची नोकरी सुटल्याला आता दोन वर्षं झाली होती. नेहमीची दहा ते पाचची चाकोरी सुटल्यावर तो अगदी वेडावल्यागत झाला होता. गेल्या दोन वर्षांत नोकरीसाठी त्याने अनेक ठिकाणी शब्द टाकला होता. पेपरात येणाऱ्या, योग्य वाटणाऱ्या जाहिरातीसाठी अर्ज खरडले होते. इंटरव्ह्यू होत होते. नकारघंटा घणघणत होती. सर्व जगाची, स्वत:ची त्याला आता शिसारी आली होती. आत्ता चालताना पायाला ठेच लागली. त्याने स्वत:लाच शिवी हासडली आणि कळवळून तो खाली बसला.

चौपाटीपासून रेक्लमेशनपर्यंतच्या साऱ्या इमारती उन्हात मोठ्या डौलाने उभ्या होत्या. मुंबईच्या वैभवाचे प्रतीक होत्या त्या. त्या आलिशान, टोलेजंग इमारती, तेथील सुसज्ज फ्लॅट्स, रस्त्यावरून सुळकन धावणाऱ्या मोटारी... या सर्व वैभवाच्या अनेक प्रतिनिधींमध्ये एकेकाळी खांद्याला खांदा लावून तोही वावरला होता. वैभव तरी काय एक बुडबुडाच! हल्ली वारंवार मनात येणारा हा विचार रस्त्यावरील ते दृश्य पाहिल्यावर पुन्हा एकदा डोकावून गेला.

समजा, चौपाटीच्या बंधाऱ्याची ती मर्यादा समुद्राने बेफाम होऊन ओलांडली तर? पानशेतचे धरण फुटले, तसा मलबार हिलच्या खालचा पाण्याचा साठा फुटला तर...? या इमारती, हे वैभव पत्त्याच्या बंगल्यासारखे ढासळून जाईल.

चंचल लक्ष्मी माणसाला एका क्षणी मातीमोलही करायला कमी करत नाही. विचार करीत तो बसून होता. अनेक जुन्या आठवणी आणि त्यांच्या अनुषंगाने येणारे उलटसुलट विचार मनात घोळत होते.

रस्त्यावरून बसेस, मोटार, ट्रक शर्यत असल्यागत पळत होते आणि तो मात्र त्या हालचाली, ती घाई पाहत तसाच बसला होता. विजयची जुनी चाकोरी सुटली

होती आणि ही नवीन चाकोरी सुरू झाली होती. रोज सकाळी तो सर्व आटपून बाहेर पडत असे. चुकून कधी आळसावून तो वर्तमानपत्र वाचत बसला की, बायकोच्या डोळ्यातील प्रश्नचिन्ह त्याचा पाठलाग करी. त्याची दहा वर्षांची मुलगी तिथंच कुठेतरी अभ्यास करत बसलेली असे. वयाच्या मानाने तिला समजूत खूप होती. त्याची नोकरी सुटली. घरात महिन्यामहिन्याला पगार येत नसे हे पाहिल्यावर कधीमधी चालणारे तिचे हट्टही आता बंद पडले होते. स्वत:ची वस्तू देऊन ती आपल्या लहान भावाची समजूत घालत असे. त्या आठवणीने त्याचे हृदय भरून आले. तो सुखी संसार, एकेकाळी केलेली मनोराज्यं सारे संपले होते. जुने वैभव पुन्हा कसे उभे राहणार तेच त्याला कळत नसे.

पत्नीच्या डोळ्यांत दिसणारे, त्याला भेडसावणारे ते प्रश्नचिन्ह दिसायला नको म्हणून तर तो हल्ली बाहेर पडत होता. कुणालाही भेटून काही फायदा नाही हे तिला सांगणे त्याच्या जिवावर येई. ओळखीच्या लोकांना भेटून झाले होते, लोकांपुढे तोंड वेंगाडून झाले होते, पण काही उपयोग झाला नव्हता.

हल्ली तो निव्वळ नाटक करत होता. तो सकाळी ठरलेल्या वेळी घाईगर्दीने बाहेर पडायचा. पत्नीच्या डोळ्यांत दिसणारी आशा, मुलीच्या नजरेतील समजूतदारपणा त्याला बेचैन करत राहायचा. नकळत त्याचे पाय मलबार हिलच्या दिशेने वळायचे. उन्हं चढली की, तो थकूनभागून घरी यायचा. एक-दोन तास पत्नीला आशा करता येते हाच बाहेर पडण्यामागचा त्याचा हेतू होता.

"सर्व हलकट! पैसा, मानमरातब होता तेव्हा प्रत्येकाने हात धुवून घेतले," जुन्या आठवणीने विजयच्या डोक्याच्या शिरा ताडताड उडू लागल्या. डोके गच्च पकडून तो बसून राहिला.

दोन वर्षांपूर्वी त्याचे आयुष्य चांगले होते. इंजिनियर म्हणून मानमरातब होता. फर्मकडून गाडी मिळालेली होती. पैसा होता आणि मुख्य म्हणजे नोकरी होती. दिमाखाने उभ्या असलेल्या चौपाटीवरील बंगल्यासारखी त्याची अवस्था होती. ऐश्वर्याची, मोठेपणाची धुंदी होती तेव्हा!

चौपाटीचा बंधारा फुटेल, समुद्र बेफाम होऊन धावू लागेल ही जाणीव त्या बंगल्यांना, तेथील रहिवाशांना नाही; अगदी तशीच त्याची अवस्था होती. मोठेपणाच्या प्रवाहात आपण आडवे पडू, बेचिराख होऊ ही जाणीव त्यालाही कधी झाली नव्हती आणि ज्या क्षणी जाणीव झाली त्यावेळी तो पुरता भोवऱ्यात सापडलेला होता! बाहेर पडायला मार्गच नव्हता तेव्हा!

जुन्या आयुष्यात होत्या तऱ्हतऱ्हेच्या पार्ट्या, जेवणे. त्यापायी होणारा अफाट खर्च. वडिलांचे मोठमोठ्या हुद्द्यांवरचे मित्र यायचे-जायचे. कुणी जज्ज, कुणी मंत्री तर कुणी बड्या कंपनीचे डायरेक्टर्स. माणसांची सारखी वर्दळ असे. जुन्या

ओळखीतून नव्या ओळखी होत. मित्रपरिवार असा वाढत होता. या सर्वांसाठी अफाट खर्चही होत होता; मग हेच व्यसन जडले होते त्याला. मोठ्यांच्या ओळखी काढणे-वाढवणे, भेटीगाठी घेणे-नोकरीचे आठ तास सोडले तर सर्व वेळ तो यात खर्च करीत होता. ही सारी आपली दोस्तमंडळी आहेत या विश्वासावर तो होता. वेळप्रसंगी मदतीचा हात पुढे येईल ही आशा त्याला होती.

त्यांच्या बरोबरीने वागताना होणारी तारांबळ, डोंबाऱ्याच्या खेळासारखी पैशासाठी करावी लागणारी कसरत, बिले भागवताना होणारी ओढाताण, दर महिन्याला पगारापेक्षा होणारा अफाट खर्च– त्या नुसत्या आठवणीने त्याचे डोके गरगरू लागले. या मोठेपणाच्या धुंदीत आपला मुडदा पडणार ही जाणीवच त्याला उशिरा आली होती आणि जेव्हा झाली तेव्हा वेळ टळून गेली होती.

जे तेव्हा जाणवले नव्हते, ते आता समजत होते. मुंबईचा हॉटेलखर्च टाळण्यासाठी बहुतेक लोक त्याच्याकडे येत. त्यांची सरबराई करण्यात पत्नीला कष्ट पडत आणि होणाऱ्या खर्चाची कुतरओढ त्याला करावी लागे. पगार आणि मिळणाऱ्या चिरीमिरीवर भागेनासे झाल्यावर त्याचा हव्यास वाढला होता, तोल सुटला होता आणि नेमका तो सापडला होता. अनेकवार घरी आलेल्या, बड्या दोस्तमंडळींना मध्यस्थी करण्याची त्याने विनंती केली होती; पण त्याच लोकांनी पैशाची अफरातफर केल्याबद्दल त्याला सुनावले होते, उपदेश केला होता - अगदी कोरडा!... आणि ती मंडळी त्याला टाळू लागली होती.

कसेबसे पैसे भरून त्याने नोकरी सोडली होती. जन्मभर ठपका येण्यापेक्षा बेकारी पत्करली होती. नोकरीबरोबर सारे वैभव गेले होते. फर्मची मोटार, शोफर गेला होता. हाय सोसायटीत बंगल्यासाठी दिलेला प्लॉट गेला होता. उरलेले पैसे त्याने बँकेत ठेवले होते. त्यावर त्याची कशीबशी गुजराण चालली होती. दर महिन्याला हजारो रुपये उडविणारा विजय केव्हाच मेला होता. स्वाती हजार-बाराशे रुपयांत कसा संसार करीत असेल ह्यांचा विचार करणेच त्याने सोडून दिले होते.

जुन्या ओळखी, मित्र, नातेवाईक हळूहळू तुटले होते. आता तर आईवडीलही उलटे फिरले होते. त्याने पैसा उधळला, विचार केला नाही म्हणून त्याला दोष देत होते. वैभवाच्या काळात बड्या दोस्तमंडळींत तेच मानाने मिरवले होते आणि वाईट दिवस आल्यावर त्यालाच त्यांनी दोषी ठरवले होते. त्याच्या मानमरातबाच्या पडलेल्या मुडद्याचे विच्छेदन करण्याची सुरुवात त्यांनी केली होती.

त्याचे वागणे तऱ्हेवाईक बनत चालले होते. आई दिवसातून दहा वेळा त्याच्या बायकोजवळ भांडणे उकरून काढायची. त्याने वेगळे बिऱ्हाड करावे म्हणून सतावायची. आईबापाशी असे खटके उडत होते. घराण्याचा दुर्लौकिक त्याने केला म्हणून ते चिडले होते. अशा मुलाशी आपला संबंध नाही हेच त्यांना जगाला

सांगायचे होते.

ओळखीच्या लोकांकडे त्याने नोकरीसाठी शब्द टाकला होता. कुणी टाळाटाळ केली होती. कुणी तुटपुंज्या अनुभवाची सबब सांगून बोळवण केली होती. कुणी जुनी आठवण ठेवून सहा महिन्यांनी बोलावले होते. कुणी उगाचच आशा दाखवली होती. तो अर्ज खरडत होता. इंटरव्ह्यूला जात होता आणि ठरलेला निकाल लागत होता.

हल्ली हल्ली तो पार थकत चालला होता. वार्धक्य आल्यासारखा गळून गेला होता. आपल्या मानमरातबाच्या मुडद्याचे चाललेले विच्छेदन त्याला घायाळ करून टाकत होते. उलटसुलट कापला जाणारा तो मुडदा, प्रत्येकाने आवडीनुसार कापून घेतलेले भाग, त्यावर चालणारी चर्चा, विच्छेदन संपताच इकडे-तिकडे पडलेले अवयव गोळा करणारी, त्यावरील चर्चा, घोळून घोळून बोलणारी फालतू मंडळी... माणसांच्या या गिधाडासारख्या हालचाली पाहून त्याची दमछाकच झाली होती. मानमरातबाचा मुडदा सावरताना नाकी दम येत होता. हल्ली या नाटकाचाही त्याला कंटाळा आला होता.

नोकरी सुटल्यावर त्याने रजा घेतल्याचे नाटक केले होते. नोकरी मिळाल्यावर नोकरी बदलल्याचे सांगून तो सर्वांना चकित करणार होता. इतक्या ओळखी होत्या, कुठेही झटकन काम होईल, ही खात्री होती.

पाच-सहा महिने गेल्यावर रजेचे नाटक वठविणे कठीण झाले होते. हळूहळू ही बातमी पसरली होती. चर्चेचा विषय झाली होती.

त्याच्या उधळपट्टी वृत्तीचे कौतुक करणारा मोठा भाऊ हॉटेलिंग, त्याच्या मोटारीतून हिंडणे विसरला होता. उलट त्याने सडकून टीका केली होती. नवऱ्याच्या या वृत्तीला आळा घातला नाही, याबद्दल त्याच्या पत्नीला तो खूप बोलला होता.

त्याच्या मानसन्मानाबद्दल, नोकरीबद्दल ख्यालीखुशालीबद्दल आकस असलेली मंडळी त्याची ही अवस्था पाहून सुखावली होती. पुन:पुन्हा ही मंडळी खोदून चौकशा करत असत. पत्नीने हळूहळू माहेरासारखे जवळचे संबंधही कमी केले होते.

चाललेले शवविच्छेदन त्याला भेडसावत होते. हल्ली पत्नीच्या डोळ्यांत तरळणारी आशा, मुलांचे निरागस चेहरे त्याला जगवीत आले होते. नाहीतर त्याचा खराखुरा मुडदा पडायलाही वेळ लागला नसता; पण अब्रूच्या तुकड्यावर घिरट्या घालणारी दोन पायांची गिधाडे पाहून त्याचा धीर खचत चालला होता.

न सांगताच त्याचे विचार पत्नीला कळत होते. तिने त्याला मुलांची शपथ घातली होती. 'जमिनीत बी पडते. झाड उगवते. फुले-फळे येतात. पुन्हा बी तयार होते, कालांतराने झाड नाहीसे होते. सृष्टीच्या या नियमात ढवळाढवळ करण्याचा

अधिकार कुणालाच नाही.' पत्नीचा हा युक्तिवाद खरा होता; पण तोसुद्धा स्वत:च्या स्वार्थासाठी नसेल कशावरून? फक्त तो बोलू शकत नव्हता. उन्हाने आणि डोक्यात चालणाऱ्या विचारांनी डोके भणाणून गेले होते. पत्नी वाट पाहत असेल या विचाराने तो धडपडून उठला आणि डोळ्यांसमोर अंधारी आली म्हणून तसाच खाली बसला.

''ए, तो म्हातारा बघ. काहीतरी झालंय वाटतं त्याला. जाऊन पाहू या.''

''चल! काहीतरीच! वेडासुद्धा असेल. सर्वांची दया करत जाऊ नको. ही मुंबई आहे.''

क्षणभर अडखळलेली पावले भराभर मलबार हिल उतरू लागली. उंच टाचांच्या चपलांचा आवाज जरा दूर गेल्यावर त्याने डोळे उघडून बघितले.

हातात हात घालून अगदी चांदण्यात चालल्यासारखे ते जोडपे मलबार हिल उतरत होते. त्याला त्या जोडप्याचा राग आला होता. त्याला त्यांनी म्हातारा म्हटले होते. वेड्या, भामट्याशी त्याची तुलना केली होती. विजयचा राग म्हणून नव्हता. मनातील चिडीचे कारण त्याला माहीत होते. त्या तरुण जोडप्याचा आनंद, पुढे पसरलेले अफाट आयुष्य, त्यांनी आयुष्यात न पाहिलेले खाचखळगे याचा हेवा वाटत होता त्याला. तो दु:स्वास होता.

दहा-बारा वर्षांपूर्वी तोही असाच बेफिकीर होता. आपल्या तरुण, सुंदर पत्नीची काळजी घेत होता. तऱ्हेतऱ्हेच्या वस्तू खरेदी करत होता. प्रथम पत्नीसाठी, मग मुलांसाठी. आयुष्याची धुंदी चढल्यासारखे ते वागणे होते. त्यावेळी हा तरुण त्याच्या पासंगालाही पुरला नसता.

ती धुंदी मग खाडकन उतरली होती. मग कपडे, साड्या आणि चैनीच्या वस्तू बंद झाल्या होत्या. सर्व खरेदी, जमा-खर्च पत्नीने आपल्या हातात घेतला होता. तो नुसती काळजी करत आला होता. डोक्यात रुपेरी केस डोकावत होते. म्हाताऱ्या माणसाची सारी लक्षणे हळूहळू डोकावत होती.

पत्नी बदलली होती. वैभवाच्या काळात तिचे सौंदर्य रसरशीत होते; पण आता मानभंगाच्या दु:खाने ती रोडावली होती. काळजीने डोळ्यांभोवती काळी वर्तुळे दाटली होती. डोक्यात रुपेरी केस डोकावत होते. चेहऱ्यावरचे स्मित पुसले गेले होते; पण तरीही ती ताठ उभी होती. वेल ताठ उभी राहावी आणि आधारासाठी तिने बाजूच्या काठीला आधार द्यावा, तशी विसंगती निर्माण झाली होती त्याच्या संसारात.

तो कसाबसा उठला आणि मलबार हिलच्या पायऱ्या उतरू लागला. रस्त्यावर आता धावपळ नव्हती. बसेस, मोटारींची रांग थंडावली होती. गणवेश घातलेली मुलंमुली शाळेसाठी निघालेली होती. बसमधून ऐकू येणारा त्यांचा आरडाओरडा,

गोंधळ बारा वाजून गेल्याचे सांगत होता.

भर उन्हात पाठीवर उन्हाचे तडाखे सोशीत तो सावकाश चालला होता. पूर्वी रस्त्याने जाता-येता सहज लिफ्ट मिळायची; हल्ली प्रत्येकजण घाईत तरी असे किंवा विरुद्ध बाजूने तरी जात असे.

इकडेतिकडे न पाहता नाकासमोर पाहत तो चालला होता. बाजूला मोटार थांबली तरी त्याचे लक्ष नव्हते. त्याच्या मित्राने– डॉ. भिडेने त्याला हाक मारली. ''काय विजय?'' मुलांच्या आजाराचे बिल अजून द्यायचंय ही जाणीव विजयला एखाद्या गळवासारखी ठसठसू लागली; पण तरीही तो नाइलाजाने हसला.

''कुणीकडे चाललास? घरी का? मजा आहे बाबा तुझी! आमच्यासारखा पैसा मिळवण्याचा तगादा तुझ्यामागे नाही. एकदा पैसे मिळवून बँकेत ठेवले की, आरामात व्याज खात बसायचे. आमच्यासारखी चाकोरी नाही, धडधड नाही.''

विजय मुर्दाडासारखा, नाइलाजाने हसला.

''सहा महिन्यांपूर्वीचे बिल आजच पाठवलंय तुझ्याकडे.'' डॉ. भिडेने बिलाची आठवण केलीच. त्यासाठीच त्याने मोटार थांबवली होती.

''आज पाठवितो पैसे.'' विजयने आश्वासन दिल्यावर तो तोंडभरून हसला होता.

''बरं आहे. चलतो मी. तुलाही ये म्हटले असतं; पण मला दुसरीकडे जायचंय.'' विजयला ही सबब नवीन नव्हती. आता शिष्टाचारादाखल त्याने आभार मानले आणि डॉ. भिडेची मोटार त्याच्या मुडद्याचा एक भाग मोटारीत टाकून सुळकन निघून गेली.

मोटार चालवत असताना डॉ. भिडे कसे शवविच्छेदन करीत असेल; हे विजयला दिसत होते. फ्रंट सीटला बसलेल्या, तोंडओळखीच्या माणसाबरोबर डॉ. भिडे आपल्यासंबंधी मिटक्या मारत बोलत असेल, ही जाणीव विजयला बोचू लागली. आकाशात घिरट्या घालणाऱ्या घारी, गिधाडे आपल्याच अंगावर येणार या धास्तीने, त्याने खर्चाचा विचार न करता टॅक्सी केली आणि घर गाठले.

पत्नी आनंदात होती. मुलगी हरखून उड्या मारत होती. वडिलांच्या येरझारा चालल्या होत्या. आई अपराधी मुद्रेने बसून होती.

तो घरात शिरताच पत्नीने एक अपॉईंटमेंट लेटर त्याच्या हातात दिले. सहा महिन्यांपूर्वी या जागेसाठी त्याने प्रयत्न केला होता.

त्याने पत्नीकडे पाहिले. इतके दिवस ढालीसारखी उभी असलेली त्याची पत्नी, आता स्फुंदून रडत होती. आनंदात असलेली मुलगी कावरीबावरी झाली हे पाहून त्या दोघींना आपल्याजवळ ओढून विजय वेड्यासारखा ते पत्र पुन:पुन्हा वाचत होता.

दोन वर्षांची तपश्चर्या फळाला आली होती; पण झालेले अपमान विसरण्याइतका तो त्याच्या मुलीसारखा लहान नव्हता, की पत्नीसारखे आनंदाने त्याला रडू येत नव्हते.

काही माणसे संकटात ताठ उभी राहतात आणि संकट टळताच त्या आठवणीने घायाळ होतात. त्याची पत्नी त्यापैकीच एक होती. तिला आनंद झाला होता; कारण पैशाची कुतरओढ, मानभंग आता संपला होता. लोकांची तोंडे आता पुन्हा बंद होणार होती.

पण तो? शवागारातील प्रेतासारख्या त्याच्या वृत्तींना थंडपणा आला होता.

इतके दिवस विच्छेदन केलेल्या मानमरातबाच्या मुडद्याची चाळण त्याच्या डोळ्यांसमोर सांधविली जाणार होती. दूर गेलेले मित्र, नातेवाईक पुन्हा आपुलकीने वागणार होते. बडे लोक पुन्हा प्रेमाचे नाटक रंगविणार होते. दोन पायांच्या गिधाडांना भक्ष्य देणारी मंडळीच त्यांना आता हाकलून देणार होती. टेबलावरील कापून कापून चाळण झालेला त्याचा मुडदा पुन्हा सजीव होऊन उठला होता. टाके मारून कसेबसे जोडलेल्या अवयवांवर तो पुन्हा उभा राहणार होता; पण व्रण राहणार होते, कायमचेच! टाकेही शरीरात जिरणार नव्हते आता. पूर्वीची सजीवता त्या देहाला जणू पुन्हा कधीच येणार नव्हती.

कळप

तो काही हिमालयासारखा नगाधिराज नव्हता की, सह्याद्रीसारखा डोंगर नव्हता. तशीच ती एखादी बारीकशी टेकडी नव्हती. ते होतं एक वेडेवाकडे, उंच गेलेलं टेकाड.

पावसाळ्यात त्यावर हरतऱ्हेचं गवत उगवायचं. सारा डोंगर हिरवागार व्हायचा. वर जाणारी पाऊलवाट दाट केसांमधील भांगोळीसारखी वाटायची राधेला. मात्र उत्तरेच्या बाजूला असलेल्या कातळाकडे बघायचे राधा कटाक्षाने टाळायची, डौलदार अंबाडा घातलेल्या, हिरवी साडी चोळी नेसलेल्या स्त्रीच्या चेहऱ्यावर दाढीचे खुंट दिसावेत ना, तसाच काहीसा तो कातळ वाटायचा तिला. उगाचच तिचा जीव घाबराघुबरा व्हायचा.

उन्हाळ्यात टेकाडावरचं गवत सुकून जायचं. पावसाळ्यात आढळणारे असंख्य निर्झर गडप व्हायचे. तऱ्हेतऱ्हेचे पशुपक्षी, असंख्य प्रकारचे टोळ आणि फुलपाखरं नाहीशी व्हायची... सग्यासोयऱ्यांनी, नातलगांनी एखाद्याला सोडून द्यावं तसं... टेकाडावर मग उगाचच काटेरी बोरी, बाभळी; मिचमिच्या डोळ्यांनी निरखून पाहणारे आंबा, काजूंचे जुने वृक्ष आणि सर्वांनी त्याज्य ठरवलेली घाणेरीची झाडं. सूर्य माथ्यावर यायचा, कातळ तापायचा आणि गरम वाऱ्याचा झोत राधेच्या घरात शिरायचा. राधेचे घर होतं असं टेकाडाच्या उताराच्या बाजूला.

लहानपणापासून त्या टेकाडाच्या अंगाखांद्यावर ती वाढली होती. त्या टेकाडाचा सांदीकोपरा तिला माहीत होता. त्यावर उगवणारे झाडमाड तिच्या परिचयाचे होते. पावसाळ्यात वाहत येणारे निर्झर, तसंच उन्हाळ्यात टेकाडाच्या माथ्यावर असलेल्या

डोहाच्या कोणत्या बाजूला पाणी गवसेल, त्या साऱ्याची बित्तंबातमी राधेला असायची.

त्या टेकाडालाही राधेची सारी सुखदु:खं माहीत होती. बकऱ्यांचा कळप घेऊन राधी टेकाडावर गवतपाल्याच्या शोधार्थ फिरत राहायची आणि शेवटी त्यांना पाणी पाजण्यासाठी टेकाडाच्या डोहाकडे जायची. आळसावलेल्या बकऱ्या कधी झाडाच्या सावलीत बसायच्या. पोटं भरली नसली तर लप्लप् तोंड हलवत झाडंझुडपं ओरबाडीत राहायच्या आणि राधी झाडाच्या बुंध्याशी बसून त्या टेकाडाला आपले हितगुज सांगत राहायची. टेकाड आणि ती दोघं अशी परस्परांशी एकजीव, समरस झालेली...

राधा शेतकऱ्याची पोर. पाठीवर पाच बहिणी, दोन भाऊ. लहानपणापासून राधेला कामाची सवयच जडलेली होती. तिचा कामाचा उरकही दांडगा होता. सकाळ, दुपार बकऱ्यांना चरवून आणायचं, कधी बापाबरोबर शेत लावायला जायचं. हंड्यांवर हंडे ठेवून टेकाडावरच्या डोहाचं पाणी आणून आईला द्यायचं. भल्या पहाटे उठून सडासंमार्जन करायचं. वय लहान असतानाही तिला दांडगी शक्ती होती. तिचा कामाचा उरक पाहिला, की कधीकधी तिची आई हळहळायची, "कामाला वाघ हाय पर नशीब फुटका आमचा! हिच्याशी कोन लगीन करनार? आनि काय म्हून!"

आईचं हळहळणं, दु:ख बघून राधा गोंधळून जायची. दुसऱ्या दिवशी राधा टेकाडावर आली की, मग टेकाडालाच प्रश्न विचारायची. "बायला का दु:ख व्हतं? का म्हून मांजा लगीन न्हाई व्हायाचं? का म्हून ?"

कातळाकडच्या डोंगराच्या बाजूनं प्रतिध्वनी ऐकू यायचा, "का म्हून? का म्हून?" आणि वेडी राधा त्या बाजूला धावत जायची, पण तिथं कोणी नसायचं.

तिच्या घराच्या खालच्या बाजूला जरा पल्याड गाव वसलेलं होतं. जवळच्या घरी छप्पापाणी, दगडखापरी, धावाधावी वगैरे खेळायला पोरं यायची-जायची. त्यावेळी लोकांची बोलणी राधेला कळत नसत.

पण जरा मोठी झाल्यावर पोरं तिला खेळायला घ्यायला तयार नसत. "का म्हून माना खेळायला घ्येत न्हाईस?" राधा कावून विचारायची. मोठी पोरं तिच्याकडे चमत्कारिक नजरेने पाहायची. एकमेकांच्या कानात कुजबुजायची. तिनं अगदीच आग्रह धरला की ती म्हणायची, "माय म्हनत्ये की राधा वंगाळ हाय!" पण राधेच्या बहिणी त्यांना खेळायला चालायच्या. राधा मुसमुसत घरी यायची.

बकऱ्या घेऊन टेकाडाच्या माथ्यावर गेल्यावर ती त्या टेकाडाला, झाडांना सवंगडी मानायची, मनसोक्त खेळायची. पण तिचे समाधान होत नसे. ती हळूच त्या टेकाडाला प्रश्न विचारायची, "मी कशी वंगाळ? का म्हून माना खेळायला घ्येत न्हाई? का म्हून?" कातळाच्या बाजूने प्रतिध्वनी यायचा. पण हल्ली राधा पूर्वीसारखी

कातळाकडे धावायची नाही. दाढीच्या खुंटासारख्या दिसणाऱ्या त्या कातळाची तिला आता भीती वाटू लागली होती.

दिवस सरत होते. तिच्या बहिणी आता उफाड्याच्या वाटू लागल्या होत्या. त्यांच्या शरीराला येणारी गोलाई ती टक लावून पाहायची. बहिणीच शरमून जायच्या. टेकाडावर चरत असलेले बकरीचे पिल्लू स्तनाशी लुचायला लागलं की, ती विस्मयचकित होऊन पाहात राहायची. बोकडाची वीतवीत शिंगं, त्यांची दाढी यांचं तिला आश्चर्य वाटायचं.

आपल्याच विचारात ती अशी बसलेली असली की बकऱ्या, बोकड दूरवर जायचे. खादाड जात, बकाबका खाणारी. कोठेही ओठंगून चारा शोधणारी. मग राधी त्यांना धुंडीत राहायची. एक बकरं हरवलं, तरी बाप फोडून काढील, या भीतीने थरथरायची; हाकारे द्यायची. 'आ,आ, आऽ ऽ ऽ'

''बॅऽ,बॅहऽऽ'' दुरून कुठूनतरी खाताखाता त्या प्रतिसाद द्यायच्या आणि राधी नि:श्वास सोडायची. राधीच्या बकऱ्यांच्या कळपात एक मेंढरू होतं काळंभोर. राधेचं लाडकं. सारा कळप त्याला एका बाजूला टाकायचा. ते बिचारं एकटंच हिंडत असायचं. कळपाची ना सोबत ना संगत. मग राधीच्या मागोमाग ते घुटमळत असायचं.

त्या एकाकी मेंढराच्या गळ्यात हात घालून ती वेड्यासारखी बसून राहायची. डोहाच्या पाण्यात तिचं प्रतिबिंब स्पष्ट दिसायचं. काहीशा आश्चर्याने खुळ्यागत ती पाहात राहायची. स्वत:चा राकट चेहरा पाहताना अनेक दृश्यं तिच्या डोळ्यापुढे यायची. बोकडाची दाढी, दूध पाजणारी बकरी, बहिणींच्या शरीराला येणारी गोलाई, मार्दव आणि सरतेशेवटी दाढीच्या खुंटासारखा दिसणारा उत्तरेकडचा कातळ. राधीला काही समजायचं नाही. एव्हाना डोळ्यांना अश्रूंची धार लागलेली असायची. टपटप ते पाण्यात पडायचे आणि मग डोहात दिसणारे ते प्रतिबिंब फुटक्या आरशातील, मिणमिणत्या दिव्यापुढे पाहावं तसं अंधूक दिसायचं. सोबत असलेल्या एकाकी मेंढरूच्या गळ्यातील तिची मिठी आणखी दृढ व्हायची. पावसाळ्यात बकऱ्या चरायला घेऊन जाण्यासाठी बहिणी हट्ट करायच्या. पण राधीचे आईबाप त्यांना कधी रानात पाठवत नसत. 'राधी जात्ये ती!' असे कुणी धुसफुसलं की बाय म्हणायची, 'तिची गोष्टच न्यारी हाय!'

पुढंपुढं खुळ्यासारखं टेकाडाला प्रश्न विचारायचं राधीने सोडून दिलं. उत्तरेकडच्या बाजूला असलेला तो कातळ आणि नितळ चेहऱ्याचं मुलायम रान ती पाहात राहायची. दूरवर जाणारी एसटी बरोबरच्या लग्न होऊन सासरी गेलेल्या पोरींची आठवण करून द्यायची. पाटलाची यमी, सुताराची गंगी अशाच एसटीमध्ये बसून सासरी गेल्या होत्या आणि राधी होती तिथंच होती.

पण ती होती तिथं होती असे तरी कसे म्हणायचे? राधी बरीच अबोल झाली

होती. लग्नाच्या मागण्या येत नव्हत्या. एकदाच मध्यंतरी दूरवरून पाहुणे आले होते आणि केवढा तमाशा झाला होता. शिव्या देत ते निघून गेले होते. 'राधा नगं, नाव बदलून किसन ठेवा.' असं ते काहीबाही बरेच बडबडले होते. आईबाप खजील झाले होते आणि राधी हळूच घरातून बाहेर पडली होती. बकऱ्यांचा कळप घेऊन टेकाडावर आली होती... त्यात असलेले एकाकी मेंढरू... बाकीच्या बकऱ्या, बोकड त्याला मारायचे, ढुसण्या द्यायचे. बिचारं घाबरून बेंबाटत सुटायचे. राधीच्या अवतीभोवती राहायचं, पण त्या दिवशी तिचं त्या मेंढराकडेही लक्ष गेलं नव्हते.

तिला आईबापाचं बोलणं आठवत होतं, "आता वो काय करायचा? हिचा लगीन होत नाय म्हंजे बाकीच्या बी मुरळ्या ठेवायच्या का काय?" मोठाड वाढलेल्या बहिणींची धुसफूस. त्यांनी केलेला रागराग याचाच राधा विचार करत होती. मधूनच नकळत ती त्या मेंढराला कुरवाळत होती.

अबोल राधा मग फारशी घरात थांबत नसे. शक्य तेवढा वेळ ती त्या टेकाडावरच काढी. तिच्या मनातील सारं न सांगता त्या टेकाडाला कळे. त्या एकाकी मेंढराला कळे. दोघं तिच्याभोवतीच घुटमळत.

असेच दिवस सरत होते. पावसाळ्यात मुलायम चेहऱ्याचे ते टेकाड, तिथं जमणारे पशुपक्षी, टोळ, फुलपाखरं आणि हिरवं रान तिला हर्षभरित करायचे. पण कुठूनही पाहिले, तरी उत्तरेकडचा कातळ तिला दिसायचाच. त्याचं ते बोचरे अस्तित्व घेऊन जसं ते टेकाड जगत होतं तशीच ती पण जगत होती. उन्हाळ्यात तापणारा तो कातळ साऱ्यांना हायवारे घालायला लावायचा आणि राधीला वाटायचं, आपलं जगणं या कातळासारखंच आहे... सर्वांना त्रासदायक! पण ते तापदायक अस्तित्व घेऊन ते टेकाड जगत होतं; तशी तीही जगत होती!

एका रात्री तिचे आईबाप बोलत होते... "आता एकच वाट हाय. टेकाड इकायचा. पैका करायचा. पोरीला घेऊन म्हमईला डाक्टरला दावायची. काय नशिबात हाय ते बघायचं."

"बापाई जमीलजुमला इकून मग खायाचं काय? आन बाकीच्या पोरींना काय हिरीत ढकलायच्या." बायनं विचारलं.

"व्हईल वाटूळ त्यो समद्यांचाच व्हईल की!" बाप वैतागून गेला होता.

"कायतरी बी रास्ता मिळंल..." बापाने दैवावर हवाला टाकला होता.

मग तिच्या बापानं हळू आवाजात बायला विचारलं होतं, "तुका त्यो शांताराम आठवतं न्हवं?"

राधेला शांत्याकाका चांगलाच आठवत होता. शांत्याकाकाचं लगीन झालं त्यावेळी ती लहानच होती. दोन-चार वर्षं शांत्या बायकोवर पाळत ठेवून होता... करडूवर कोल्ह्यानं डोळा लावावा तसा! ...पण ती निसटलीच होती हातातून. संधी

मिळताच पळून गेली होती ती. काडीमोड घेतल्यावर शांत्याकाकाबद्दल बरीच बोंबाबोंब झाली होती. एका पोरीच्या आयुष्याची नासाडी केली, म्हणून सोयऱ्यांनी येऊन शिव्या घातल्या होत्या. शांत्याला गावात राहणं कठीण झालं होतं. बकऱ्यांच्या कळपात चुकार असलेल्या मेंढरागत त्याची अवस्था झाली होती आणि एक दिवस शांत्याकाका गाव सोडून गेला होता. त्याची पुढे काही बातमी नव्हती आणि तिचा बाप सांगत होता, ''तो मिल्ला व्हता परवाच्या रोज दाभोलास...''

''डाकतराचा गुन आला न्हवं?'' बायनं विचारलं.

''नाय, फुकट पैसा घालवलंन बघ! समदी वाडी, जमीन इकूनश्यान ग्येला व्हता,'' मग बराच वेळ शांततेत गेला.

''नाच्यागत केस वाढवल्यात. साडीचोळी नेसत्यो. म्या वलखलं बी नाय. त्यानं साद घातली म्हून!''

बाय गप्पच होती. रात्रीच्या नीरव शांततेत बायचं बोलणं स्पष्ट ऐकू येत होतं. झापात असलेलं एकटं मेंढरू कळवळून बेंबाटलं... कुणीतरी ढुशी दिल्यासारखं... आणि गप्प बसलं.

''म्हमईला असत्यो म्हने! वस्ती वस्ती फिरायचा, टाळ्या वाजवत उभा राह्याचा. कुठं तान्हं पोर जन्मलं की जायचं, नाच बी करायचा. लोक खुशीत पैका देत्यात म्हून म्हनत व्हता. त्याच्यासारखी बरीच मंडळी हायत तिथं. समदं एका जागी ऱ्हातात. हतं एकला व्हता तवा समदं हसायचं पर आता खुशीत हाय. कळप मिल्ल्यागत मजेत हाय. राधेचा इषय म्या बोललो; परवाच्या रोज लावून द्याया सांगितलाय त्येन. म्हमईला वापीस जायाचाय त्यो.''

बायचं हूं का चूं ऐकू आलं नव्हतं. ती नुसतीच मुसमुसत होती. झाप्यात असलेले मेंढरू टकटक रात्रीच्या त्या भयाण अंधारात बावरून पाहात होतं. त्याचे चमकणारे डोळे राधीला शोधत आले आणि तिच्याशेजारी त्यानं बैठक ठोकली. आपलं ओलं नाक तिच्या हातावर ठेवून ते झोपी गेलं. त्याची ती जवळीक, सोबत त्या भयाण रात्री राधीला हवीहवीशी वाटली.

सकाळी राधी सर्वांच्या आधी उठली. बासनातील शिळ्या भाकऱ्या, कांदा, लसणीची चटणी घेऊन ती बाहेर पडली. बकऱ्यांचा कळप तिने सोडला. नेहमी बेंबाटत सुटणाऱ्या त्या बकऱ्या निमूटपणे बाहेर पडल्या. तिला चिकटून ते मेंढरूही निघालं.

सूर्य उगवण्याच्या वेळी ती टेकाडाच्या घाटमाथ्यावर आली. आज त्या टेकाडाचा सांदीकोपरा ती हिंडणार होती. प्रत्येक ठिकाण, प्रत्येक जागा, प्रत्येक झाडाझुडपाला तिला भेटायचं होतं. गवत उगवलेला टेकाडाचा मृदू, मुलायम भाग तिनं डोळ्यात साठवून घेतला. न घाबरता त्या आंब्याच्या, चिंचेच्या मिचमिच्या

नजरेला नजर दिली. लहानपणीच्या खेळातील त्या सवंगड्यांशी मनसोक्त गप्पा मारल्या.

बकऱ्या इतस्तत: चरत होत्या. बकाबक पाला ओरपून खात होत्या. कळपातील त्या बकऱ्यांकडे तिचं लक्षच नव्हतं. एकटं ते मेंढरू तिच्यामागून फिरत होतं. ''येडं रे येडं!'' असं म्हणून मधूनच ती त्याला कुरवाळीत होती.

बऱ्याच दिवसांनंतर ती उत्तरेच्या बाजूला गेली. तेथला कातळ पाहताना तिच्या मनात भीतीचा लवलेश नव्हता. कधी नव्हे ती प्रथमच त्या बाजूला उतरली. कातळावर ठिकठिकाणी साचलेलं पाणी वाहत होतं. दुरून ते तिला कधीच दिसलं नव्हतं. पांढरीशुभ्र वासाची रानफुलं तिथं उगवली होती. साऱ्या टेकाडावर विशोभित दिसणाऱ्या, दाढीच्या खुंटासारखा डोळ्यात सलणारा त्या कातळाच्या पोटातील रानफुलांची माया तिनं प्रेमानं गोळा केली. तिचं डळमळतं मन कातळाच्या राकट स्पर्शानं शांत झालं.

ती भानावर आली तेव्हा ते एकाकी मेंढरू वेड्यासारखं बेंबाटत होतं. प्रयत्न करूनही त्याला खाली उतरून कातळावर येता येत नव्हतं.

राधी झटक्यात डगर चढली. ''येडं रे येडं!'' असं म्हणून तिनं त्याला चुचकारलं. ती येताच तिच्या अंगाला घाशीत ते तिच्या बाजूला येऊन बसलं.

राधी मग किती वेळ तरी तशीच बसून राहिली. भाकर खाण्याचं पण तिला भान नव्हतं. दुपारी उन्हं कलली तेव्हा तिनं भाकर खाल्ली. डोहाच्या काठाशी जाऊन चूळ भरली आणि वेड्यासारखी आपल्या प्रतिबिंबाकडे ती पाहात राहिली.

डोहाच्या संथ पाण्यात आजूबाजूच्या झाडाझुडुपांचं प्रतिबिंब दिसत होतं आणि मधोमध विस्मयचकित होऊन पाहणारी राधीही दिसत होती.

हे सारं विकायचं? हे जुने सवंगडी, दुखलंखुपलं, मनोगत जाणणारं टेकाड विकायचं? ज्याने इतके दिवस आधार दिला, सोबतसंगत दिली ते माहेर विकायचं? ज्या टेकाडाच्या पोटातील मायेच्या झऱ्यात ती नि:संकोच डुंबली होती, ज्याचं पाणी ओंजळी भरभरून प्यायली होती, ज्याच्यामुळे वेगळेपणाची जाण तिला आली होती; पण ज्यानं कधीच हुडूसतुडूस केलं नव्हतं; कमी लेखलं नव्हतं. विस्मयाने निरखून तिच्याकडे पाहिलं नव्हतं तो मायेचा झरा विकायचा?

''न्हाई, न्हाई. मी कंदी ह्यो व्हऊन देनार नाय. टेकाड इकायचा नाय.'' तोंडानं राधी पुटपुटत होती आणि एकीकडे धाय मोकलून रडत होती. माहेर सोडून सासरी जाणाऱ्या मुलीसारखी...

तेथल्या त्या झाडांनी, त्या डोहानं, त्या टेकाडानं तिचं एकाकी आयुष्य पाहिलं होतं. त्या कातळाला तिच्या मनाची खंत समजत होती. वेड्यासारखी राधी आळीपाळीनं त्यांच्याकडे पाहत होती. ती सोडून जाणार म्हणून ते शोकाकुल दिसत

होतं. पण त्याच्या चेहऱ्यावर सासरी जाणाऱ्या मुलींच्या माहेरच्या माणसासारखं समाधान होतं.

संध्याकाळ झाली. दिसेनासे झाल्यावर पुनःपुन्हा निरोप घेत राधीनं बकऱ्या जमवल्या. मेंढरू तिला घसटून चाललं होतं.

बकऱ्यांना तिनं दावण दाखवली. घरात आल्यावर न बोलता भाकर खाल्ली. बायनं काहीतरी विचारलं. ते बकऱ्यासंबंधी असणार म्हणून ती म्हणाली, ''एक बकरं गवसत न्हवतं म्हून येळ झाला...''

रात्र झाली. निजानीज झाली. साऱ्यांचे संथ लयीतील श्वासोच्छ्वास तिला ऐकू येत होते. बापाचे एकसुरात घोरणं चाललं होतं. दावणीवरच्या बकऱ्यासुद्धा शांत होत्या.

ती उठली. दरवाजा ओढून अंगणात आली. कुणी जागं तर झालं नाही ना याचा तिनं एकदा कानोसा घेतला आणि ती झपाट्यानं वाटेला लागली. एकदाच मागे वळून तिनं ते टेकाड पाहिले. तेही गुपचूप बसून होतं. केव्हातरी पडलेल्या पावसाचे थेंब चंद्रप्रकाशात बकऱ्या-मेंढरांच्या डोळ्यांसारखे चमकत होते. ते टेकाड हजारो नेत्र विस्फारून जणू तिच्या हालचाली न्याहाळत होते. टप्टप्... झाडांचे अश्रू तिच्या अंगावर पडत होते. आपलं देखणं माहेर तिनं भरल्या नेत्रांनी एकदा पाहिलं आणि ती झपझप टेकाड उतरू लागली.

पाऊस पडल्यामुळे आज बराच राडा झाला होता. मधेच पाय फसत होता. मळलेल्या पाऊलवाटेकडे आज तिचे पाय वळलेच नव्हते. आज जीवजिवाणूची धास्ती तिला वाटत नव्हती. गवतावर हात फिरवित, टेकाडावरच्या चिखलात लडबडत ती चालली होती. माहेरचा तो स्पर्श स्वतःजवळ साठवून ठेवत होती. त्या क्षणी जीवजिवाणू चावून मरण आलं, तर ते तिला हवं होतं. माहेरच्या कुशीत शांतपणे निद्रा घेणं कुणाला आवडणार नाही? कमरेएवढ्या गवतातून वाट काढत ती खाली आली. कुणाचा तरी स्पर्श झाला आणि ती चमकली. तिनं वळून पाहिलं तर ते वेडं मेंढरू तिच्याबरोबर आलं होतं.

''येडं रे येडं!'' डोळे पुसताना तिनं त्याला मायेनं कुरवाळलं. त्याला सोडून ती पुढे निघाली, तरी ते मागून येतच राहिलं. तिनं त्याला हाकलण्याचा, परत घालवण्याचा निष्फळ प्रयत्न केला.

काय करावे तिला समजेना. चालताचालता राम्या धनगराचा झापा लागला. ती थांबली. तिनं कानोसा घेतला आणि झाप्याचा दरवाजा हळूच उघडला. ते मेंढरू क्षणभर तिच्या अवतीभवती घुटमळलं. आपल्या नाकाचा ओला स्पर्श करीत तिच्याकडे विस्मयानं पाहात ते थांबलं. राधाने मग हळूच त्याला झाप्यात ढकललं आणि ती त्या टेकाडाकडे, आपल्या झोपडीकडे पाहत उभी राहिली. रातकिडे

ओरडत होते. वाऱ्यावर पाने सळसळत होती. झाप्यातून खुसखुस ऐकू येत होती. बराच वेळ झाला. मेंढरू, तिचा लाडका सोबती बाहेर आला नाही. त्या कळपात ते सहजगत्या रूळलं होतं. कळपात गेल्यावर त्याने एकदाही मागे वळून तिच्याकडे पाहिलं नव्हतं.

डोळ्यातून गळणाऱ्या अश्रूंबरोबर एक समाधानाचा निःश्वास तिच्या तोंडून बाहेर पडला. मग मात्र तिनं आपल्या माहेराकडे वळून पाहिलं नाही. तिचे पाय घुटमळले नाहीत की, रेंगाळले नाहीत. झपाट्यानं कळपाच्या ओढीनं तिनं दाभोळचा, शांत्याकाकाच्या घरचा रस्ता धरला.

मिस केपकामोरिन

तुमचे असे होते की नाही कुणास ठाऊक; पण माझ्या बाबतीत हे नेहमीच घडत आलंय. अर्थात त्याला कारणही आहे. माझ्या वडिलांची बदलीची नोकरी. बदलीच्या जागा सर्व राज्यांच्या राजधान्या. पूर्वेकडून पश्चिमेकडे आणि दक्षिणेकडून उत्तरेकडे त्यानिमित्ताने ते फिरले आणि आम्ही कुटुंबीयही!

पण त्यांची ही नोकरी, त्यात होणारे कुटुंबीयांचे हाल हे सर्व पाहून मी नोकरी धरली ती मुंबईतच. मुंबई एके मुंबई म्हटले, तरीही महिन्यातून एक-दोन दिवस मीटिंगच्या निमित्ताने मलाही सर्व राज्यांच्या राजधान्यांना दोन-तीन दिवसांची धावती भेट द्यावी लागायची.

असा मी निघालो आणि समजा गोहत्तीला जात असलो की, आई म्हणायची, "अरे, जातोयस तर ह्या वेळी महापात्रांकडे जाऊन ये. माँजी आता थकल्या असतील. तुझ्यावर केवढा जीव होता त्यांचा.''

दर महिन्याला तिचे हे असेच चालते. कलकत्त्याला जात असलो की, चट्टोपाध्यायांचे नाव येते. कलकत्त्याला प्रवास करणे सोपे आहे का? पण तिला हे कोण समजावणार? अहमदाबादला जात असलो की, तिला आमच्या घरमालक शहांची आठवण येते. मद्रास म्हटले की व्यंकटचलम, हैद्राबादला रमणय्या, तर लखनौ म्हटले की, मिश्राजी आहेतच.

ऑफिसच्या दोन दिवसांच्या धावपळीत कुणाला मुद्दाम जाऊन भेटणे कसे शक्य आहे? पण तिला ते काही पटत नाही.

यावेळी मी त्रिवेंद्रमला जाणार म्हटल्यावर तिने आमचे घरमालक गणेशन

मामा-मामींना भेटून येण्याचं नुसतं फर्मानच सोडलं नाही, तर मामींना आवडणारे बेसनलाडूही बरोबर दिले.

दरवेळी मी तिच्या समाधानासाठी 'अमका फोनवर भेटला, सर्व खुशाल,' अशी थाप ठोकायचो, तर कधी 'फोन लागला नाही' अशी लोणकढी मारायचो; पण आता या वेळी आईने दिलेला डबा आणि त्यातील लाडू यांचे काय करायचे, असा मला प्रश्नच पडला होता.

त्रिवेंद्रमची मीटिंग दोन दिवसांची होती आणि वेळांत वेळ काढून गणेशन् मामांकडे जायलाच हवं होते. तेथे जायला तशी हरकत नव्हती. मामांचा मुलगा मणी माझ्याहून पाच-सहा वर्षांनी लहान होता. त्रिवेंद्रम्‌हून बाबांची बदली झाली तेव्हा मी सोळा वर्षांचा होतो. मणी त्यावेळी दहा वर्षांचा होता. त्यावेळी तो मला बच्चा वाटायचा पण आता मी पंचेचाळिशीचा होतो आणि तो चाळिशीचा. आता ते वयांतील अंतर जाणवणार नव्हते. निदान फोन करून त्याला बोलावून घेऊन लाडवांचा डबा द्यायचा असे मी मनाशी ठरविले होते.

त्रिवेंद्रमला माझी आणि माझ्या मदतनीसाची, बाबूसेननची सोय चालेयमूला एका पंचतारांकित हॉटेलमध्ये करण्यात आली होती. पहिला दिवस मीटिंगच्या गडबडीत गेला. दुसऱ्या दिवशी काम होते, पण दुपारी वेळ होता. तेवढ्या अवधीत हे लाडवांच्या डब्याचे काम कसेही करून उरकायचे मी ठरविले. कारण आमची मुंबईची फ्लाईट संध्याकाळची होती.

पण दुसऱ्या दिवशी मीटिंग आटपली आणि बातमी आली की, एअरपोर्टवरील रनवेच्या दुरुस्तीमुळे दोन-तीन दिवस विमानसेवा बंद होती. आता हे तीन दिवस त्रिवेंद्रमला मुक्काम करणे भाग होते. कारण गाडीची तिकिटे इतक्या अवधीत मिळणे अशक्य होते. पुन्हा गाडीचा प्रवास दोन दिवसांचा. त्यापेक्षा विमानसेवा सुरू झाल्यावर प्रवास करणे योग्य ठरणार होते.

मग मात्र मी गणेशनमामांचा टेलिफोन नंबर शोधण्यासाठी टेलिफोन डिरेक्टरी अक्षरशः चाळली. मग त्या कंपनीचा माणूस म्हणाला, "पुळीमोड जंक्शन येथून फारसे दूर नाही. दिमतीला गाडी आहेच. पाहिजे तर तुम्ही भेटून या."

माझ्या मदतनिसाला, बाबूसेननलाही नंदनकोडला त्याच्या नातेवाइकांकडे जायचे होते. दोघांचा जाण्याचा रस्ताही एकच होता. मला पुळीमोड जंक्शनला गाडीने सोडताना बाबूसेनन म्हणालाही, "तुम्ही तासाभराने परत फिरणार असलात तर मी तुम्हाला पिकअप करीन."

इतक्या वर्षांनंतर भेटणारे गणेशन मामा-मामी मला तसे सोडणे शक्य नव्हते. वेळेचे बंधन ठेवून त्यांच्याकडे जाणे म्हणजे... आणि आता तशी आवश्यकताही नव्हती. बाबूसेननचा निरोप घेताना मी तसे म्हणालोही आणि सुंदरन्‌च्या दुकानाशी

उतरलो आणि रेंगाळतच पुळीमोड जंक्शनला आलो.

त्रिवेंद्रम तसे थोडेफार बदलले होते, पण ही गल्ली अगदी पूर्वीसारखीच होती. गल्लीच्या तोंडाशी असलेला फुलवाला... त्याच्याकडे असलेली चंदनाची मोठी थप्पी... आजही ती पाणी मारून तशीच तुकतुकीत ठेवलेली होती. चंदन मागितले की, वरून काढून चंदनाची गोळी द्यायची ही येथील पद्धत... त्याच्याकडे असलेला दवणा आणि मरवा, पिची फू म्हणजे आपल्याकडची जाई. ही तिन्ही आणि अबोली घालून केलेली तिरंगी माळेची मोठीच्या मोठी थप्पी.... मला आईची आठवण झाली. येथील बायकांप्रमाणे ती कधी अशी रस्त्यावरील दुकानांतून जात नसे. गल्लीच्या तोंडाशी आली की, आई मला फुलवाल्याकडे पिटाळायची. विशेषत: आम्ही त्रिवेंद्रम एअरपोर्टच्या मॅनेजर प्रधानांकडे जायचे म्हटले की, ती हमखास मोगरीचे गजरे घ्यायची.

थोड्या थोड्या अंतरावर गुंफलेल्या मोगरीच्या कळ्या... क्षणभर वाटले दुकानांत जावे आणि फुलवाल्याला विचारावे, 'एवळ मोळ?' म्हणजे एका वितीला काय किंमत...

मोगऱ्याचे ते गजरे आणि प्रधानांच्या घरी गेल्यावर ते गजरे पाहून खूश होणारी नीला... तिचे ते गोड हसू... तिच्या गालांना पडणाऱ्या खळ्या... वीस-एकवीस वर्षांच्या, एम.ए. करणाऱ्या नीलाच्या गालांच्या खळ्यांत एस.एस.सी.ला असलेला सोळा वर्षांचा मी पार अडकून गेलो होतो. त्या आठवणीने मी आताही क्षणभर बावरलो. पंचेचाळिशीचा, लग्न झालेला दोन मुलांचा बाप असलेला मी... जुन्या स्मृतीत, जुन्या जागेत, जुन्या वास्तूत आपले बालपण टिकवण्याचे सामर्थ्य असते हेच खरे! मी फुलवाल्याच्या दुकानापाशी रेंगाळतोय हे पाहून मग फुलवाल्याने न राहवून विचारले, "सार! फू वेणोव?"

पण आता मी फुलं कोणासाठी घेणार होतो? पूर्वी गणेशनमामींच्या लांबसडक केसांवर पिची फूचा गजरा रुळत असायचा, पण आता मामा आहेत की नाही इथपासून प्रश्न होता. मणीच्या बायकोसाठी मी फुलं घेणं कितपत योग्य ठरणार होतं? मग तेथे न रेंगाळता मी चालू लागलो.

नाही म्हटले, तरी वयाची सात-आठ वर्षं मी या गल्लीत घालविली होती. चड्डी सावरीत फिरणारा मी चक्क मिसरूड फुटल्यावर येथून बाहेर पडलो होतो.

ती जुनी गल्ली... मी बदललो होतो, मोठा झालो होतो; पण ती गल्ली तशीच होती. वाहणारी उघडी गटारे, त्यांवर फळ्या टाकून दुकानांत किंवा घरांत जायच्या वाटा... रस्त्यांत फिरणारी कुत्री, मांजरे, गायी-म्हशी, माणसे, अंगावर टाकलेल्या टॉवेलखाली जेवणाचे वाढप घेऊन जाणाऱ्या मोलकरणी... सारे काही तेच होते.

रोजच्या ओळखीने त्या गर्दीला एक दुवा होता. मी मात्र तेथे परका होतो.

गल्लीच्या टोकाशी असलेला बाबू भाजीवाला... त्यावेळी तेथील एकमेव हिंदी बोलणारा माणूस... आता त्या दुकानात कुणीतरी दुसराच माणूस होता. गेल्या तीस वर्षांत तशा प्रत्येकाच्या आयुष्यात बऱ्याच घडामोडी झाल्या असणार. म्हणूनच बाबू भाजीवाल्याची चौकशी न करता मी पुढे सटकलो.

चार-पाच घरं सोडून मामांचे घर होते. बाजूच्या घरात अजूनही ओसरीवर किराणा मालाचे दुकान होते. येथला एक मुलगा आमच्या बरोबरीचा होता.

ओटीवर गल्ल्यावर बसलेला मिसरूड पांढरी झालेला माणूस तोच तर तो नसेल ना? म्हणजे मणीही... मला आरशात रोज दिसणारे माझे प्रतिबिंब आठवले. हल्ली महिन्यातून एकदा तरी कलप करावा लागायचा मला. मी स्वत:शीच हसलो.

मामांचे घर आले. गेट पूर्वीचेच होते. अंगणातील तुळशीवृंदावन आणि बाजूला असलेली कृष्णाची मूर्ती मात्र आता गायब होती. घराचा रंगही बदललेला होता. खिडक्यांना चक्क हिरवा रंग होता. मामांच्या स्वभावातील हिरवटपणा त्यावेळीही माझ्या कानांवर आलेला होता. मामींचे मोलकरणीशी सवतीसारखे होणारे वादविवाद....

सारे सारे मला त्या क्षणी आठवले आणि मी गेटमध्येच थबकून उभा राहिलो.

गेट उघडले तर समोरच्या दारालाही पडदा होता. गेटचा आवाज झाला आणि आतून कुणीतरी फर्ड्या मल्याळममध्ये चौकशी केली. मी गणेशन्‌मामांची चौकशी करणार तेवढ्यात गेटवरच्या पाटीकडे माझे लक्ष गेले... 'युसूफ सय्यद' असे काहीबाही नाव होते तेथे. दारावरचा पडदा, खिडक्यांचा हिरवा रंग याचा अर्थ मग मला लागला. 'सॉरी' म्हणत मी परत फिरलो. मग मात्र मी मुद्दाम शेजारच्या दुकानात चौकशी केली तेव्हा कळले, की ते घर मामांनी विकले होते आणि आता ते मणीबरोबर कोईमतूरला राहत होते. मग मी परत फिरलो.

येथे येताना मी केवढे मनोरथ बांधले होते. मामामामींशी गप्पा, वरच्या मजल्यावरच्या त्या काळच्या आमच्या घरातही मी जाऊन येणार होतो. वयाच्या सोळाव्या वर्षी मी प्रधानांच्या नीलाच्या प्रेमात पडल्यावर गच्चीवर जाऊन माझ्या मनाशीच केलेले संवाद आणि नीलाचे दुसऱ्या कोणत्यातरी तरुणावर प्रेम आहे हे लक्षात आल्यावर हिरमुसून याच गच्चीत जाऊन उदास मनाने ढगांकडे पाहत बसलेला मी... तेथेच त्याच गच्चीत मी स्वत:ला सावरले होते. तिच्यासारखी तरुणी माझ्यासारख्या पोराच्या प्रेमात कशी पडेल, म्हणून खजीलही झालो होतो मी. ते आठवून आता मी स्वत:शीच हसलो.

ते लहानपण पुन्हा अनुभवणे शक्यच नव्हते, पण त्या जागेतही आता जाणे शक्य नव्हते. हातातील बेसनाच्या लाडवांचा डबा सांभाळीत मी गल्लीच्या टोकाशी आलो आणि रिक्षा करून हॉटेलवर परतलो. आता येथे चार दिवस कसे काढायचे

हा प्रश्नच होता.

मी परत गेलो तेव्हा बाबूसेननही परत आलेला होता. तेवढ्यात आमचे येथील होस्ट मेननही तेथे आले. बोलताना ते म्हणाले, "चार दिवस येथे काढण्यापेक्षा तुम्ही केपकामोरिनला म्हणजे कन्याकुमारीला का जात नाही? तेथे दोन दिवस साईट सीईंगमध्ये सहज जातील. भरगच्च कार्यक्रम आखून देतो मी. रन वे तेवढ्यात दुरुस्त झालाच तर मी तुम्हाला बोलावून घेईन."

एवढ्यावरच ते थांबले नाहीत. अर्ध्या तासात ते गाडी घेऊन हजरही झाले.

तशी माझ्या लहानपणी त्रिवेंद्रमला असताना दर महिन्याला आमची कन्याकुमारीची ट्रीप व्हायचीच. बाबांना समुद्राचा गाज आवडायचा. आई कोकणांतील असल्यामुळे तिला वाळूत फिरायला आणि लाटांशी खेळायला आवडायचे. त्या वेळी टी.व्ही.ही नव्हते आणि त्रिवेंद्रमला तसे हिंदी सिनेमेही येत नसत. सुट्टी मग अशी सहली काढून घालवावी लागायची. त्यावेळी समुद्रकिनाऱ्यावर असलेल्या मद्रास हॉटेलमध्ये आम्ही उतरायचो. दुसऱ्या मजल्यावरील पंधरा नंबरची रूम आमची ठरलेली होती.

मी मेननना हे सांगितल्यावर ते म्हणाले, "तुम्हाला तेथे उतरायचे असेल, तर आपण तेथे जाऊ या. पण आता कन्याकुमारीला बरीच हॉटेल्स झाली आहेत."

त्यांच्या या बोलण्याचे प्रत्यंतर कन्याकुमारीला पोहोचताच आलेच. इतकेच नव्हे, तर हा प्रदेश बदललाय याची जाणीव प्रवासात अनेकदा झाली. वाटेतील पूर्वीच्या केंबळ्याच्या झोपड्या मला आठवल्या. आता तेथे दुमजली घरं झाली होती. दूरवर पसरलेल्या आखीव-रेखीव नारळाच्या वाड्या आणि मधून धावणारे डांबरी रस्ते... एकंदरीत येथेही गल्फचा पैसा दिसत होता.

वाटेत लागलेल्या सुचिंद्रमच्या देवळांतही बदल जाणवत होता; पण तरीही येथील सौंदर्य तसेच होते. दूरवर पसरलेली खाडी... किनाऱ्यावर असलेली मिठागरे, पुढे असलेली भातशेती आणि बांधालगत असलेल्या नारळी पोफळी, केळी... हिरव्या रंगाच्या अनेक छटा. मावळतीच्या सूर्यप्रकाशात सारे कसे छान दिसत होते. आटोपशीर, टुमदार, सुबत्तेची जाणीव देणारे...

कन्याकुमारीला आलो आणि येथील बदलही जाणवलाच. पूर्वी येथे दोनच हॉटेल्स होती. हॉटेल केरला आणि हॉटेल मद्रास. आता येथे अनेक हॉटेल्स होती. येथला बाजार तर नुसता फुलला होता. संध्याकाळच्या धूसर वातावरणात समुद्राची जाणीव होत होती ती लाटांच्या गाजेमुळे! या समुद्रकिनाऱ्यावर मुंबईसारखी माणसांची नुसती गर्दी लोटली होती.

सरळ रस्त्याने येऊन गाडी मद्रास हॉटेलच्या गेटमधून आत शिरली आणि फर्रकन वळण घेऊन हॉटेलच्या पोर्चमध्ये उभी राहिली, तेव्हा लहानपणची आठवण झाली. हाफपॅन्ट केलेल्या लुंगीची फुलपॅन्ट करीत कास्टीसारखे लुंगीचे मागचे टोक

हातात धरून मिस्टर गोविंदन पुढे येतील, या अपेक्षेने मी क्षणभर हॉटेलच्या दरवाजाकडे पाहिले.

एक-दोन बेलबॉईज तत्परतेने पुढे धावले तेवढेच. मिस्टर मेननंनी रूमसंबंधी फोन केला होताच, पण मला हवी असलेली लहानपणची रूम न मिळता तिसऱ्या मजल्यावरील त्याच रूमच्या डोक्यावरील रुम मला मिळाली आणि बाजूची रूम बाबूसेननला मिळाली. अर्थात एवढ्या अल्पावधीत हेही नसे थोडके!

हॉटेल तेच होते, तरी बदल जाणवत होता. पूर्वी येथील नोकरवर्गाच्या वागण्यात असलेला घरगुतीपणा आता जराही नव्हता. प्रत्येक बाबतीत येथे व्यापारी वृत्ती जाणवत होती. तीस वर्षांपूर्वीच्या आदरातिथ्याच्या कल्पना वेगळ्या होत्या. आता माणसे आणि त्यांच्या वृत्तीही बदललेल्या होत्या. मिस्टर गोविंदन यांची चौकशी करण्यात अर्थ नव्हता.

आम्ही रूमवर जाऊन स्थिरस्थावर झालो आणि मेनन निघून गेले. मी खिडकीशी उभा राहून समुद्राचा गाज ऐकत होतो. पूर्वी समुद्रकिनाऱ्यालगत एक-दोन खोपटीवजा हॉटेल्स होती. बाहेर मिणमिणत्या दिव्यांत सारे कारभार चालायचे. रस्त्यांवर नगरपालिकेचे दोन-चार दिवे असायचे तेवढेच. आता मात्र मुंबई चौपाटीसारखा किनारा फुलला होता. दिव्यांची रोषणाई होती. समुद्राच्या गाजेबरोबर विक्रेत्यांचे आवाज आणि गर्दीचा कोलाहल कानांवर येत होता.

खाली जाऊन जेवण घेतले. पूर्वी माझ्या लहानपणी आम्ही गेलो की गोविंदन नाश्त्यासाठी स्टू आणि आपम्‌चा बेत करायचे, पण ही झाली तीस वर्षांपूर्वीची गोष्ट! आता गोविंदनही नव्हते आणि अशी घरगुती काळजी घेणारेही येथे कोणी नव्हते.

जेवण झाल्यावर पाय मोकळे करण्यासाठी मी आणि बाबूसेननने हॉटेलच्या आवारात फेरफटका मारला. समुद्राच्या वाऱ्याचा परिणाम किंवा थकल्याचा परिणाम असेल– जांभया येऊ लागल्या आणि आम्ही रुमवर परतलो.

हे दाक्षिणात्य लोक मोठे धार्मिक असतात. दुसऱ्या दिवशी भल्या पहाटे उठून बाबूसेनन सुचिंद्रम्‌ला जाणार हे गृहीतच धरले होते मी. पण जेव्हा त्याने हे सुचविले तेव्हा मी चक्क नकारच दिला. समुद्राचा गाज ऐकत उशिरापर्यंत मी लोळत पडणार होतो.

पण सकाळी समुद्राच्या गाजेबरोबर सूर्योदय पाहण्यासाठी आलेल्या माणसांचा कोलाहलही कानांवर आला. त्यात कन्याकुमारीच्या मंदिरांतून संस्कृतमधील पठण ऐकू येत होते. जवळच कुठेतरी मशीद होती. तेथून बांग कानावर आली आणि तेथेच कुठेतरी असलेल्या चर्चमधून घंटानादही कानांवर येत होता. राष्ट्रीय एकात्मतेच्या या प्रतीकांनी माझी झोप मात्र पार उडविली. प्रात:र्विधी आटपून मी बाहेरच पडलो. कन्याकुमारीचे बदललेले रूप मला पाहायचे होतेच, पण मद्रास हॉटेलमधील

कॉर्नफ्लेक्स आणि ऑम्लेट असा बेचव नाश्ताही मला नको होता.

कुठल्यातरी टिपिकल दाक्षिणात्य हॉटेलमध्ये जाऊन मी नाश्ता करायचे ठरविले. बाजारात तशी अनेक हॉटेल्स होती. त्यातील एक मी निवडले आणि मग भटकत राहिलो. शंख-शिंपल्यांची तोरणं, लॅम्पशेड्स, बांगड्या, पिना अशा नाना वस्तू तेथे होत्याच. नारळाच्या काथ्यापासून बनविलेल्या बॅगा, पायदाने, नारळापासून बनविलेली माकडे आणि इतर शोभेच्या वस्तू... टाचणीपासून हत्तीपर्यंत सर्व काही येथे होते. टेपरेकॉर्ड्स, दुर्बिणी, कॅमेरे वगैरे परदेशी वस्तूही येथे होत्या.

काही माणसे घाईघाईने कन्याकुमारीच्या मंदिराकडे चालली होती. किनाऱ्यापासून भर समुद्रात थिरूवायूरचा मोठा पुतळा उभा होता आणि तेथून काही अंतरावर भर समुद्रात स्वामी विवेकानंदांचे स्मारक होते. माझ्या लहानपणी या दोन्ही गोष्टी नव्हत्या. ही दोन्ही ठिकाणे दुपारी बघायची, असे ठरवून मी किनाऱ्यावरून परत फिरलो.

आता सकाळचे नऊच वाजले होते, पण ऊन तसे चांगलेच जाणवत होते. समुद्रावरून येणारा वारा मात्र सुखद होता. पूर्वी जेथे नारळाची वाडी होती, तेथे आता चक्क बाजार बसला होता. नारळी, पोफळींचा कुठे मागमूस नव्हता. एखाददुसरे झाड होते. त्यावर कावळे बसून होते. वाकड्या डोळ्याने कुठे काय मिळतंय ते पाहत होते. कबुतरांचा थवा उडून मधेच एखाद्या इमारतीच्या कौलांवर स्थिरावत होता. मी रस्त्यावरील गर्दी न्याहाळीत होतो. या गर्दीत जरी प्रामुख्याने दाक्षिणात्य मंडळी होती; तरी बंगाली भय्ये, मराठी, गुजराथी, मारवाडी अशा अनेक जातीजमातीही होत्या. एक हॉटेल याच्यासाठी खास पुरी-पराठे बनवत होते.

मी बुटांना पॉलिश करण्यासाठी एके ठिकाणी थांबलो. बूट काढून दिले आणि त्याने दिलेल्या स्टुलावर टेकलो. गर्दी न्याहाळीत मी असा स्वस्थ बसलेला लोकांना पाहवत नव्हते. तेवढ्यात कुणीतरी मला फॉरिनचा कॅमेरा, बायनॉक्युलर घेण्याचा आग्रह केला. कुणी साड्यांचे आमिष दाखविले, तर कुणी गाईड म्हणून येण्याची तयारी दाखविली. तऱ्हेतऱ्हेचे भिकारी तोंडे वेंगाडत समोर येऊन उभे राहिले. काही भिकारणी अंगावरची लक्तरे सांभाळीत हाडांचा सापळा असलेली पोरं पुढे करीत भीक मागत होत्या. माझे मल्याळम् ऐकल्यावर मात्र फारसे कुणी रेंगाळले नव्हते.

गर्दीच्या ठिकाणी असतो तो गोंधळ, गडबड या ठिकाणीही होती; पण गर्दीचा असाही एक सूर असतो तो मात्र सकाळ असल्यामुळे अजून लागलेला नव्हता.

तेवढ्यात त्या रस्त्यावरील पोरं ओरडली, 'मिस केपकामोरिन' आणि झुंडीने ती एका बाईच्या मागे पळाली. ती बहुधा फॉरिनर असावी, त्यांच्याकडे भीक भरपूर मिळते हा भिकाऱ्यांचा अनुभव... पोरांचा लोंढा तिच्यामागून चालला होता. ती कोणत्या भाषेत त्यांच्याशी बोलत होती कुणास ठाऊक! पण बहुतेकांच्या हातांवर

एखादे लिमलेट तिने नक्कीच ठेवले असावे. तेवढ्याने समाधान होऊन त्यांनी तिची पाठ सोडली, हे आश्चर्यच होते.

मघाशी मी पाहून ठेवलेल्या हॉटेल रामानंदमध्येच ती शिरली. तेथील गल्ल्यावरील माणसाशी हसून बोलून ती आत जाऊन बसली. माझ्या बुटांचे पॉलिश झाले होते. त्याचे पैसे देऊन मीही त्या हॉटेलमध्ये शिरलो. हॉटेलमध्ये तशी बेताचीच गर्दी होती. गल्ल्यावरच्या माणसाने लावलेली व्यंकटेश स्तुतीची कॅसेट...

मी एक कोपरा धुंडाळून बसलो आणि तेवढ्यात एका ट्रॅव्हल कंपनीची बारा-पंधरा माणसं एकदम आली. त्यात आणखी भर पडली ती काळ्या आणि भगव्या वेषांतील शबरीमलाई भक्तांची. हॉटेलात एकदम उसळलेली गर्दी... हॉटेलमधील पोरांची नुसती धांदल उडाली. मी गप्प बसून होतो, त्यामुळे काही वेळ माझ्याकडे कुणीच फिरकले नाही. मघाची ती स्त्रीही एका कोपऱ्यात बसून होती. मघाशी मी तिला पाठमोरी पाहिली होती, त्यामुळे तिच्या चेहऱ्यावरचा व्रण मला दिसला नव्हता. काहीसा लालसर... दाभणीसारखा जाड... कपाळापासून सुरुवात होऊन चंद्रकोरीच्या आकारात तो हनुवटीपर्यंत पोहोचला होता. तो जाड व्रण त्या गोऱ्या चेहऱ्यावर फारच भयानक वाटत होता. तिच्याकडे सर्वांचे लक्ष वेधून घेत होता. तिला याची जाणीव असावी, पण सवयीने ती बसून होती. आलेल्या वेटरला ऑर्डर देऊन ती हातातील मासिक चाळण्यात दंग होती.

ती चांगलीच उंच होती, हे मी मघाशीच पाहिले होते. पण आता बसल्या जागेवरूनही मला तिची उंची जाणवत होती. तशी ती किरकोळच होती. डोळ्यांवर चष्मा होता. वेटरने इडली-सांबार आणून दिल्यावर तिने चष्मा काढला. तो काढल्यावर तिच्या डोळ्यांचा टपोरेपणा त्या व्रणाकडे लक्ष जात असूनही जाणवलाच. त्या व्रणाने तिला विद्रूप केले होते, पण ती खरंच सुरेख होती. सरळ नाक, भव्य कपाळ आणि गोरा रंग... पण तिचा रंग जरा वेगळा होता. केसांचा बॉब होता. त्यातील रुपेरी छटा उठून दिसत होत्या. अंगावर भगवा पंजाबी सूट होता, पण त्यात नवल नव्हते. हल्ली परकीय स्त्रिया हा पोशाख तसा आवडीने वापरतात. भारतीय पोशाख, भारतीय खाणे आणि भारतात एकटे भटकणे याचे त्यांना एक आकर्षण असते. येथील साधूसंत, येथील आयुर्वेद, येथील चमत्कार याच्या शोधात परकीय येथे पोहोचतात. त्यापैकीच ती वाटली मला.

बहुधा ती इटालियन असावी... कदाचित फ्रेंच... कदाचित स्पॅनिशही... पण डोळ्यांत कुठेतरी भारतीय झाक होती. तिच्याकडे पाहताना मला ती एक कोडंच वाटली.

मी तिच्याकडे असा निरखून पाहत होतो. लोकांनी असे निरखून पाहण्याची तिला सवय असावी. इकडेतिकडे न पाहता ती मन लावून इडली खात होती,

चमच्याचमच्याने सांबार पीत होती. वेटरला बोलावून तिने मल्याळममध्ये आणखी सांबाराची मागणी केली तेव्हा मी थक्क झालो.

स्वामी विवेकानंद सेंटरमध्ये काही परकीयांचा मदतीचा हात होता. काहीजण स्वयंसेवक म्हणून येथे काम करतात, असे ऐकले होते. ही त्यापैकी तर नसेल?

खाणे खाऊन ती बिल देण्यासाठी काऊंटरकडे वळली. तिची चालण्याची ढब... बाकीच्या शरीराच्या मानाने नितंबांची गोलाई, बांधा विजोडच करत होती. अंगावर असलेल्या ढिल्या पंजाबी सूटमधूनही हे जाणवत होतं, पण अंगावरच्या पंजाबी सूटमध्ये वावरताना ती अगदी सहजतेने वावरत होती. मनात शंका आली; ही भारतीय तर नसावी?

ऑर्डर घ्यायला आलेल्या पोऱ्याला मी थांबवलेच. न राहवून मी त्याच्याकडे तिच्यासंबंधी चौकशी केली. गेल्या दोन दिवसांत मल्याळम भाषेवर बसलेली तीस वर्षांची धूळ पुसली गेली होती. मी मल्याळममध्ये चौकशी करतोय हे पाहून पोऱ्याही मोकळेपणी सांगू लागला.

त्या बाई रोज त्यांच्या हॉटेलमध्ये नाश्त्यासाठी येतात. त्या विवेकानंद मेमोरियलमध्ये काम करतात. फिरती नसेल तेव्हा त्यांचा मुक्काम येथेच असतो, लोक त्यांना 'मिस केपकामोरिन' या नावाने ओळखतात, वगैरे वगैरे...

ही माहिती मिळवून मी विशेष काही केले नव्हते, निव्वळ एक उत्सुकता... तेवढ्यात मी ऑर्डर केलेला रवा डोसा आला आणि नाश्ता आटोपून मी हॉटेलवर परतलो तेव्हा साडेदहा झाले होते. परतल्यावर मी स्नान उरकले आणि पेपर वाचत बसलो असताना बाबूसेनन आला. तो एकटाच सुचिंद्रमला जाऊन पूजा करून आला म्हणून बहुधा त्याला अपराधी वाटत होते. संध्याकाळी त्याच्याबरोबर विवेकानंद रॉकवर जायचे, त्याने माझ्याकडून वचनच घेतले. दुपारी साडेचारला निघायचे ठरल्यावर तो आपल्या रूमवर परतला.

दुपारी जेवताना त्याने मला पुन्हा आठवण केली आणि दुपारी झोप आटपून चहा झाल्यावर आम्ही निघालोच. रॉकवर जाण्यासाठी छोट्या बोटी होत्या. तशी गर्दी खूप होती. प्रवास अवघा अर्ध्या तासाचा होता. रॉकवर हिंडा-फिरायला तासभर, पुन्हा परतीच्या प्रवासासाठी अर्धा तास... बाबूसेननचा हिशोब तसा पक्का होता.

आम्ही रॉकवर गेल्यावर विवेकानंद मेमोरियलसंबंधी माहिती घेण्यासाठी एका हॉलवर गेलो आणि मी पाहतच राहिलो. कारण सकाळची मिस केपकामोरिन फर्ड्या इंग्लिशमध्ये माहिती देत होती. काहीतरी बोलल्यावर ती हसली. तिच्या गालांना पडलेल्या खळ्या...

क्षणभर मी वेड्यासारखा पाहतच राहिलो. तो चेहऱ्यावरचा व्रण पुसून टाकल्यावर ती कशी दिसेल याची मी मनाशी कल्पना करीत होतो. तिच्या अस्खलित

इंग्लिशकडे माझे लक्षच नव्हते.

आणि असे पाहताना मला खात्री वाटू लागली की, हा चेहरा माझ्या ओळखीचा असावा. चेहरा नीटपणे पाहताना सारखा डोळ्यांत भरणारा तो व्रण... पण तरीही तो चेहरा ओळखीचा वाटत होता. पुन्हा त्या बाई काहीतरी बोलल्या. लोक हसले, तीही हसली. तिच्या गालांवर पडलेल्या खळ्या... त्याकडे पाहताना, नव्हे आता माझी खात्रीच झाली की, मी तिला कुठेतरी पाहिली होती.

भारताच्या या टोकापासून त्या टोकापर्यंत या कॉन्फरन्सच्या निमित्ताने मी दर महिन्याला हिंडत असतो. कुठे बरं मी पाहिले होते तिला?

तिला प्रत्यक्ष भेटून विचारावे तर ते मला प्रशस्त वाटत नव्हते. मी आठवण्याचा आटोकाट प्रयत्न केला, पण तिचा चेहरा समोर येताना तो भलामोठा व्रणच दिसत राहायचा आणि माझा गोंधळ उडून जायचा.

तिचे बोलणे संपले. या संस्थेला देणगी देण्यासाठी प्रत्येकाने पुढे यावे, अशी तिने सर्वांना कळकळून विनंती केली. या निधीचा उपयोग समाजकार्यासाठी कसा केला जातो ते समजावून सांगितले, पण आता लोकांना स्वारस्य नव्हते. ते झटपट उठून बाहेर पडले. त्यात बाबूसेननही सर्वांत पुढे होता. त्याची माझ्या हातावरची पकड तशी मजबूत होती.

आता लोक ध्यानधारणेच्या हॉलकडे वळले. बाबूसेननला काहीतरी सबब सांगून आणि जेटीजवळ भेटण्याचे आश्वासन देऊन मी पुन्हा मघाच्या हॉलकडे वळलो. पुन्हा आत जाणे प्रशस्त वाटेना. मी बाहेर उभा राहून ऐकत होतो. आता येथे मल्याळममधून माहिती दिली जात होती. मघाचीच ती स्त्री अस्खलित मल्याळममध्ये बोलत होती.

जरा वेळ थांबून मी मागे वळलो आणि तेथे फिरताना माझी गाठ तेथल्या ऑफिसमधील माणसाशी पडली. मी मुद्दामच ओळख काढली. एक मराठी माणूस इतके चांगले मल्याळम बोलतो, हे पाहून नाही म्हटले तरी सूर जुळलेच.

मग मी त्या स्त्रीबद्दल विचारले. तिचे वर्णन करताना त्या व्रणाचा उल्लेख केला आणि ओळख पटल्यागत मान डोलवत तो माणूस म्हणाला, ''डिसिल्व्हा अम्मा!'' म्हणजे ती स्त्री ख्रिश्चन होती. केरळात सिरियन ख्रिश्चन पुष्कळ आहेत. त्यातील काही अत्यंत देखणे... तिचे प्रभावी इंग्लिश आणि तेवढेच अस्खलित मल्याळम... कोडं सुटत होत. तिला कदाचित केरळात मी पूर्वी कुठेतरी पाहिली असावी, पण तरीही दुवा जुळत नव्हता.

तो माणूस किल्ली दिल्यागत बोलत होता. डिसिल्व्हा अम्माचे गुणगान गात होता. ती या संस्थेची केवढा मोठा आधारस्तंभ आहे, याची महती तो पटवून देत होता. तिला येणाऱ्या अनेक भाषा... ती मराठी, गुजराथी, तामिळ, मल्याळम किती

प्रभुत्वाने बोलते ते सांगत होता.

"तिला एवढ्या भाषा कशा येतात बुवा?" माझ्या या प्रश्नावर खांदे उडवित तो म्हणाला, "देव जाणे!" मग मी सकाळी ऐकलेल्या तिच्या केपकामोरिन या नावावरून चौकशी केली. त्या स्त्रीने कन्याकुमारीवरून काढलेल्या केपकामोरिन या इंग्लिश डॉक्युमेंटरीमध्ये भिकारणीचे काम केल्याचे त्याने सांगितले. तेव्हापासून म्हणे तिला हे नाव पडले होते.

आता तिच्या 'मिस केपकामोरिन' या नावाचाही उलगडा झाला होता. पण तरीही तिला कुठे पाहिले ते आठवत नव्हते. तेवढ्यात बाबूसेननही आला आणि आम्ही परतीच्या वाटेला लागलो.

तरी हॉटेलवर परतल्यावर मला स्वस्थ बसवेना. तेथील मॅनेजरकडे चौकशी करावी तर तो पोरसवदा तरुण होता. तरीही मी न राहवून विचारलेच.

त्यावर तो म्हणाला, "मला जास्त माहिती नाही, पण मिस केपकामोरिन पूर्वाश्रमीची सिनेनटी होती. आता सर्व सोडून तिने या कामाला स्वत:ला वाहून घेतलंय. रात्रीच्या शिफ्टला येणाऱ्या अच्युतन सरांना यासंबंधी माहिती असेल, तुम्ही त्यांना विचारा."

काही असो. असे तोंड उघडल्यावर तिची आणखी थोडी माहिती मिळाली होती. धागे थोडे थोडे जुळत होते; पण तरीही ती कोण हे लक्षात येत नव्हतं.

संध्याकाळी मेननसाहेबांचा फोन आला. बहुतेक रन वेच्या कामाला आणखी दोन दिवस तरी लागणार होते. म्हणजे अजून दोन दिवस तरी येथे काढायचे होते. फोनवर त्यांना मिस केपकामोरिनबद्दल विचारणे प्रशस्त वाटत नव्हते. पण बुद्धीला ताण देऊनही ती कोण आणि आपल्याला कुठे भेटली ते आठवत नव्हते.

रात्री जेवायला खाली उतरलो, पण त्या रात्री मिस्टर अच्युतन ड्युटीवर आलेले नव्हते. त्या रात्री तरी मिस केपकामोरिनसंबंधी आणखी माहिती मिळणे शक्य नव्हते. रूमवर फोनची सोय नव्हती; मग काऊंटरवरून घरी फोन केला, यायला उशीर होण्यासंबंधी कळवले आणि रूमवर परतलो. रात्री समुद्राचा आवाज ऐकत पहुडलो. पण तो व्रणाने विद्रूप झालेला चेहरा पुन:पुन्हा डोळ्यासमोर येत होता.

दुसऱ्या दिवशी सकाळी जरा समुद्रावर हिंडलो आणि नकळत माझी पावले हॉटेल रामानंदकडे वळली. तेव्हा आठ वाजले होते. कालच्यापेक्षा मी कितीतरी लवकर आलो होतो. गल्ल्यावरच्या माणसाने हसून ओळख दिली. काल मी ज्याच्याजवळ मिस केपकामोरिनची चौकशी केली होती नेमका तोच पोऱ्या ऑर्डर घेण्यासाठी आला आणि आज मिस केपकामोरिन फारच लवकर आल्याची बातमी त्याने मला दिली. नेहमी सकाळी नऊला नाश्ता घेणारी ती आज फारच लवकर

आली होती आणि याचेच सर्वांना आश्चर्य वाटत होते.

तिला दिसणार नाही असे टेबल जरी मी निवडले होते, तरी मी आल्याचे बहुधा तिला कळले होते. तरीही माझ्याकडे संपूर्ण दुर्लक्ष करून तिने इडली संपवली आणि ती हॉटेलमधून घाईने बाहेर पडली.

माझे खाणे संपवून मी हॉटेलबाहेर पडलो, तेव्हा ती कुठे नाहीशी झाली होती कुणास ठाऊक? मनात एक विचार आलाच. मला तिची ओळख पटली नव्हती पण तिने तर मला ओळखले नसेल?

बाबूसेननला तेथे असलेल्या थिरूवेल्लूरच्या पुतळ्याला जाण्याची इच्छा होती. मी मात्र पुन्हा विवेकानंद रॉककडे वळलो. नशिबाने त्यावेळी मला साथ दिली, कारण काल हॉटेल रामानंदमध्ये आलेला पुण्याच्या टूर कंपनीचा घोळका त्यावेळी माझ्याच लाँचमध्ये होता. त्यांच्याबरोबर मी मराठी कॉमेंट्री ऐकण्यासाठी हॉलकडे वळलो. एवढ्या मोठ्या ग्रुपमध्ये तिने बहुधा मला पाहिले नसावे. आज तिने मराठीमध्ये माहिती देण्यास सुरुवात केली. कालच्यासारखाच तिने काहीतरी विनोद केला आणि ती हसली. गालांवर पडणाऱ्या त्या खळ्या... कुणीतरी काहीतरी विचारले आणि तिने हातातील बॉलपेनचे टोक दोन दातांत धरून चावले... ही साधी कृती... पण क्षणात माझ्या आठवणींना उजाळा मिळाला.

त्या गालांवर पडलेल्या खळ्या... त्यात गुंतलेला माझा जीव... वयाच्या सोळाव्या वर्षी प्रधानांच्या एकवीस वर्षांच्या नीलाच्या प्रेमात पडलेला मी...

तिने मला ओळखले असावे आणि म्हणूनच आज नित्यक्रम चुकवून ती हॉटेल रामानंदमध्ये सकाळी लवकर आली असावी.

प्रधानांची नीला आणि या अवस्थेत... एक-एक धागा जुळत होता.

मला प्रधानांची आणि आमची चालेयम्ला झालेली पहिली भेट आठवली. ती सर्व मंडळी जीपमध्ये होती. आम्ही मराठी आहोत हे आईच्या संक्रांत साडीवरून त्यांनी ओळखले होते आणि मुद्दाम जीप थांबवून ओळख करून घेतली होती. त्यावेळी आईला नीला ही प्रधानांची मेहुणी असावी, असे वाटले होते. ही अशी थोराड आणि मिसेस प्रधान एकदम बांधेसूद... पुढे ओळख वाढल्यावर गणेशनमामांच्या घरात आम्ही राहत असताना नीला अनेकवेळा सुट्टीत आमच्याकडे राहायला यायची.

तिची जाडी, विशेषत: नितंबांची जरा जास्तच गोलाई, यामुळे तिचे वजन वाढू नये; म्हणून तिला घरात साबुदाणा खिचडी, भात, वडे, भजी असले तेलकट पदार्थ दिले जात नसत. आमच्याकडे आल्यावर आईला ती ते आवर्जून करायला लावायची आणि त्यावर भरपूर ताव मारायची. कॉलेजला जाताना आईच्या चांगल्या साड्या वापरायची. दुसरा तिचा आवडता उद्योग म्हणजे त्रिवेंद्रमच्या झूच्या ग्राउंडवर

फिरायला जाणे. त्यावेळी ती मला घेऊन जायची. माझी कंपनी तिला आवडते, असा आपला माझा समज... त्यावेळी 'काफ्लव्ह' म्हणतात ना, त्या स्टेजला होतो मी; पण एक दिवस हा भ्रम दूर झाला. झूच्या ग्राऊंडवर बसलो असताना पलीकडे घोळक्यात असलेल्या एका तरुणाला चाललेल्या तिच्या खाणाखुणा... ती फिरायला म्हणून येत होती तर! माझे डोळे खाडकन उघडले. गच्चीवर जाऊन मी उदास मनाने देवदाससारखा बसून राहिलो. वाईट तर वाटलेच होते, पण विचार केल्यावर ती आपल्या वयाचा तरुण बघणार हे ही पटले. मग दुसऱ्या दिवसापासून शहाण्या मुलासारखा एस.एस.सी.च्या अभ्यासात मी गुंतून गेलो.

त्यानंतर बाबांची बदली झाली. मुंबईत आल्यावर कधीतरी सात-आठ महिन्यांनंतर बाबांच्या ऑफिसमधील पटवर्धनांकडे गेल्यावर त्यांच्याकडून नीलाची माहिती मिळाली.

नीला एका ख्रिश्चन तरुणाच्या प्रेमात पडली होती. तशी डिसिल्व्हा कंपनी खूप श्रीमंत होती. मुलाचा बाप सिनेमा प्रोड्युसर होता. हा मुलगाही त्याच धंद्यांत जाण्याची शक्यता होती. सिनेमावाले म्हणजे लफडेबाज... मिस्टर आणि मिसेस प्रधानांनी तिला खूप समजाविले होते. मुंबईतील एका चांगल्या मुलाशी तिचे लग्नही ठरवले होते. पण नीलाने हट्टाने त्या डिसिल्व्हा मुलाशीच लग्न केले. आता मला हे सारे आठवले. पुढे कधीतरी नीलाची बातमी कळली तेव्हा ती मल्याळम, तामिळ सिनेमांतून काम करत होती. तसे तिचे रूप छानच होते. कदाचित डिसिल्व्हाने तिच्याशी लग्न केले होते ते त्यासाठीच!

त्यानंतर समान ओळखीचे कुणी क्वचितच भेटायचे. त्रिवेंद्रमचा विषय निघाल्यावर प्रधानांच्या नीलाचा विषय निघायचा. तेव्हा कुणीतरी माहिती पुरविली होती. नीलाच्या नवऱ्याने, जॉनने एक बिग बजेट फिल्म काढली होती आणि त्यात तो पार बुडाला होता. काही दिवस नीलाने सिनेमांतून कामे केली, मग तिने कुठेतरी शाळेत नोकरी धरली. जॉन खूप प्यायचा, मारहाणही करायचा. तिच्या चेहऱ्यावरचा तो व्रण... कदाचित... त्या मारहाणीतील असेल...

पुढे बाबा निवृत्त झाले. आम्ही मुंबईत स्थिरावलो. मी नोकरीच्या आणि संसाराच्या चक्रात गुरफटलो. पुढे लहान मुलं, म्हातारे आई-वडील, मी संसारात पार अडकलो. ह्या 'काफ्लव्ह'ची त्यावेळी कधीच आठवण झाली नाही आणि आज अचानक नीला दिसली होती ती या स्वरूपात... चेहऱ्यावरचा तो व्रण...

काय घडले असावे, याचा मी नुसता अंदाजच करत होतो.

मी विचारात असा गर्क होतो. तिचे बोलणे संपले होते. कालच्यासारखीच ती प्रत्येकाला या कार्याला हातभार लावण्याचा आग्रह करत होती. मराठी माणसं अशा कामासाठी पुढे येतात. टेबलाजवळची गर्दी हटली आणि मी पुढे झालो.

"कितीची पावती फाडू?" वर न पाहताच तिने विचारले.

"पाचशे एक." हा आकडा ऐकताच तिने मान वर करून पाहिले. मला पाहून ती क्षणभर चमकलीच. मग निर्विकारपणे पावती लिहू लागली.

मी न राहवून विचारले, "मला ओळखले नाहीस, नीला? मी दामल्यांचा अनिल."

त्यावरही तिने वर पाहिले नाही. मी पाचशे एक रुपये पुढे केले. तिने मोजून त्याची पावती माझ्यापुढे केली. आता फारसे कुणी तेथे नव्हते. तिने 'ईश्वरन्' अशी हाक मारली, म्हणून मी मागे वळून पाहिले. तेवढ्यात मागच्या दाराने ती निसटलीच. आता माझी खात्रीच पटली होती, की तिने मला ओळखले होते.

दुसऱ्या दिवशी मी रामानंद हॉटेलजवळ सात वाजल्यापासून घुटमळत होतो. पण नीला तेथे फिरकलीच नाही. संध्याकाळी पुन्हा एकदा विवेकानंद रॉकला गेलो. तेथे डिसिल्व्हा अम्माची चौकशी केली, तर कामानिमित्त त्या बाहेरगावी गेल्याचे कळले.

त्याच संध्याकाळी मेननसाहेबांचा फोन आला. धावपट्टी दुरुस्त झाली होती. रात्रीच्या विमानाने आमची मुंबईला जाण्याची व्यवस्था झाली होती.

कन्याकुमारी ते त्रिवेंद्रम प्रवासात मोटारीत मेनन माझ्याबरोबर होते. ते येथील जुनेजाणते... पण मिस केपकामोरिन आणि तिच्या त्या भयंकर व्रणाबद्दल मी चकार शब्दही काढला नाही.

૭

www.ingramcontent.com/pod-product-compliance
Lightning Source LLC
LaVergne TN
LVHW092352220825
819400LV00031B/344
* 9 7 8 8 1 8 4 9 8 3 4 5 6 *